மகாபாரதம்

கள்ளிப்பட்டி
சு. குப்புசாமி

மகாபாரதம்

கள்ளிப்பட்டி
சு. குப்புசாமி

ரிதம் வெளியீடு

மகாபாரதம்
கள்ளிப்பட்டி சு. குப்புசாமி ©

Mahabharatham
Kallippatti Su. Kuppusamy ©

1st Edition: Dec 2022
Pages: 272   Price: Rs. 280
ISBN: 978-93-93724-36-6

Publishing Editor
T. Senthil Kumar

Published by:
Rhythm Book Distributors
New No.58, Old No.26/1, 1st Floor,
Alandur Road, Saidapet,
Chennai - 600 015, Tamil Nadu, INDIA
Ph : (044) 2381 0888, 2381 1808, 4208 9258
E-mail : senthil@rhythmbooks.in
Web : www.rhythmbooksonline.com

Book Layout by
Visual Vinodh - 9500149822

முத்திரை பதிக்கும் மகாபாரதம்

இரு பெரும் இதிகாசங்களாகக் கருதப்படுவது இராமாயணமும், மகாபாரதமும் ஆகும்.

இவ்விரு காவியங்களும், மனித சமுதாயத்துக்கு இரு கண்களைப் போன்றது.

உலகம் தழுவிய அளவில் ஆயிரம் ஆண்டுகளாகச் சொல்லப்பட்டு வரும் நீதி போதனையுமாகும்.

இந்த இரு இதிகாசங்களைத் தெரியாதவர்கள் நம் நாட்டில் எவருமே இல்லையென்றுதான் சொல்ல வேண்டும்.

அந்த அளவிற்கு அற்புதங்களிலும், பேரற்புதமாக விளங்கி வருகிறது மகாபாரதம்.

- தருமத்தின் வாழ்வுதனைச் சூது கவ்வி, மறுபடியும் தருமம் வெல்லும்

- ஒன்றுபட்டால் உண்டு வாழ்வு

- கெடுவான் கேடு நினைப்பான்.

- சூது - வாது புரிபவன் கெட்டழிவான்.

- நல்லொழுக்கத்தினை உணர்த்தும்.

- நல்வழியினைக் காட்டும்

போன்ற ஒப்பற்ற கருத்துக்களை உணர்த்தும் விதமாக, உயிரோட்டமாக அமைந்துள்ளதுதான் 'மகாபாரதம்' என்னும் இந்நூல்.

நல்லறிவும், அடக்கமும், பொறுமையும், ஆத்ம சக்தியும், மேலான வாழ்வையும் இந்நூலைப் படிப்பவர்கள் பெறும் அளவிற்கு கருத்துக்கள் பொதிந்துள்ளன.

அத்தனையும் எளிய நடையில் சுவையூட்டும் விதத்தில், எழுதப்பட்டுள்ளதுதான் அதன் சிறப்பு.

'இராமாயணம் நூலை எழுதித் தந்தது போல, மகாபாரத நூலையும் நீங்கள் தான் எழுதித் தர வேண்டும்' என்று 'சென்னை புக்ஸ்' பதிப்பாளர் திரு சி.என். ரவிக்குமார் கேட்டுக் கொண்டபோது,

'எழுதி முடிக்க சில மாதங்களாகும்' என்று தயங்கினேன். அதற்கு அவர், எவ்வளவு அவகாசமானாலும் பரவாயில்லை. நீங்கள் தான் இந்த இதிகாசத்தையும் முடித்துத் தரவேண்டும் என்று அன்புடன் சொன்னதோடு, இலக்கியத்தில் அதிக நாட்டமும், நல்லாசிரியர் விருதும் பெற்ற உங்களால் இந்த இதிகாசத்தில் முத்திரை பதிப்பது போல எழுதித் தர முடியும் என்ற நம்பிக்கை எனக்கு இருக்கிறது' என்று பதிப்பாசிரியர் ஊக்கப்படுத்தியதின்பேரில் இரவு - பகல் என்று பாராது கிட்டத்தட்ட இரண்டு மாதங்களில் இந்நூலினை எழுதி முடித்தேன்.

இதிகாசங்களில் என் பங்கு இருக்க வேண்டும் என்று வாய்ப்பு தந்த பதிப்பாசிரியர் அவர்களுக்கு எனது நெஞ்சார்ந்த நன்றி.

என்றும் அன்புடன்,
கலைநன்மணி
நல்லாசிரியர்: சு.குப்புசாமி
கள்ளிப்பட்டி - 625 605
பெரியகுளம் வட்டம், தேனி மாவட்டம்
செல்: 9443804376

மகாபாரதம்

சந்தனுவும் - கங்கையும்

அஸ்தினாபுரத்து மகாராஜாவான சந்தனு.

வழக்கம் போல கங்கை நதிக்கரையோரம் வந்து கொண்டிருந்தான்.

ஒரு நாள்

'கங்கை' அழகிய பெண்ணாக உருவெடுத்து, அவன் எதிரே வந்து கொண்டிருந்தாள்.

அவளது அழகில் மயங்கிய சந்தனு.

அவளிடம் பெண்ணே! 'நீ யாராக இருந்தாலும் சரி! நீ என் மனைவியாக வேண்டும்' என்று கேட்டான்.

மௌனமாக நின்றாள் கங்காதேவி.

மௌனத்தைக் கலைப்பது போன்று,

பெண்ணே! என்னுடைய நாடும், எனது செல்வமும், எனது உயிரையும் உனக்கு அர்ப்பணிக்கிறேன். 'எனது வேண்டுகோளை நீ ஏற்றுக் கொள்வாயாக' என்று வேண்டினான்.

அதற்கு கங்காதேவி,

'சந்தனு மகாராஜாவே! உன் வேண்டுதலுக்கிணங்க மனைவியாகிறேன். ஆனால் நீயோ, அல்லது வேறு யாரோ, என்னைப் பற்றிய விபரங்களை தெரிந்து கொள்ள முயற்சிக்கக் கூடாது.

அதேபோன்று, நல்லதோ கெட்டதோ நான் எதைச் செய்தாலும் அதைத் தடுக்கவும் கூடாது.

மேலும் -

எக்காரணத்தைக் கொண்டும் என்னிடம் கோபம் கொள்ளக்கூடாது. காரணமில்லாத வார்த்தைகளை என்னிடம் பேசவும் கூடாது.

இவ்விதமான என்னுடைய உடன்பாடுகளுக்குக் கட்டுப்பட்டு நடப்பதாக இருந்தால், உன் மனைவியாக இருக்கச் சம்மதிக்கிறேன். என்ன சொல்லுகிறீர்? என்று கேட்டாள் கங்காதேவி.

'அப்படியே ஆகட்டும்' என்று அவளின் அழகின் மயக்கத்தில் அரசன் சந்தனு ஒப்புதல் அளித்தான்.

உடன்பட்ட அவளை, முறைப்படி திருமணமும் செய்து கொண்டான். திருமணமான பின்னர் இருமனமும் ஒருமனமாகி மகிழ்வுடன் காலம் கடத்தி வந்தனர்.

இருவரும் இணைந்ததின் விளைவாக ஆண்குழந்தையொன்று பிறந்தது. அஸ்தினாபுரத்தை ஆள ஆண் வாரிசு பிறந்துவிட்டது என மகிழ்வு கொண்டான் சந்தனு.

குழந்தையைக் காணும் ஆவலில் அந்தப்புரத்துக்கு சந்தனு சென்றான்! அங்கே 'கங்காதேவி'யைக் காணவில்லை. குழந்தையுடன் அவள் நதிக்கரைக்குச் சென்றிருப்பதாக பணிப் பெண்கள் கூறினார்கள்.

நதிக்கரைக்கு ஏன் அங்கே போனாள் என்ற கேள்விக் குறியுடன் அங்கே சென்றான்.

கங்காதேவி, பத்து மாதம் சுமந்து பெற்றெடுத்த குழந்தையை நதியில் வீசியெறிந்தாள்.

இதைக் கண்ட சந்தனு வருத்தமுற்றான்.

கங்காதேவி ஏன் இப்படிச் செய்தாள்? கல்மனம் கொண்டவள் செய்கின்ற செயல் போன்று அவனுக்குத் தெரிய வரவே, கோபம் கொண்டு அவளைத் தண்டிக்கச் செல்லும் போது, திருமணத்தின் போது அவள் விதித்த நிபந்தனை ஞாபகத்திற்கு வந்தது. அதற்காக வேறு வழியில்லாமல் தன்னைக் கட்டுப்படுத்திக் கொண்டான்.

இரக்கமற்ற கங்காதேவியின் கொடூரச் செயல் அத்துடன் நிற்கவில்லை. அடுத்தடுத்து, தான் பெற்ற மற்ற ஆறு குழந்தைகளையும் அப்படியே நதியில் போட்டுவிட்டு வந்து கொண்டிருந்தாள்.

இதுபோன்ற கொடூரத்தனமான நடவடிக்கையைப் பார்த்து வந்த சந்தனுவுக்கு வியப்பும் துக்கமும் மேலோங்கும்.

ஆனாலும், தான் கொடுத்த வாக்குறுதியை எண்ணி, மிகவும் சிரமப்பட்டு தனது ஆத்திரத்தையெல்லாம் அடக்கிக் கொண்டு வந்தான்.

ஏழு குழந்தைகளையும் இவ்வாறு கொன்றாள்.

எட்டாவது குழந்தையும் பிறந்தது. அதையும் அவள் கங்கையில் கொண்டு போய் போடப் போனாள். அது கண்டு பொறுக்க முடியாத சந்தனு,

'ஏய்... நில்லுடி! ஆற்றில் குழந்தையை வீசச் செல்லாதே... ஏன் இப்படி பிறந்த குழந்தைகளையெல்லாம் நதியில் வீசிக் கொண்டு வருகிறாய்! நீ பிள்ளைகளைப் பெற்ற தாயா? இல்லை பேயா? யார் நீ? சொல், எதற்காக குழந்தைகளைக் கொன்றாய்? ஏன் இந்த எட்டாவது குழந்தையையும் கொல்லப் பார்க்கிறாய்? இந்தக் குழந்தையை ஒருபோதும் கொல்ல விடமாட்டேன் என்று கூறி அவளைத் தடுத்து நிறுத்தினான்.

உடனே அவள், 'மகாராஜாவே! நீர் என்னிடம் கூறிய வாக்குறுதியை மறந்து விட்டீரோ! புத்திர விருப்பம் கொண்டு நீர் மாறியதனால், இனி நான் உன்னுடன் வாழ இயலாதவள் ஆகிவிட்டேன். இப்போதே உன்னைவிட்டு நான் பிரிந்து செல்கிறேன்.

ஆனாலும் உம் புதல்வனைக் கொல்லமாட்டேன். அதேபோல் இப்போதே உம்மிடம் இந்தப் புதல்வனைக் கொடுக்கவும் மாட்டேன். இவனை நானே வளர்த்து வருவேன். வளர்ந்து இவன் வாலிபன் ஆனதும், நானே இவனை உம்மிடம் ஒப்படைப்பேன். இம்மகனை நான் உமக்களித்திட்ட தானமாகப் பெறுவாய்.

அத்தோடு நான் யார் என்பதையும் சொல்ல கடமைப்பட்டிருக்கிறேன்.

முனிவர்களும், ரிஷிகளும் போற்றிடும் கங்காதேவி நான்.

வசிஷ்டரின் சாபம் காரணமாக 'அஷ்டவசுக்கள்' பூவுலகில் மானிடர்களாகப் பிறக்க நேர்ந்தது. அவர்கள் அனைவருக்கும் நான் தாயாக வேண்டும் என அவர்கள் வேண்டினார்கள். அதனால் நான் அவர்களை உம்முடன் கூடிப் பெற்றெடுத்தேன்.

உம்மைத் தந்தையாகப் பெற்றதும் அவர்களுக்கு நல்லதுதான். அஷ்ட வசுக்களையே நீர் புத்திரர்களாகப் பெற்றமையால் உயர்ந்த உலகங்களை நீர் அடைவீராக' என்று கூறிவிட்டுச் சட்டென எட்டாவது குழந்தையுடன் மறைந்தாள்.

தேவ விரதன்

தேவர்களாகிய 'அஷ்ட வசுக்கள்' என்பவர்கள், ஒருநாள் தத்தம் மனைவிகளுடன் பூலோகத்திற்கு வந்தவர்கள், வசிஷ்ட முனிவரின் ஆசிரமம் இருந்த மலைச் சாரலை அடைந்தனர்.

அங்கிருந்த குன்றுகளிலும், மலைச்சாரலிலும் விளையாடிக் கொண்டிருந்தனர்.

அப்போது அவர்களில் ஒருவன், அப்பக்கம் மேய்ந்து கொண்டிருந்த நந்தினி பசுவினைக் கண்டான். அதன் அழகையும், திவ்ய மங்களாகாரத்தையும் கண்டவன், தன்னுடனிருந்த வசுக்களின் மனைவிகளுக்குக் காட்டினான்.

அவர்களும் பசுவின் அழகைக் கண்டு மயங்கினர். அவர்களில் ஒருத்தி, 'இந்தப் பசு தனக்கு வேண்டும்' என்று தன் கணவனிடம் கேட்டாள்.

அதற்கு அவன், தேவர்களான நமக்குப் பசும்பால் எதற்கு? மேலும் இப்பசு வசிஷ்ட முனிவருக்குச் சொந்தமானது. அதனால் வேண்டாம் என்று எவ்வளவோ சொல்லிப் பார்த்தான்.

அவனது மனைவி கேட்பதாக இல்லை. வேறு வழியில்லாமல் மனைவியின் ஆசையை நிறைவேற்றும் பொருட்டு, அந்தக் கணவன் வசிஷ்ட முனிவருக்குத் தெரியாமல் நந்தினி பசுவைக் கவர்ந்து சென்றான். மற்ற வசுக்கள் அவனுக்குத் துணைபுரிந்தனர்.

ஆசிரமத்திற்குத் திரும்பி வந்த வசிஷ்ட முனிவர், தன்னுடைய நித்ய கருமங்களுக்காக பசுவையும் கன்றையும் தேடினார். காணவில்லை. காணாமல் போனதற்கு யார் காரணம் என்பதை உணர்ந்தார்.

தன் பசுவையும், கன்றையும் கவர்ந்து சென்ற வசுக்கள் மீது கடுங்கோபம் கொண்ட வசிஷ்டர், 'எனது நித்திய கடமைக்கு அவசியமான நந்தினிப் பசுவை திருடிப் போன அஷ்ட வசுக்கள், பூவுலகில் மனிதர்களாகப் பிறக்கக்கடவது' என்று சாபமிட்டார்.

சாபத்தினால் பயந்து போன வசுக்கள், நந்தினிப் பசுவைக் கொண்டு வந்து வசிஷ்டரிடம் ஒப்படைத்து அவரது பாதங்களில் வீழ்ந்து மன்னிப்புக் கேட்டுக் கெஞ்சினார்கள். சாபத்திலிருந்து தங்களை விடுவிக்குமாறு வேண்டினார்கள்.

அவர்கள் மீது வசிஷ்டர் மனம் இரங்கினார்.

"வசுக்களே! கொடுத்த சாபம் கொடுக்கப்பட்டதுதான். அதைத் தடுக்கவோ, நிறுத்தவோ முடியாது.

ஆனாலும் மனைவியின் பேச்சைக்கேட்டு பசுவைத் திருடக் காரணமான பிரபாசன் மட்டும் பெண் சுகமே இல்லாமல் பிரம்மச்சாரியாக நீண்டகாலம் வாழ்வான். இருப்பினும், பூவுலகில் மிக்க புகழ் பெற்றுத் திகழ்வான். மற்ற வசுக்கள் ஏழு பேரும் பூமியில் பிறந்தவுடன் விடுதலைபெற்று விடுவார்கள் என்று சொன்னதோடு, சாபத்திலிருந்து விடுபட கங்காதேவியை அணுகுமாறு வழி சொல்லிவிட்டுப் போனார்.

வசிஷ்டர் சொன்னபடியே அஷ்ட வசுக்களும் கங்கா தேவியிடம் சென்றார்கள்.

'கங்காதேவியே! நீதான் எங்களுக்குத் தாயாக வேண்டும். எங்களுக்காக நீ பூவுலகம் சென்று ஒரு நல்ல கணவனை அடைந்து எங்களுக்குச் சீக்கிரத்தில் விடுதலை தரவேண்டும். நாங்கள் பிறக்கப் பிறக்க ஒவ்வொரு வரையும், உடனுக்குடன் நதியில் போட்டு விடுங்கள்' என்று வேண்டிக் கொண்டனர்.

வசுக்களின் வேண்டுதலுக்கிணங்க கங்கையும் அவ்வாறே ஒப்புக்கொண்டு, பூவுலகிற்கு கன்னியாய் வந்து சந்தனுவை மணந்தாள்.

பிறந்த எட்டு குழந்தைகளில், ஏழு குழந்தைகளை நதியில் விட்ட பின்னர், எட்டாவது குழந்தையை எடுத்துக் கொண்டு சந்தனு மகாராஜாவை, விட்டுப் பிரிந்து வானுலகம் சென்றாள் கங்காதேவி.

தன் மனைவியாக வந்தவள் கங்காதேவியே என்று மனம் மகிழ்ந்தபோதும், அவளது பிரிவை சந்தனுவால் தாங்கிக் கொள்ள முடியவில்லை.

பிரிவுத் துயரத்தால் வாடி வருந்தினான். அதனால் பெண்ணின்பத்தை அறவே துறந்த சந்தனு மகாராஜா தன் இராஜ்ஜியத்திற்குச் சென்று வைராக்கியமாக இராஜ்ஜிய பரிபாலனம் செய்து வந்தான்.

ஆண்டுகள் பல கடந்தன.

ஒருநாள் 'கங்கை' நதியோரமாக சந்தனு மகாராஜா வந்து கொண்டிருந்தபோது வாலிபன் ஒருவன் அஸ்திரத்தைப் பிரயோகித்துக் கங்கையின் நீரோட்டத்தைத் தடுத்துக் கொண்டிருந்தான்.

அதைக் கண்டு வியந்தான் சந்தனு.

அங்கேயே சிறிது நேரம் நின்றான்.

அப்போது அங்கு பிரசன்னமான கங்காதேவி, சந்தனு மகாராஜாவே! இதோ இங்கே நீரோட்டத்தைத் தடுத்துக் கொண்டிருப்பவன், வேறு யாருமில்லை. எனக்கும் உமக்கும் பிறந்து என்னால் வளர்க்கப்பட்ட மகன்தான் இவன்.

இவன் பெயர் தேவ விரதன்.

இவன் வசிஷ்ட மகரிஷியிடம் எல்லா வேதங்களையும், வேதாந்தங்களையும் பயின்றிருக்கிறான். யுத்தத்தில் பரசுராமருக்குச் சமமானவன், சுக்கராச்சாரியர் அறிந்த சாத்திரங்கள் அனைத்தையும் இவன் கற்றிருக்கிறான். வில்லாளியும், வீரனும், ராஜ நீதிகளை அறிந்தவனுமான நம் மகனான உன் மகனை அழைத்துப் போங்கள் என்று சொல்லி தேவ விரதனை ஆசீர்வதித்து விட்டு மறைந்தாள்.

பீஷ்மரின் சபதம்

கங்கா தேவியால் ஒப்படைக்கப்பட்ட தேவவிரதனுக்கு உரிய வயது வந்ததும், தன் நகரத்திற்கு அழைத்துச் சென்ற தந்தை சந்தனு, நல்லதொரு நாளில் அவனுக்கு 'யுவராஜா' பட்டாபிஷேகம் செய்வித்து மகிழ்ந்தான்.

நான்காண்டுகள் கடந்தன.

ஒருநாள் சந்தனு, யமுனா நதிக்கரையோரம் சென்று கொண்டிருந்தான். அப்போது அவன் மூக்கினைத் துளைக்கும் நறுமணம் வீசிக் கொண்டிருந்தது.

இந்த நறுமணம் எங்கிருந்து வருகிறது என்று தேடியலைந்தான். இறுதியில் ஒரு பெண்ணிடமிருந்து மணம் பரப்பிக் கொண்டிருந்ததனை அறிந்தான்.

கங்காதேவியைப் பிரிந்தது முதல், வேறு எந்த ஒரு பெண்ணுடனும் தொடர்பின்றி வைராக்கியமாக வாழ்ந்து வந்த

சந்தனுவின் மனத்தினை ஆற்றங்கரையில் பார்த்த பெண்ணால் தளர்ந்து போனது.

இதனால் அக்கன்னியைத் தான் மனைவியாக அடைந்திட வேண்டும் என்ற எண்ணம் கொண்டான்.

அந்த எண்ணத்தினை அக்கன்னியிடமும் தெரிவித்தான்.

'மகாராஜா! நான் செம்படவப் பெண். முறைப்படி என் தந்தையினைச் சந்தித்து, என்னைப் பெண் கேட்டு மணமுடியுங்கள்' என்றாள் அந்தக் கன்னி.

அவ்வாறே சந்தனு மகாராஜா, அக்கன்னியின் தந்தையினைக் கண்டு தனது விருப்பத்தினைத் தெரிவித்துப் பெண் கேட்டான்.

'மகாராஜாவே! நீங்கள் என் பெண்ணை மண முடிக்க விரும்பியது மிக்க மகிழ்ச்சி. ஆனால்... என்று நிறுத்தினான் செம்படவத் தலைவன்.

'எதுவென்றாலும் தயங்காது கேளுங்கள்' என்று கூறினான் சந்தனு,

'என் மகளைத் தங்களுக்கு நான் திருமணம் செய்து தர வேண்டுமானால் தாங்கள் எனக்கு ஒரு சத்தியம் செய்து தர வேண்டும்' என்றான்.

செம்படவப் பெண் மீது கொண்ட மோகம் காரணமாகச் சற்றும் யோசிக்காத சந்தனு.

'நீ கேட்க இருப்பது என்னால் கொடுக்கக்கூடியதாக இருந்தால், நிச்சயமாக சத்தியம் செய்து தருவேன்' என்றான்.

'மகாராஜா! என் மகளைத் தாங்கள் மணமுடிப்பதின் மூலம் பிறக்கும் பிள்ளைக்கு தங்களுக்குப் பின்னால் இந்த நாட்டை ஆளும் மன்னராகப் பட்டாபிஷேகம் செய்து வைக்க வேண்டும். இதற்கு நீங்கள் சம்மதம் தெரிவித்தால், திருமணத்துக்கு எவ்வித ஆட்சேபணையும் இல்லை' என்றான்.

இவ்விதம் செம்படவன் கேட்டதில் நிலை குலைந்து போனான் சந்தனு.

என்னதான் செம்படவனின் மகள் சத்தியவதியின் மேல் ஆசை கொண்டிருந்தாலும், செம்படவன் கேட்ட நிபந்தனைக்கு ஒப்புக்கொள்ள அவன் மனம் ஒப்புக் கொள்ளவில்லை.

கள்ளிப்பட்டி சு. குப்புசாமி | 13

கங்கையின் மூலம் பெற்ற மூத்த மைந்தனான தேவவிரதனை விட்டுவிட்டு எவ்வாறு வேறு மைந்தனுக்குப் பட்டமளிக்க முடியும்!

தனது எண்ணம் நிறைவேறாததினால் மனக்குழப்பத்துடன், தனது நகரான அஸ்தினாபுரத்துக்குத் திரும்பினான்.

நடந்த விஷயத்தை யாரிடமும் சொல்லாமல், மனதிற்குள் பூட்டி வைத்துக் கொண்டு துக்கத்துடன் இருந்தான்.

அதன் காரணமாக நாளுக்கு நாள் இளைத்துக் கொண்டே வந்தான்.

தந்தையின் நிலை மகன் தேவ விரதனுக்குக் கவலையை அளித்தது. அதன் பொருட்டு, தந்தையே! தங்களுக்கு அனைத்து சுகபோகங்கள் இருந்தபோதிலும் ஏன் துக்கத்தில் மூழ்கியிருக்கிறீர்! என்ன காரணத்தினால் நாளுக்கு நாள் இளைத்துப் போய்க் கொண்டு வருகிறீர்! என்று கேட்டான்.

எத்தனை முறை கேட்டபோதிலும் தந்தையிடமிருந்து சரியான பதில் வரவில்லை.

'பெண்ணின் மேல் கொண்ட காதலால் தான் என் உடல் மெலிந்து கொண்டு வருகிறது என்று எப்படி ஒரு தந்தை, மகனிடம் கூற முடியும்'? அதனால்தான் சந்தனு பதில் கூறாமலிருந்தான்.

அதற்காக மகன் தேவ விரதனும் விடுவதாக இல்லை. தந்தையின் மனக் கவலைக்கான காரணத்தை கண்டே அறிந்திட வேண்டும் என்று நினைத்தவன், அதற்கான முயற்சியில் இறங்கினான்.

தனது தந்தையின் தேர்ப்பாகனை முதலில் அழைத்து அந்தரங்கமாக விசாரித்தான்.

'யமுனை' ஆற்றங்கரையில் நடந்தவைகளை அவன் மூலம் கேட்டுத் தெரிந்து கொண்டான்.

'தந்தையின் ஆசையினைத் தானே நிறைவேற்றிவைப்பதாக பாகனிடம் சொல்லிவிட்டு செம்படவத் தலைவன் குடியிருந்த இடத்துக்குப் போனான்.

அவனைச் சந்தித்து, அவனது மகளை தனது தந்தைக்குப் பெண் கேட்டான்.

அதைக் கேட்ட செம்படவத் தலைவனுக்கு சற்று அதிர்ச்சியாகத்தான் இருந்தது.

தந்தைக்காக மகனே பெண்கேட்டு வந்த வினோத நிகழ்வு அவனைத் திகைப்பூட்டச் செய்தது.

'தேவ விரதரே! தங்களிடம் விஷயத்தைச் சொல்ல சற்று தயக்கமாகத் தான் இருக்கிறது. இருந்தாலும் தங்களிடம் சொல்லித்தான் ஆக வேண்டியிருக்கிறது.

'எதை வேண்டுமானாலும் தயங்காது கூறுங்கள் தலைவரே!, என்று செம்படவத் தலைவனை ஊக்கப்படுத்தினான் தேவ விரதன்.

செம்படவத் தலைவனும் தனது எண்ணத்தினை, தேவ விரதனிடம் தெரிவிக்கலானான்.

'தேவ விரதரே! எனது மகள் சத்தியவதியின் ஜாதகத்தில், அவள் ஒரு நாட்டின் பட்டமகிஷியாவாள் என்றும், அவளுக்குப் பிறக்கும் மகன் அந்த நாட்டை அரசாள் வான்' என்றும் உள்ளது.

ஆனால் அஸ்தினாபுரத்து மன்னன் சந்தனுவுக்குப் பிறகு யுவராஜனாகிய நீங்கள் தானே பட்டத்துக்கு வருவீர்கள்? அப்படியிருக்கையில் சந்தனுவை மணந்து கொள்ளும் எனது மகளின் நிலை என்னாவது? உரியவர் நீங்கள் இருக்கும்போது அவன் எப்படி பட்டத்துக்கு வரமுடியும்!

எனவேதான், தங்களது தந்தைக்கு எனது மகளைத் தருவதில் சிக்கல் ஏற்பட்டுள்ளது. இந்த சிக்கலிலிருந்து விடுபட நீங்கள் தான் இதற்கு வழி சொல்ல வேண்டும், என்று தேவ விரதன் மீது பாரத்தைப் போட்டுவிட்டான்.

தேவ விரதன் சற்று நேரம் யோசித்தான்.

அதன் பிறகு ஒரு முடிவுக்கு வந்தவனாய் 'செம்படவத் தலைவரே! எனக்கு என் தந்தை பட்டாபிஷேகத்தை சூட்டிவிட்டாரே என்று தானே சந்தேகம். அந்த சந்தேகத்தை இக்கணத்திலிருந்தே மறந்து விடுங்கள் என்றான்,

'தேவ விரதரே! இதன் மூலம் நீங்கள் என்ன சொல்ல வருகிறீர்கள்' என்று கேட்டான்.

'செம்படவத் தலைவரே! நான் எனது பட்டாபிஷேகத்தை தியாகம் செய்கிறேன். இது சத்தியம்' என்றான்.

அதைக் கேட்ட செம்படவத் தலைவனுக்கு எல்லையில்லா மகிழ்ச்சி ஏற்பட்டது.

அந்த மகிழ்ச்சியினை வெளிப்படுத்தும் விதமாக,

‘தேவ விரதரே! இதுவரை எந்த ராஜ வம்சங்களிலும் யாரும் செய்யாததை செய்யத் துணிந்தீர்கள்! மிக்க நன்றி. உங்கள் சத்தியத்தில் எனக்கு எவ்வித சந்தேகமும் இல்லைதான். இருப்பினும், உங்களுக்குப் பிறக்கும் மகன், உங்களைப் போலவே தியாக உணர்வு உள்ளவனாக இருப்பான் என்பது என்ன நிச்சயம்?

மகாவீரராக விளங்கிவரும் உங்களுக்குப் பிறக்கும் மகனும் உங்களைப் போலவே வீரனாகத்தான் இருப்பான் அவன் சத்தியவதியின் மகனிடமிருந்து இராஜ்ஜியத்தை அபகரிக்கலாம் அல்லவா! அப்போது என்ன செய்வது!’ என்று சிக்கலான கேள்வி ஒன்றினைக் கேட்டான்.

சிக்கலைத் தீர்ப்பதற்கான காரணத்தை யோசித்த தேவ விரதன், ஒரு தீர்க்கமான முடிவுடன், செம்படவத் தலைவனிடம் கூறலானான்.

‘செம்படவத் தலைவரே! இதுதான் உங்கள் சந்தேகம் என்றால், அந்த சந்தேகம் இனிமேல் தேவையில்லை. ஏனெனில் எனக்கு ஒரு மகன் பிறந்தால்தானே பிரச்சினை. மகனே பிறக்கவில்லையென்றால்...

‘தேவ விரதரே! நீங்கள் சொல்லுவது எனக்கொன்றும் புரியவில்லையே? புரியும்படி சொல்லுங்களேன்!’ என்று கேடடான் செம்படவத் தலைவன்!

‘தலைவரே! நான் திருமணமே முடிக்காமல், ஆயுள் முழுவதும் பிரம்மச்சாரியாகவே இருக்கப் போகிறேன்.

எனது உயிர் உள்ளவரை, பெண்களை மனத்தாலும் தீண்டமாட்டேன். இனி, தங்களுடைய மகள் தான் என்தாய். அவன் வாழையடி வாழையாக இந்த இராஜ்ஜியத்தை தொடர்ந்து ஆண்டு வரட்டும். அவர்களுக்கு எவ்விதக் கெடுதியும் நேராமல் எனது வாள் அவர்களுக்குப் பக்கபலமாக நிற்கும். அந்தச் சந்ததியினரை நான் எப்போதும் காப்பேன். இது சத்தியம்!’ என்று சபதம் செய்தான் தேவவிரதன்.

‘தேவ விரதனே! உன்னுடைய இந்த அற்புதச் சபதத்தின் காரணமாக உன்னை வாழ்த்தி பூமாரி பொழிகிறோம்’ என்று வாழ்த்திய தேவர்கள். இன்று முதல் நீ ‘பீஷ்மன்’ என்று அழைக்கப்படுவாய்’ என்ற கோஷத்தினை விண்ணிலிருந்து மண்ணிற்கு கேட்கும்படி ஒலிக்கும்படி செய்தனர். ‘பீஷ்மன்’ என்றால் அற்புதச் செயலைச் செய்தவன் என்று பொருள்.

அதன் பின்னர் செம்படவத் தலைவனின் அனுமதியின்பேரில், சத்தியவதியை அழைத்துக் கொண்டு சென்று தனது தந்தைக்குத் திருமணம் செய்து வைத்தான் பீஷ்மன்.

தந்தை சந்தனு மிகவும் மனம் நெகிழ்ந்து போனான்.

'தந்தையின் ஆசையைப் பூர்த்தி செய்வதற்காக எத்தனை பெரிய தியாகம் செய்து விட்டாய் மகனே! மனப்பூர்வமாகச் சொல்லுகிறன். புனிதனான உனக்கு, நீயே விரும்பினால் தவிர மரணம் நேராது என்று ஆசியளிக்கிறேன்' என்று கூறி ஆசி வழங்கினான் சந்தனு.

அம்பையும் பீஷ்மரும்

மகாராஜா சந்தனு - செம்படவப் பெண் சத்தியவதியுடன் இல்லறத்தில் இணைந்ததின் விளைவாக சித்திராங்கதன், விசித்திர வீரியன் என்ற இரு புதல்வர்கள் பிறந்தார்கள்.

அவர்களைத் தாய்க்கும் மேலாகப் பரிவு காட்டிப் பாசத்துடன் வளர்த்த பீஷ்மர், அவர்களுக்குச் சகல கலைகளையும் கற்றுத் தந்தார்.

இருவரும் வளர்ந்து வந்த நேரத்தில் சந்தனு மகா ராஜா மரணமடைந்தார்.

அடுத்தகட்டமாக சித்திராங்கதனுக்கு முடி சூட்டி அஸ்தினாபுரத்தின் அரசனாக்கினார் பீஷ்மர்.

சில ஆண்டுகளில் கந்தர்வனோடு போர் புரிந்ததில் கொல்லப்பட்டான்.

அவனுக்குக் குமாரர்கள் இல்லாததினால் அவனது தம்பி விசித்திர வீரியனுக்குப் பட்டாபிஷேகம் செய்து வைக்கப்பட்டது.

அவன் வயது வரும் வரையில் பீஷ்மரே இராஜ்ஜியத்தைப் பரிபாலித்து வந்தார்.

விசித்திர வீரியனுக்கு வயது வந்தவுடன் அவனுக்குத் திருமணம் செய்துவைக்க எண்ணினார் பீஷ்மர்!

அதே சமயத்தில் காசிராஜனின் மகள்கள் மூவருக்கும் சுயம்வரம் நடக்கவிருப்பதை அவர் அறிந்தார்.

மூவரையும் விசித்திர வீரியனுக்கு மணமுடித்து வைக்க எண்ணி, தேர் ஏறி சுயம்வர சபைக்குச் சென்றார்.

காசிராஜனின் மகள்களான அம்பை, அம்பிகை, அம்பாலிகை என்ற மூவருமே சிறந்த அழகிகள் என்பதினால் அவர்களை மணக்க அரசர்களுக்குள் பெரும் போட்டி நிலவியது.

இந்நிலையில் சுயம்வர சபைக்கு பீஷ்மர் சென்றார். அவரைக் கண்டவுடன் அனைத்து அரசகுமாரர்களும் திகைத்துப் போயினர்.

'பீஷ்மர் சிறந்த அறிவாளியாச்சே. அவருக்கு ஈடு இணை எவரும் இல்லையே. அப்படியிருக்கையில் அவருடன் போட்டி போட முடியாதே... மணப்பெண்கள் அவரைத்தானே விரும்புவார்கள்.

ஆனாலும் அவருக்கு வயது அதிகமாகிவிட்டது. அதுவுமில்லாமல், ஆயுள் முழுவதும் பிரம்மச்சாரியாக இருப்பேன் என்று சபதமிட்டாரே, அது என்னவாயிற்று? என்றெல்லாம் கவலை தோய்ந்த விதத்தில் பேசிக் கொண்டார்களே தவிர, தனது தம்பி விசித்திர வீரியனுக்காகத்தான் வந்திருக்கிறார் என்பதை யாரும் அறியவில்லை.

மாலையுடன் மணமகனைத் தேர்ந்தெடுக்க வந்த காசிராஜனின் மகள்களும் பீஷ்மரைப் பொருட்படுத்தாது அவரைக் கடந்து சென்றனர்.

தன்னைக் கடந்து சென்ற மூவரின் மீது கோபம் கொண்டு, அவர்களை ரதத்தில் வைத்துத் தூக்கிக் கொண்டு புறப்பட்டார்.

பொறாமை கொண்ட மற்ற அரசகுமாரர்கள் அவரை எதிர்த்துப் போரிட்டனர்.

அத்தனை அரசகுமாரர்களையும் தன் வாளால் தோற்கடித்துவிட்டு அஸ்தினாபுரத்துக்குக் கிளம்பினார்.

ஆனால் 'சௌபல' தேசத்து அரசனான சால்வன் என்பவன் மட்டும் விடாமல், பீஷ்மரின் ரதத்தைப் பின் தொடர்ந்தான்.

ஏனெனில் காசிராஜனின் மூன்று பெண்களில் மூத்தவளான அம்பையும், சால்வனும் ஒருவரையொருவர் நேசித்து காதலித்து வந்தவர்கள். அதனால் பீஷ்மரைப் பின் தொடர்ந்து வந்து, தீவிரமாக எதிர்த்துப் போரிட்டான்.

அவனைச் சுலபமாகப் போரில் தோற்கடித்தார் பீஷ்மர். ஆனாலும் மூன்று பெண்கள் அவரிடம் கெஞ்சிக் கேட்டுக் கொண்டதற்கிணங்க சால்வனைக் கொல்லாமல் உயிருடன் போகவிட்டார்.

காசிராஜனின் மூன்று மகள்களையும் அழைத்துக் கொண்டு அஸ்தினாபுரம் சென்றடைந்தார்.

மூன்று கன்னியரையும் விசித்திர வீரியனுக்கே மணம் செய்து வைப்பதற்கான ஏற்பாடுகள் துரிதமாக நடை பெற்றன.

திருமணப்பந்தலில் அனைவரும் கூடியிருக்கும் சமயத்தில் மணமகள்களில் மூத்தவளான அம்பை, பீஷ்மரைப் பார்த்து, 'கங்காபுத்திரரே! உங்கள் வலிமையினால் சுயம்வரத்துக்கு வந்த எல்லா மன்னர்களையும் தோற் கடித்துவிட்டு, அக்கா தங்கை மூவரையும் தூக்கி வந்துவிட்டீர். சத்திரிய தர்மப்படி இது சரி தான் என்றாலும், நான் ஏற்கனவே சௌபல நாட்டு மன்னன் சால்வனை என் மனதில் கணவனாகக் கொண்டுவிட்டேன்.

ஆனால் நீர் என்னைப் பலாத்காரமாகத் தூக்கி வந்து, தங்கள் தம்பிக்கு மணம் முடித்து வைக்க நினைப்பது சரியா?' என்று கேட்டாள்.

அதைக் கேட்ட பீஷ்மர் திகைத்துப் போனார் என்றாலும், அம்பையின் எதிர்ப்பை ஆட்சேபணையின்றி ஏற்றுக் கொண்டார்.

அம்பையின் தங்கைகளான அம்பிகை, அம்பாலிகை இருவரை மட்டும் விசித்திர வீரியனுக்கு மணம் முடித்து வைத்தவர், அம்பையை அவள் விரும்பியபடியே சால்வனைக் கணவனாக அடைய அவனிடம் அனுப்பி வைத்தார்.

சௌபல நாட்டிலிலுள்ள சால்வனிடம் சென்ற அம்பை, 'நான் உங்களைத்தான் விரும்பினேன். இந்த விஷயத்தை அறிந்த பீஷ்மர், உடனுக்குடன் என்னை உங்களிடம் அனுப்பி வைத்தார். என்னை நீங்கள் தான் திருமணம் செய்து கொள்ள வேண்டும்' என்று வேண்டினாள்.

இவ்வாறு அம்பை கூறியதும் சால்வன், 'பல மன்னர்கள் சூழ்ந்திருந்த சுயம்வர சபையில் என்னை வென்று உன்னைக் கவர்ந்து சென்றார். அதனால் நான் உன்னை ஏற்க இயலாது. அதனால் அவரிடமே திரும்பிச் சென்று அவரின் ஆணைப்படி நீ நடந்துகொள்' என்று கூறி அவளைத் திருப்பி அனுப்பினான்.

ஏமாற்றத்துடன் அஸ்தினாபுரத்திற்குத் திரும்பி வந்த அம்பை, பீஷ்மரிடம் சௌபல நாட்டில் நடந்தவற்றைக் கூறி வருந்தினாள்.

அதைக் கேட்ட பீஷ்மர் விசித்திர வீரியனிடம், 'தம்பி விசித்திரா! அம்பையை ஏற்காமல் சால்வன்

திருப்பியனுப்பியுள்ளான். இனி இவளை நீ மணந்து கொள்ள உனக்கு எந்தவொரு தடையும் இல்லை...' என்று கூறினார்.

'அண்ணா! உள்ளத்தை வேறு ஒருவன்பால் செலுத்திய பெண்ணை நான் எப்படி திருமணம் செய்து கொள்ள முடியும்? என் மனம் அதற்கு இடம்தரவில்லை. அதனால் தங்களது வார்த்தையை மீறுவதற்காக மன்னித்து விடுங்கள். இது சத்திரியப் பண்பாட்டிற்கு ஏற்புடையதாகவும் இல்லை என்பதினால் தயவு செய்து என்னை வற்புறுத்தாதீர்கள்' என்று கூறி மறுத்தான்.

இதனால் மேலும் வருந்திய அம்பை, பீஷ்மரிடம் 'கங்காபுத்திரரே! வேறு கதி எனக்கு இல்லை. அதனால் நீரே என்னை மணம் செய்து கொள்ளுங்கள்' என்று வேண்டினாள்.

அம்பையின் வேண்டுதல் பீஷ்மரை பதற வைத்தது. 'அம்பையே! இது நடக்காத காரியம். எனது வாழ்க்கையில் திருமணம் என்பதை நினைத்துப் பார்ப்பதே இல்லையென சபதம் செய்திருக்கிறேன். அப்படியிருக்கையில், உனக்காக எனது சபதத்தைத் துறக்க முடியாது. வேண்டுமானால் மீண்டும் ஒரு முறை சால்வனிடம் சென்று உன்னை ஏற்றுக் கொள்ளுமாறு கேட்டுப் பார்' என்று அனுப்பி வைத்தார்.

அதன்படியே மீண்டும் சால்வனிடம் சென்று கெஞ்சிப் பார்த்தாள். அவனோ, 'உன்னை ஏற்றுக் கொள்ள முடியாது' என்று உறுதியாகக் கூறி மறுத்து திருப்பி அனுப்பிவிட்டான்.

இப்படியாக மாறி மாறி சால்வனிடமும் விசித்திர வீரியனிடமும் பீஷ்மரிடமுமாகச் சென்று தனக்கு வாழ்க்கை தருமாறு கெஞ்சியும் கதறியும் பார்த்தாள்.

ஆறு ஆண்டுகள் கடந்தனவே ஒழிய, அவளுக்கு மணவாழ்க்கை அமையவில்லை.

அழுது அழுது கண்ணீர் விட்டு வந்த அவளது நெஞ்சத்தில் வஞ்சம் கொழுந்து விடலானாது.

தன்னை இந்த நிலைக்கு ஆளாக்கியது பீஷ்மர்தான் என்று ஆத்திரப்பட்டவள், அவரைப் பழிவாங்கத் துடித்தாள்.

அதற்காக பல நாட்டு அரசர்களிடம் சென்று, தனக்கு பீஷ்மர் இழைத்த அநீதியைச் சொல்லி முறையிட்டவள், அவரைக் கொல்லுமாறும் கேட்டுக் கொண்டாள்.

ஆனால் அவளுக்கு உதவி செய்ய எவரும் முன் வரவில்லை. காரணம் பீஷ்மர் சர்வ வல்லமை படைத்தவர். அவருடன் எவரும் போரிட முடியாது. போரிட்டால் தோல்விதான் அவர்களுக்குப் பரிசாகக் கிடைக்கும். இது தேவைதானா! என்று எவரும் பீஷ்மரிடம் நியாயம் கேட்கவும், எதிர்த்துப் போரிடவும் வரவில்லை.

எல்லா மன்னர்கள் கைவிரித்ததினால், முருகக் கடவுளைத் தியானித்து தவத்தில் மூழ்கினாள்.

அவளது தவத்தை மெச்சிய முருகக் கடவுள் நேரில் தரிசனம் தந்தார். அவளது கையில் மலர் மாலை ஒன்றினை அளித்தார்.

'அம்பை! இந்த மாலையை எவன் அணிந்து கொள்கிறானோ அவனால் பீஷ்மர் அழிவார்' என்று சொல்லி மறைந்தார்.

அம்பை அந்த மாலையுடன் மீண்டும் ஒவ்வொரு மன்னனிடம் காட்டி அணிந்து கொள்ளுமாறு சொல்லிப் பார்த்தாள்.

எந்த மன்னரும் அதற்கு உடன்படவில்லை.

கடைசியாக பாஞ்சால நாட்டு மன்னனான துருபத ராஜனிடம் சென்று கேட்டான். அம்மன்னனும் மறுத்துவிடவே, விரக்தியடைந்த அம்பை, தன் கையிலிருந்த மாலையை அரண்மனை வாசலிலே தொங்க விட்டுவிட்டுக் காட்டுக்குப் போய்விட்டாள்.

அங்கு மீண்டும் கடுமையாகத் தவம் இருக்கலானாள்.

அவளது தவத்தை மெச்சிய சிவபெருமான் அவளின் முன் காட்சியளித்து, 'அம்பை! உனது நோக்கம் நிறை வேறும். ஆனால் இந்தப் பிறவியில் அல்ல. அடுத்த பிறவியில் உன்னால் பீஷ்மர் அழிவார்' என்று வரம் தந்தருளி மறைந்தார்.

அதைக் கேட்டு அம்பை மனநிம்மதி அடைந்தாள்.

ஆனாலும் தானாக மரணம் வரும் வரை காத்திருந்தால், இன்னொரு பிறவிக்கு எவ்வளவு காலதாமதமாகுமோ என்று சற்று அஞ்சியவள், உடனடியாக மறுபிறப்பு அடைந்து தனது பழியைத் தீர்த்துக் கொள்ள வேண்டும் என்ற துரித எண்ணத்தில் காட்டுப் பகுதியிலே சிதை அடுக்கித் 'தீ மூட்டி' அதற்குள் குதித்து தனது உயிரை மாய்த்துக் கொண்டாள்.

சிவபெருமான் தந்த வரத்தின்படி, மறுபிறவியில் துருபத ராஜனுக்கு 'சிகண்டனி' என்ற பெயரில் மகளாகப் பிறந்தாள்.

ஆண்டுகள் சில கடந்தன.

'சிகண்டனி' வளர்ந்து பெரியவள் ஆனாள்.

ஒருநாள்,

தங்களது அரண்மனை வாசலில் தொங்கிக் கொண்டிருந்த வாடாத அந்த மலர் மாலையை விரும்பி எடுத்து, தனது கழுத்தில் போட்டுக் கொண்டாள்.

அதைக் கண்ட துருபதராஜன்; 'அம்மா சிகண்டனி என்ன காரியம் செய்தாய்? வேண்டாம் இந்த விஷப் பரீட்சை. முதலில் அதைக் கழற்றி எறி, இல்லையென்றால் பீஷ்மரின் பகைக்கு ஆளாக வேண்டிவரும் என்று எவ்வளவோ சொல்லிப் பார்த்தான் மன்னன்.

சிகண்டனி மாலையைக் கழற்ற மறுக்கவே, பீஷ்மரின் பகைக்கு ஆளாவதை தடுத்திட ஒரே வழி. பெற்ற மகள் என்றும் பாராமல் இராஜ்ஜியத்தை விட்டு துரத்தி விடுவதே' என்ற முடிவுக்கு வந்தான் துருபதராஜன்.

பெற்ற தந்தையால் துரத்தப்பட்ட மகள் 'சிகண்டனி' மனம் வெறுத்த நிலையில் கால் போன போக்கில் பல இடங்களைச் சுற்றி வந்தவள், ஒரு நாள் கங்கைக் கரையை அடைந்தாள்.

அங்கு தும்புரு என்கிற கந்தர்வனைச் சந்தித்தாள். அவளிடம் விஷயத்தைக் கூறினாள்.

அதற்கு அவனோ, "பெண்ணே! நான் உனது பெண் உருவத்தையும், நீ என் ஆண் உருவத்தையும் பெற்றுக் கொள்வதே இதற்குச் சரியான தீர்வு' என்று சம்மதம் கேட்டான்.

பழம் நழுவிப் பாலில் விழுந்தது போல், அவளது எண்ணத்திற்கு மெருகூட்டுவது போன்று கந்தர்வன் சொன்னது இருக்கவே, மகிழ்வு கொண்ட சிகண்டனி, கந்தர்வன் கேட்டது போலவே தனது பெண் உருவத்தைக் கொடுத்துவிட்டு, அவனது ஆண் உருவத்தைப் பெற்றுக் கொண்டாள்.

ஆண் தன்மை பெற்ற சிகண்டனி... தனது பெயரினைச் சிகண்டி என்று வைத்துக் கொண்டாள்.

சிகண்டி, அங்கிருந்து புறப்பட்டு 'புத்புகம்' என்ற இடத்துக்குச் சென்று அஸ்திரப் பயிற்சி பெற்று பெரும் வீரனானான்.

அதன் பின்னர் பாஞ்சாலநாடு திரும்பி, தனது தந்தை துருபதனிடம்,

'தந்தையே! பீஷ்மரைப் பற்றி இனி நீங்கள் சிறிதும் பயப்பட வேண்டாம். அவருக்கு நானே சத்ரு' என்று தைரியமூட்டினான் சிகண்டி,

இந்தச் செய்திகளை எல்லாம் ஒற்றர்கள் மூலம் அறிந்து கொண்ட பீஷ்மர், கடைசியாக சிகண்டியால்தான் தனது முடிவு நேரப் போகிறது என்பதை உணர்ந்து கொண்டார்.

"ம் விதியை யாரால் வெல்ல முடியும்! நடப்பது எல்லாம் நன்மைக்கே" என்று புன்னகை செய்து கொண்டார்.

வியாசரின் நிபந்தனை

சித்திர வீரியன் மணமான சில ஆண்டுகளிலே மாண்டு போனான். அவனது இரு மனைவிகளான அம்பிகை, அம்பாலிகை இருவரும் கணவனை இழந்த துக்கத்தில் நிலை குலைந்து போனார்கள்.

கழுத்து புருஷன் இல்லாட்டியும் கூட வயித்து புருஷன் இருக்கிறான் என்று சொல்லிக் கொள்ளும் விதத்தில்கூட குழந்தைகள் இல்லாதது பெரும் குறையாகப்பட்டது.

தாய் சத்தியவதிக்கும் மகனை இழந்த சோகம் ஒருபுறமிருக்க, இராஜ்ஜியத்தை ஆள வாரிசுகளும் இல்லாது போனதினால் அதிர்ச்சி மற்றொரு புறமாக இருந்தது.

அதற்கு என்ன செய்யலாம் என்று யோசித்தாள்.

அந்தக் காலத்தில் வம்ச விருத்திக்காக சத்திரியப் பெண்கள் சிலர் உத்தமகுணமுள்ள வேறு ஒருவனிடத்தில் குழந்தை பெற்று வம்சவிருத்தி செய்து கொள்ளலாம் என்பது வழக்கத்தில் இருந்து வந்தது.

அதன்படி சத்தியவதி ஒரு முடிவுக்கு வந்தாள்.

அதற்காக பீஷ்மரை அழைத்துப் பேசலானாள்.

'கங்கையின் மைந்தனே! அரசன் இல்லாமல் இருக்கும் இராஜ்ஜியம் ஆபத்துக்குரியது. அதனால் நமது குலத்தின் விருத்தியை முன்னிட்டு அம்பிகையிடமும், அம்பாலிகையிடமும் நீ வம்ச விருத்தியை உண்டாக்க வேண்டும்.

அதுவரை நீயே, அரசனாக பட்டாபிஷேகம் செய்து கொண்டு இந்த நாட்டை ஆண்டு வரவேண்டும் என்று கூறினாள்.

அதைக் கேட்ட பீஷ்மர் திடுக்கிட்டுப் போனார்.

'அம்மா! நான் என்னுடைய சபதத்திலிருந்து எள் முனையளவும் விலக சம்மதிக்கமாட்டேன். தயவு செய்து என்னை தர்ம சங்கடத்திற்கு ஆளாக்காதீர்கள்' என்று வேண்டிக் கொண்டார்.

'இந்த இக்கட்டிலிருந்து விடுபட வேறு என்னதான் வழி என்று எனக்குத் தெரியவில்லையே' என்று புலம்பத் தொடங்கினாள் சத்தியவதி,

'அம்மா! எனக்குப் பதிலாக வேறு ஒரு நல்ல ஆண்மகனை நீங்கள்தான் அடையாளம் காட்ட வேண்டும்' என்று கேட்டுக் கொண்டார் பீஷ்மர்.

சத்தியவதி சிறிது நேரம் யோசித்துப் பார்த்தாள்,

'பீஷ்மரே: வெகு காலமாக என் மனத்துக்குள் புதைத்து வைத்திருந்த ரகசியம் ஒன்றின் மூலம், வம்சவிருத்திக்கான வழியைக் காணலாம் என்று நினைக்கிறேன். உன்னை நம்பி இதைச் சொல்கிறேன்' என்றாள்.

'அம்மா! எந்த ரகசியமானாலும் அதை நான் காப்பேன். நிச்சயம் நீங்கள் என்னை நம்பலாம்.

'மகனே! நான் ஒரு மீனின் வயிற்றில் பிறந்தவள். என்னை செம்படவ அரசன் தூக்கி வளர்த்தான்.'

நான் சிறு பெண்ணாக இருந்தபோது ஒருமுறை பராசர மகரிஷிக்கு படகு ஓட்டிச் சென்றேன்.

அப்போது புனித நேரம் நடந்து கொண்டிருந்தது. அந்த நேரத்தில் பலன் கருதிய 'பராசர மகரிஷி' என்னுடன் கலந்தார். அதனால், 'வியாசன்' என்பவன் எனக்கு மகனாகப் பிறந்தான்.

அதன் பின்னர் மகரிஷியின் அருளினால் நான் மீண்டும் கன்னித் தன்மை கொண்டேன்.

எனக்குப் பிறந்த வியாசன், முனிவருடனே சென்றுவிட்டான். அப்படிப் போகும்போது, 'தாயே! அவசியமான நேரத்தில் நீங்கள் என்னை நினைத்தால் நான் அக்கணமே வருவேன்' என்று கூறிவிட்டு விடை பெற்றுச் சென்றான்.

இப்போது நீ சம்மதித்தால் நான் அவனை அழைக்கிறேன். அதற்கு நீ என்ன சொல்கிறாய்? என்று கேட்டாள்.

சத்தியவதி கூறிய யோசனை பீஷ்மருக்கும் பிடித்திருக்கவே அதற்கு சம்மதம் தெரிவித்தார்.

சத்தியவதி, வியாசனை நினைத்தாள்.

நினைத்தவுடன் வியாசர் அவ்விடத்திற்கு வந்து சேர்ந்தார்.

'தாயே! நான் செய்ய வேண்டியது என்ன? கட்டளையிடுங்கள்' என்று கேட்டான்.

'வியாசா! அம்பிகை, அம்பாலிகைக்கு குழந்தைப்பேறு இல்லாததினால் அஸ்தினாபுர இராஜ்ஜியத்தை ஆட்சி செய்ய முடியாத நிலை இருந்து வருகிறது. அதனைப் பூர்த்தி செய்யும் பொருட்டு நீ அம்பிகை, அம்பாலிகை இருவருடன் கலந்து குழந்தைப் பேற்றினைத் தரவேண்டும்' என்று கேட்டுக் கொண்டாள்.

"தாயே! இது சரீர சுகத்துக்காகச் செய்யப்படும் காரியம் அல்ல. எனவே நான் குரூபியாகவும் நாற்ற உடலுடனும் தான் அவர்களுடன் கலப்பேன்."

'அந்த நிலையில் இருவரும் என்னை சந்தோஷமாக ஏற்றுக்கொள்ள வேண்டும். இதுவே அந்தப் பெண்களுக்கு நான் விதிக்கும் நிபந்தனை' என்றார்.

இந்த விஷயத்தை அம்பிகையிடமும், அம்பாலிகையிடமும் கூறி இருவரையும் ஒப்புக் கொள்ள வைத்தாள் சத்தியவதி.

அதன்படி வியாசர் முதலில் அம்பிகையிடம் சென்றார். குரூபியான வியாசரைக் காணப்பிடிக்காமல், கண்களை மூடிக் கொண்டு அவருடன் கலந்தாள் அம்பிகை.

'அப்படி அவள் அருவெறுத்து கண்களை மூடிக் கொண்டதால் அவளுக்குப் பிறக்கும் மகன் குருடனாகத்தான் பிறப்பான்' என்றார் வியாசர்.

அதைக் கேட்ட சத்தியவதி சிறிது வருத்தம் கொண்டாள்.

'நாட்டை ஆளப்போகும் அரசன் குருடனாக இருந்தால், அவனால் என்ன செய்ய முடியும்? எனவே நீ அம்பாலிகை மூலமாவது எல்லா அம்சங்களும் பொருந்திய அரசகுமரனை பிறக்கச் செய்' என்று அனுப்பி வைத்தான்.

அம்பாலிகையோ வியாசர் மீது கொண்ட பயத்தினாலும், சங்கடத்தாலும், துக்கத்தினாலும் உடல் வெளுத்துப் போனாள். அந்நிலையில் அவள் வியாசருடன் கலந்ததால், அவளுக்கு சருமம் வெளுத்துப் போன பிள்ளை பிறப்பான்' என்றார் வியாசர்.

அதைக் கேட்ட சத்தியவதி, சற்றே மன நிம்மதி கொண்டாள். என்றாலும் கண் தெரியாத பிள்ளையைப் பெறப் போகும் அம்பிகையிடம் இன்னொரு உத்தமமான பிள்ளையை உருவாக்குமாறு வியாசரிடம் சொன்னாள். வியாசரும் சம்மதித்தார்.

ஆனால் அம்பிகையோ மீண்டும் வியாசருடன் கலக்கப் பிடிக்காமல், தமது பணிப் பெண்ணுக்கு தன்னைப் போலவே ஆடை ஆபரணங்களை அணிவித்து வியாசரிடம் அனுப்பினாள்.

வேலைக்காரப் பெண்ணுடன் கலந்த வியாசர், பிறக்கப் போகும் பிள்ளை உலகத்திலேயே சிறந்த அறிவாளியாகவும், தர்மம் தவறாதவனாகவும் இருப்பான் என்றார்.

சத்தியவதியிடம் சென்ற வியாசர் 'தாயே! அம்பிகை, தனக்குப் பதிலாக பணிப்பெண்ணை அனுப்பி வைத்தாள். ஆனாலும் பரவாயில்லை. எல்லாம் ஒரு நன்மைக்கே' என்று சொல்லிவிட்டு 'தாயே விடை கொடுங்கள்' என்று கேட்டு விடைபெற்றுச் சென்றார்.

அருவெறுப்பினால் கண்களை மூடிக் கொண்ட அம்பிகைக்கு திருதராஷ்டிரன் பிறந்தான்.

உடல் வெளுத்து நடுங்கிய அம்பாலிகைக்கு சருமம் வெளுத்தவனாக பாண்டு பிறந்தான்.

பணிப் பெண்ணுக்கு 'தர்ம தேவனே' விதுரனாகப் பிறந்தான்.

பிள்ளைகள் மூவரும் சிறப்பாக வளர்க்கப்பட்டனர்.

பீஷ்மரே முன்னின்று அவர்களுக்கு சகல கலைகளையும் கற்றுத் தந்தார்.

மூவரும் திறமைசாலிகளாக வாலிபப் பருவம் அடைந்தனர்.

பாண்டுவும், திருதராஷ்டிரனும் வீரர்களாகவும், விதுரன் சிறந்த நீதிமானாகவும் பெயர் பெற்றனர்.

திருதாஷ்டிரன் மூத்தவன் என்றாலும், கண்பார்வை இல்லாதவன் என்பதினால் அவனிடம் ஆட்சிப் பொறுப்பை

ஒப்படைப்பதைவிட பாண்டுவுக்கே அஸ்தினாபுரத்தின் மன்னனாக பட்டாபிஷேகம் செய்விக்கலாம் என்று சத்தியவதியும், பீஷ்மரும் எண்ணினார்கள்.

அந்த எண்ணத்தினை பாண்டுவிடம் சொன்னபோது, அதை ஏற்க மறுத்துவிட்டான் பாண்டு.

ஆனாலும் பீஷ்மரின் வற்புறுத்தல் காரணமாக, பாண்டுவே அஸ்தினாபுரத்தின் மன்னனானான்.

விதுரன் முதல் அமைச்சர் ஆனான்.

அஸ்தினாபுர இராஜ்ஜியத்திற்கு மந்திரிசபை அமைத்த பின்னர், அடுத்த கட்டமாக அவர்களுக்குத் திருமணம் செய்து வைக்க முடிவெடுத்தார்கள் சத்தியவதியும் பீஷ்மரும்.

அதன்படி காந்தார தேசத்து மன்னன் மகளான காந்தாரியை திருதராஷ்டிரனுக்கும் பிருதை என்ற குந்தி தேவியை பாண்டுவுக்கும் மணமுடித்து வைத்தனர்.

நதியில் விடப்பட்ட குழந்தை

யதுகுலத்தின் தலைவன் சூரசேனன். அவன் தனது அத்தை மகன் குந்தி போஜனிடம் அளவுகடந்த அன்பு வைத்திருந்தான்.

அதன் விளைவாக தனக்குப் பிறக்கும் முதல் குழந்தையை அவனுக்குத் தானமாக தருவதாக வாக்களித்திருந்தான்.

அதன்படியே பெண் குழந்தை பிறந்தது. அதற்கு பிருதை என்ற பெயர் சூட்டி, குந்தி போஜனிடம் ஒப்படைத்தான் சூரன்.

குந்தி போஜன் பிருதையை வளர்த்து வந்ததினால் 'குந்திதேவி' என்று அழைக்கப்பட்டாள்.

குந்திதேவி வளர்ந்து வரும் நாளில் ஒரு நாள் துர்வாச முனிவர் அந்த அரண்மனைக்கு வந்தார்.

அவருக்குச் சிறப்பான பணிவிடைகள் செய்து சேவை புரிந்தாள்.

அவளுடைய ஆத்மார்த்தமான பணிவிடையில் மனம் மகிழ்ந்து போன துர்வாசர், அவளுக்கு வரம் ஒன்றினை அளிக்க விரும்பினார்.

அதற்காக ‘பெண்ணே! உனக்கோர் மந்திரத்தை நான் உபதேசிக்கிறேன். அந்த மந்திரத்தைச் சொல்லி நீ எந்தெந்த தேவர்களை உபாசிக்கிறாயோ, அவர்கள் மூலமாக தெய்வீகத் தன்மையுடன் கூடிய மிகச் சிறந்த பிள்ளைகளைப் பெறுவாய்’ என்று சொல்லி மந்திரத்தை உபதேசித்தார்.

முனிவர் உபதேசித்த மந்திரம் சரியாக இருக்கிறதா என்று சோதித்துப் பார்க்க, குந்திதேவி நினைத்தாள். அதன் விளைவாக சூரியனை மனத்தில் நினைத்து மந்திரத்தை உச்சரித்தாள்.

அவள் மந்திரத்தைச் சொல்லி முடித்த மறுகணமே எதிரே வந்து நின்றான் சூரியதேவன்.

பயந்துபோன குந்தி தேவி, தனது தவறினை எண்ணி வருந்தியவள் ‘சூரிய தேவா! ஏதோ ஒரு ஆவலில் மந்திரத்தை விளையாட்டாக உச்சரித்துவிட்டேன். என்னை மன்னித்து விடு’ என்று வேண்டினாள்.

‘குந்தியே! தெரிந்தோ தெரியாமலோ மந்திரத்தை நீ உச்சரித்து விட்டாய். அதன் காரணமாக உனக்குப் புத்திரபாக்கியம் தரவேண்டிய கட்டாயத்திலிருக்கிறேன். அஞ்சாதே! இதனால் உனக்கு ஒரு தீங்கும் உண்டாகாது. நீ என்னை விட்டுப் பிரிந்ததுமே முன்புபோல பரிபூரண கன்னியாகி விடுவாய்’ என்று தைரியம் சொன்னான்.

அவன் சொன்னதுபோலவே குந்திக்குக் கர்ப்பத்தைத் தந்துவிட்டு மறைந்தான்.

சூரியனைப் போன்ற ஒளியுடன், கவசகுண்டலங்களுடன் ஓர் அழகான ஆண்குழந்தையொன்று பிறந்தது.

குழந்தையைப் பெற்ற குந்தி, குலை நடுங்கிப் போனாள்.

கல்யாணம் ஆகாத ஒரு கன்னிப்பெண், குழந்தையைப் பெற்றாள் என்றால் ஊர் உலகம் என்ன சொல்லும்? ஐயோ பெரும் பழி வந்துவிடுமே, இப்போது நான் என்ன செய்வேன்!

பயத்திலும் யோசிக்கலானாள்.

நெடு நேர யோசனைக்குப் பிறகு குழந்தையை ஒரு பெட்டியில் வைத்து மூடி, யாருக்கும் தெரியாமல் கொண்டுபோய் நதியில் விட்டுவிட்டாள்.

அந்தக் குழந்தையைப் பெற்றெடுத்த பிறகு, மீண்டும் கன்னியாக மாறிய குந்திதேவி கல்யாண வயதை எட்டினாள்.

பாண்டுவைத் திருமணம் செய்து கொண்டு அஸ்தினாபுரம் சென்றாள்.

முதல் மனைவி குந்திதேவி இருக்கவே, மந்திர. தேசத்து அரசனான சல்லியனின் சகோதரி மாத்ரியை இரண்டாவது மனைவியாக முடித்து வைத்தார் பீஷ்மர்.

இதற்கு, காரணம், விசித்திர வீரியனுக்கு குழந்தைகள் பிறக்காமல் போனது போல ஆகிவிடக் கூடாது என்ற முன்னெச்சரிக்கையினால்தான். திருதராஷ்டிரனுக்கு காந்தாரியுடன் அவளது சகோதரிகளையும் பாண்டுவுக்கு குந்திதேவியுடன் மாத்ரியையும் மண முடித்து வைத்தார் பீஷ்மர்.

பாண்டுவின் முடிவு

பாண்டு ராஜனுக்கு ஒரு வினோதமான பழக்கம் இருந்து வந்தது. பெரும்பாலும் அவன் தனது மனைவிகளுடன் அடிக்கடி காட்டிற்குச் சென்று வேட்டையாடிப் பொழுது போக்குவதையே விருப்பமாகக் கொண்டிருந்தான்.

இராஜ்ஜியத்தில் இருப்பதைவிட, காட்டில் இருப்பதையே அவன் இன்பமாக நினைத்தான்.

இவ்விதமாக ஒரு நாள் காட்டில் வேட்டையாடும் போது, தூரத்தில் ஆண் மான் ஒன்றும், பெண் மான் ஒன்றும் கொஞ்சி விளையாடிக் கொண்டிருப்பதை பாண்டு பார்த்தான். உற்சாகமடைந்தான்.

உற்சாக மிகுதியினால் ஆண்மானின் மீது குறி வைத்து அம்பை எய்தினான்.

அடிபட்டு வீழ்ந்த ஆண்மான் ரிஷியாக உருமாறியது.

சாவின் விளிம்பில் துடிதுடித்த ரிஷி கோபத்துடன், ‘அடப்பாவி! என் மனைவியுடன் இணைந்து இருந்த சமயத்தில் அம்பை எய்தி கொலையுயிராக்கி விட்டாயே! இந்தப் பாவம் உன்னைச் சும்மா விடாது.

‘என்னைப் போலவே நீயும் உன் மனைவியுடன் இணையும்போது உனக்கும் மரணமுண்டாகும்’ என்று சாபமிட்டு இறந்து போனார்.

சாபத்திற்குள்ளான பாண்டு ராஜன், பீஷ்மரிடமும், விதுரனிடமும் நாட்டை ஒப்படைத்து விட்டுத் தன் மனைவிகளை

அழைத்துக் கொண்டு காட்டிற்குப்போய் அங்கே பிரம்மச்சரிய விரதம் பூண்டு வசித்து வந்தான்.

ஆனாலும் பாண்டுவின் மனத்தில் பெரியதொரு வருத்தம் இருந்து வந்தது. அதாவது முனிவரின் சாபத்தினால் 'நான் இனி இல்லறத்தில் ஈடுபட முடியாது. அப்படியிருக்கையில் குழந்தைகளும் பிறக்காதே, சந்ததி இல்லாமல் இறப்பவனுக்கு சொர்க்கத்தில் இடம் கிடையாது' என்கிறது சாத்திரம்.

எனவே சந்ததியில்லாமல் இறந்து விடக்கூடாது என்று நினைத்தான்.

இதைப் பற்றி அவன் குந்தி தேவியிடம் சொல்லி வேதனைப்பட்டான். அப்போது, துர்வாச முனிவர் தனக்கு அருளிய மந்திரத்தைப் பற்றிக் கூறினாள்.

அதைக் கேட்டு பாண்டு அளவில்லாத மகிழ்ச்சியடைந்தான். பெரும் நிம்மதியும், நம்பிக்கையும் கொண்டான்.

குந்திதேவியையும், மாத்ரியையும் மந்திரத்தின் மூலமாக தேவர்களை வேண்டிக்கொண்டு பிள்ளைகள் பெற்றுத் தருமாறு கேட்டுக் கொண்டான்.

மனைவிகள் இருவரும் கணவனுடைய யோசனைக்குச் சம்மதித்தார்கள்.

குந்திதேவி முதலில் தர்ம தேவனை வேண்டி தருமனைப் பெற்றாள்.

பிறகு வாயு தேவனை வேண்டி பீமனையும்,

இந்திரனை வேண்டிக்கொண்டு அர்ஜுனனையும் பிள்ளைகளாக பெற்றாள்.

அதுபோலவே குந்திதேவியிடம் மந்திர உபதேசம் பெற்ற மாத்ரி, அஸ்வினி தேவர்களை உபாசித்து நகுலனையும், சகாதேவனையும் பிள்ளைகளாகப் பெற்றாள்.

இப்படியாக பாண்டுவுக்கு காட்டில் ஐந்து பிள்ளைகள் பிறக்க, நாட்டில் (அஸ்தினாபுரத்தில்) திருதராஷ்டிரனின் மனைவியான காந்தாரி நூறு பிள்ளைகளைப் பெற்றாள்.

மூத்தபிள்ளை துரியோதனன் பிறந்தபோது, கெட்ட சகுனங்கள் பல தோன்றின.

அதைக் கண்ட பீஷ்மர் போன்ற பெரியோர்கள், திருதராஷ்டிரனிடம், உனக்குப் பிறந்திருக்கும் இந்தப் பிள்ளை

தனது குலநாசத்துக்குக் காரணமாவான். அதனால் அவனை இழந்து விடுவதுதான் உனக்கும், குலத்துக்கும் மிகவும் நல்லது என்று கூறினார்கள்.

ஆனால் திருதராஷ்டிரன் இதை ஏற்றுக் கொள்ள மறுத்தான். கடவுளைத் துதித்துப் பூஜை புனஸ்காரங்கள், யாகங்கள் செய்தால் சரியாகி விடும் என்று நம்பினான்.

பிள்ளைப்பாசம் அவனை அப்படி எண்ணச் செய்தது.

இவ்விதம் திருதராஷ்டிரன் ஆதிகாலம் முதலே துரியோதனன் மீது அதிகமான பாசம் வைத்தான். அதுதான் பின்னாளில் நடைபெற்ற அனைத்து விரும்பத்தகாத சம்பவங்களுக்கும் அஸ்திவாரமாக அமைந்தது என்பது மிக உண்மை.

★ ★ ★

பாண்டவர்கள் இளம் பருவத்தைத் தாண்டி வாலிபப் பருவத்தை அடியெடுத்து வைத்தனர்.

அப்போது, அதுவரை உணர்ச்சிகளைக் கட்டுப்படுத்தி, துறவி போல வாழ்ந்து வந்த பாண்டு பௌர்ணமி நாளன்று தன்னை மறந்த நிலையில் இருந்தான்.

மாத்ரியுடன் தனியாகப் பேசிக் கொண்டிருந்தான். அப்போது, பௌர்ணமி நிலவு, அவள் மீது விழுந்தவுடன், தேவதை போல மாத்ரி காட்சியளித்தாள்.

மாத்ரியின் அழகில் மனம் லயித்துப் போன பாண்டு, மதிமயங்கிப் போனவனாக, சகலத்தையும் மறந்தவனாக மாத்ரியைத் தழுவி இணைந்தான்.

அந்த நொடியே ரிஷியின் சாபப்படி மரணமடைந்தான்.

அதைக் கண்ட மாத்ரி துடித்தாள். கதறினாள், அழுது புரண்டாள்.

மாத்ரியின் அழுகுரல் கேட்டு குந்தியும் பாண்டவர்களும் ஓடோடி வந்தார்கள்.

பாண்டு இறந்து போனதைக் கண்டு தாங்களும் அழுது புலம்பினார்கள்.

காட்டில் வசித்த மற்ற முனிவர்களும் வந்து பார்த்து ஆறுதல் கூறினார்கள்.

'எல்லாம் விதிப்பயன்' என்று அவர்கள் கூறியும் கூட மாத்ரியின் மனம் சமாதானமடையவில்லை.

'தன்னால்தானே பாண்டுவுக்கு இந்த முடிவு நேர்ந்தது' என்று நினைத்தவள், பாண்டுவைத் தகனம் செய்தபோது, தனது புத்திரர்களை குந்தியிடம் ஒப்படைத்துவிட்டு, தானும், அவனுடனேயே எரியும் சிதை நெருப்பில் விழுந்து இறந்து போனாள்.

அதன் பின்னர் ரிஷிகள், இருவருடைய அஸ்தியையும் எடுத்துக்கொண்டு குந்தியையும் அவளுடைய மைந்தர்களான பாண்டவர்களையும் அழைத்துக் கொண்டுபோய் பீஷ்மரிடம் ஒப்படைத்தார்கள்.

அப்போது தருமனுக்கு வயது பதினாறு.

அதேபோன்று வீமனுக்கு வயது பதினைந்து. அர்ஜுனனுக்கு வயது பதினான்கு நகுல, சகாதேவர்களுக்கு வயது பதின்மூன்று.

இவைகளையெல்லாம் கண்டு மனம் கலங்கிப்போய் நின்றிருந்த தாய் சத்தியவதியிடம் வியாசர் கூறலானார்.

'தாயே! இதுவரை போன காலங்களாவது பரவாயில்லை. அதில் கொஞ்சமாவது சுகமும் சந்தோஷமும் இருந்தது.'

இனி வரப்போகும் காலம் துக்கமும், துன்பமயமாகவும் இருக்கப் போகிறது.

எனவே நீங்கள் நகரத்தைத் துறந்துவிட்டுக் காட்டுக்குச் சென்று தவ வாழ்க்கை மேற்கொள்வதே சரியாக இருக்கும்' என்றார்.

வியாசர் சொன்னதை சத்தியவதி ஏற்றுக்கொண்டாள். தன்னுடன் அம்பிகை, அம்பாலிகையையும் அழைத்துக் கொண்டு சென்றாள்.

காட்டுக்குச் சென்றவர்கள் அங்கேயே தவவாழ்க்கையை மேற்கொண்டனர்.

அதிர்ஷ்டவசமாக அந்த வயதான பெண்மணிகள் தங்கள் குலத்தில் நடக்க இருக்கிற கொடுமைகளைக் காணாமல், விரைவிலேயே ஒருவர் பின் ஒருவராக மரணமடைந்து சொர்க்கம் சென்று சேர்ந்தார்கள்.

நாக லோகத்தில் பீமன்

அஸ்தினாபுரத்தில் பாண்டு புத்திரர்களும், திருதராஷ்டிரனுடைய கௌரவ புத்திரர்களும் உற்சாகமாக ஒன்றாக விளையாடிக் கொண்டு வளர்ந்தனர்.

அவர்கள் எல்லோரையும்விட 'பீமசேனன்' தேக பலத்தில் மிஞ்சியிருந்தான். விளையாட்டுக்களிலும் திறன் படைத்தவனாக விளங்கி வந்தான்.

விளையாட்டுகளின் போது துரியோதனனை மட்டுமின்றி அவனது தம்பியர்களின் தலைமயிரைப் பிடித்து இழுத்தும், கை, கால்களில் காயம் ஏற்படுத்தியும் அடித்தும், துன்புறுத்தியும் வந்தான்.

அதுமட்டுமின்றி,

ஒரே சமயத்தில் பத்து பேர்களைப் பிடித்துக் கொண்டு சென்று குளத்தில் முக்கி, மூச்சுத் திணறும் அளவிற்குச் செய்வான்.

அதேபோன்று,

மரத்தின் மேலேறி துரியோதனன் தம்பிகள் பழங்களைப் பறித்துக் கொண்டிருந்தால், அவர்கள் பழம் பறிக்காத அளவிற்கு, மரத்தைப் பிடித்து உலுக்கி, கீழே விழச் செய்து உதைத்தும் வந்தான்.

பீமனுடைய விளையாட்டினால், திருதராஷ்டிரனுடைய குழந்தைகளுக்கு உடல் முழுவதும் எப்போதும் காயமாக இருக்கும்.

இத்தகைய பால்ய சேஷ்டையினால் குழந்தைப் பருவத்திலிருந்தே திருதராஷ்டிர புத்திரர்களுக்குப் பீமன் பேரில் அதிக விரோதம் ஏற்பட்டு வந்தது.

வாலிப வயதினை எட்டும் நிலையில் எல்லோரும் 'கிருபாச்சாரியிடம்' ஆயுதப் பயிற்சியும் வித்தியாப்பியாசமும் பெற்று வந்தார்கள்.

பீமன் பேரில் துரியோதனனுக்கு இருந்து வந்த பொறாமை நாளுக்கு நாள் வளர்ந்து கொண்டே வந்தது.

அவனது தம்பிகளுக்கு, பீமன் மீது ஏற்கனவே விளையாட்டுக்களின் போது இம்சித்து வந்தது தீராத கோபத்தை உண்டாக்கி வந்தது.

இவ்விதம் ஒட்டுமொத்தமாக அனைவரது கோபமும் பீமனை ஒரேயடியாக ஒழித்து விட வேண்டுமென்று திட்டம் தீட்டினார்கள்.

கள்ளிப்பட்டி சு. குப்புசாமி | 33

ஒரு நாள் நதி நீராட்டத்திற்குப் பின்னர் தடபுடலான விருந்துக்கு ஏற்பாடு செய்தான் துரியோதனன். அதற்கு பாண்டவர்களையும் விருந்துக்கு அழைத்திருந்தான்.

சாப்பாட்டுப் பிரியனான பீமன் விதவிதமான உணவுகளை ஆசை தீரச் சாப்பிட்டான்.

அவனது சாப்பாட்டில் மட்டும், துரியோதனன் விஷம் கலந்திருந்தான்.

நேரம் ஆக ஆக, விஷம் பீமனிடம் வேலை செய்ய ஆரம்பித்தது. அதன் பொருட்டு பீமன் நினைவு தப்பிப் போனான்.

இதற்காகவே காத்திருந்த துரியோதனனும், அவனுடைய சகோதரர்களும் பீமனைக் கயிறுகளால் கட்டித் தூக்கிச் சென்று நடுக்கடலில் வீசியெறிந்து விட்டுப் போனார்கள்.

கடலின் ஆழத்தில் பீமன் போய்ச் சேர்ந்த இடம் நாகலோகம். அங்குள்ள பாம்புகள் பீமனைக் கடித்தன. விஷம் விஷத்தை முறிக்கும் என்பதனால், பாம்புகள் கடித்ததன் காரணமாக பீமனுக்கு உணவில் கலந்து கொடுக்கப்பட்ட விஷம் மொத்தமும் முறிந்து போனது.

இதனை அறியாத துரியோதனன், பீமன் விஷத்தால் செத்துப் போனான் என்று எண்ணி தனது தம்பியரை அழைத்துக்கொண்டு அஸ்தினாபுரம் சென்றான்.

அவர்களுடன் சென்ற 'பீமன்' வரவில்லையே? பீமன் எங்கே போனான் என்று துரியோதனனிடம் யுதிஷ்டிரன், கேட்டதற்கு 'பீமனா? அவன் எங்களுக்கு முன்பாகவே எழுந்து நகருக்குத் திரும்பிச் சென்றுவிட்டானே' என்று துரியோதனன் கூறினான்.

அவன் கூறியதை நம்பிய யுதிஷ்டிரன் தங்கள் மாளிகைக்குத் திரும்பியதும், அங்கிருந்த தங்களின் தாய் குந்தி தேவியிடம், 'அம்மா! பீமன் எங்கே? அவன் எங்களுக்கு முன்னாலேயே நதிக்கரையிலிருந்து திரும்பிவிட்டானாமே! இங்கே வந்த அவன் வேறெங்காவது சென்றுவிட்டானா! என்று கேட்டான்.

'இங்கே இன்னும் பீமன் வரவில்லையே' என்று குந்திதேவி சொன்ன பதிலைக் கேட்ட தருமர் மனத் துயரமடைந்தார்.

'அவனுக்கு தீங்கு ஏதும் நேர்ந்திருக்குமோ!' என்று அஞ்சிய தருமர், தன் தம்பியருடன் கங்கைக்கரை, வனப்பகுதி எனத்

தாங்கள் விளையாடிய இடங்கள் அனைத்திற்கும் சென்று தேடினார்.

ஆனால் எங்குமே பீமன் இல்லாததைக்கண்டு தர்மர் மிகுந்த மனவேதனையுடன் மாளிகைக்குத் திரும்பினார். பீஷ்மரும் விதுரரும்கூட கவலைப்பட்டனர்.

அதே நேரத்தில் துரியோதனனும் அவனுடைய சகோதரர்களும், 'பீமன் ஒழிந்தான்' என்று மகிழ்வு கொண்டார்கள்.

விஷமுறிவு ஏற்பட்டதின் விளைவாக பீமன் மீது கட்டப்பட்ட கட்டுகள் எல்லாம் அறுந்து, நாகலோக அரசனான வாசுகி பீமனை உணவு போன்றவைகளில் கவனித்ததின் விளைவாக யானை பலம் கொண்டான்.

ஒரு வார காலம் நாகலோகத்தில் தங்கியிருந்த பீமன், அஸ்தினாபுரம் திரும்ப எண்ணி, வாசுகியிடம் விடைபெற்றுக் கொண்டு அஸ்தினாபுரம் வந்து சேர்ந்தான்.

பீமன் திரும்பி வந்துவிட்டதைக் கண்ட குந்தி தேவியும், பாண்டவர்களும் அவனைக் கட்டித் தழுவினர்.

அப்போது விதுரனை அழைத்த குந்திதேவி அவரிடம் 'விதுரா! கொடிய எண்ணம் கொண்ட துரியோதனன் இராஜ்ஜிய ஆசையினால், பீமனைக் கொல்ல முற்படுகிறான், அவனது இத்தகைய தகாத செயலை எண்ணி என் மனம் கலங்குகிறது' என்று கூறினாள்.

அதற்கு விதுரன், 'அண்ணியாரே! தாங்கள் கூறுவது உண்மை என்பதை நானும் அறிவேன். ஆனால் இதுபற்றி தாங்கள் யாரிடமும் கூறவேண்டாம்.

துஷ்ட எண்ணம் கொண்ட துரியோதனனை நிந்தித்தால், அவனுக்குப் பாண்டவர்கள் மீது மேலும் வெறுப்பு உண்டாகும். அதனால் ஒன்றை மட்டும் தாங்கள் நினைவில் வைத்துக் கொள்ளுங்கள். பாண்டவர்கள் பூரண ஆயுள் கொண்டவர்கள். அதனால் எதனை எண்ணியும் அஞ்சிட வேண்டாம் என்று உரைத்தார்.

அப்போது யுதிஷ்டிரன், பீமனைப் பார்த்து, 'நீ பேசாமலிருக்க வேண்டும். நாம் எல்லோரும் இனி ஒருவரையொருவர் ஜாக்கிரதையுடன் காப்பாற்றிக் கொண்டு உயிருடன் இருக்க வேண்டும்' என்று எச்சரித்தான்.

பீமன் உயிருடன் திரும்பி வந்து விட்டதைப் பார்த்து துரியோதனன் வியப்படைந்தான். பொறாமையும் வெறுப்பும், பழிவாங்கும் எண்ணமும் அதிகரித்து வந்தன.

துரோணாச்சாரியார்

ஒரு நாள் பாண்டவர்களும், கௌரவர்களும் நந்தவனத்தில் விளையாடிக் கொண்டிருந்தபோது, விளையாடிய பந்து கிணற்றுக்குள் விழுந்துவிட்டது.

அனைவரும் அந்தப் பந்தினை எடுக்க வெவ்வேறு விதமாக முயற்சி செய்தார்கள்.

முயற்சியின்போது தருமனின் மோதிரமும் தவறிப் போய் கிணற்றுக்குள் விழுந்து விட்டது.

இரண்டையுமே எடுக்க முடியாமல் தவித்தார்கள் அரசகுமாரர்கள்.

இதை தூரத்திலிருந்து பார்த்துக்கொண்டே அந்தணர் ஒருவர் அவர்களின் அருகில் வந்தார்.

"நீங்கள் எல்லோரும் அரசகுமாரர்கள் தானே? என்று கேட்டார்.

'ஆம் ஐயா! என்று பணிவுடன் பதில் சொன்னான் தருமன்.'

'நீங்கள் அனைவரும் அஸ்திரப் பயிற்சி பெற்றிருந்தாலும் இன்னும் முழுமையாகத் தேர்ச்சி பெறவில்லை என்பது எனக்குத் தெரியவருகிறது. நான் பந்தினை எடுத்துத் தருகிறேன். சற்று விலகி நில்லுங்கள்' என்றார்.

நந்தவனத்திலிருந்த சிறு குச்சிகளை எடுத்து ஒன்றன்பின் ஒன்றாக மந்திரம் சொல்லி அஸ்திரம்போல் அவைகளைக் கிணற்றுக்குள் எறிந்தார்.

முதல் குச்சி பந்தின் மீது குத்தி நிற்க, மற்ற குச்சிகள் ஒன்றின் மீது ஒன்றாகச் செருகி கிணற்றின் விளிம்பு வரை வந்து நின்றன. அதன் பொருட்டு மிகச் சுலபமாக பந்தை எடுத்துத் தந்தார் அந்தப் பிராமணர்.

பின்னர் ஓர் அம்பை எடுத்து வில்லில் பொருத்தி கிணற்றில் எய்தார். அது மிகச் சரியாக மோதிரத்தைத் தைத்து எடுத்துக் கொண்டு அவர் கையில் வந்து சேர்ந்தது.

இவ்விதம் அந்தணர் செய்த அஸ்திரப் பிரயோகத்தைக் கண்டு ஆச்சரியப்பட்டார்கள்.

இவ்வளவு சிறப்புக்குரியவர் யார் என்பதை அறிந்து கொள்ள அரசகுமாரர்கள் விரும்பினார்கள். அதற்காக அந்தணரிடம், 'ஐயா! நீங்கள் யார்? என்று கேட்டார்கள்.

'அரசகுமாரர்களே! பீஷ்மரிடம் சென்று, நான் யார் என்பதை அவரிடமே நீங்கள் கேட்டுத் தெரிந்து கொள்ளுங்கள்' என்று கூறிவிட்டு அவ்விடத்திலிருந்து சென்றுவிட்டார் அந்தணர்.

அரண்மனைக்குச் சென்ற அரசகுமாரர்கள், பிதா மகனான பீஷ்மரிடம் இவ்விஷயத்தைச் சொல்லி யார்? என்று கேட்டனர்.

'வந்தவர் எப்படி இருந்தார்? என்று கேட்டார் பீஷ்மர்.

அர்ஜுனன் அவருடைய உருவத்தை விவரித்தான்!

அவன் சொன்ன குறிப்புகளிலிருந்து, வந்த அந்தணர் புகழ்பெற்ற துரோணச்சாரியார் என்பதை பீஷ்மர் தெரிந்துகொண்டார்.

பாண்டவ, கௌரவர்களுக்கு இனி கொடுக்க வேண்டிய பயிற்சியைத் தரக்கூடிய ஆச்சாரியார் அவரே என்று தீர்மானித்தார்.

அதன்படியே துரோணரை விசேஷ மரியாதையுடன் அழைத்து அரசகுமாரர்களை அவரிடம் ஆயுதப் பயிற்சியினை மேற்கொள்ள அனுப்பி வைத்தார்.

பாண்டவர்களுக்கும், கௌரவர்களுக்கும் ஆசானாக இருந்து சகல வித்தைகளையும் கற்றுத் தந்தார்.

ஆனால் மற்ற அனைவரையும்விட அர்ஜுனன் அஸ்திரப் பிரயோகத்தில் மிகத் தீவிரமாக ஈடுபட்டதோடு, வில்வித்தையிலும் வல்லவனாகத் திகழ்வான் என்பதை அவன் பயிற்சியின்போது காட்டியதிலிருந்து தெரிந்து கொண்டார் துரோணர்.

அர்ஜுனன் வில்வித்தையில் தேர்ந்தது போலவே, துரியோதனனும், பீமனும் கதாயுதப் போரில் வல்லவர்களாக ஆனார்கள்.

பாண்டவ கௌரவர்களுக்கு போர்ப் பயிற்சி முழுவதும் பயிற்சியானதும் துரோணர் அவர்களிடம் ஒன்றினைக் கேட்கலானார்.

‘அரசகுமாரர்களே! உங்களுக்கு நான் அறிந்த எல்லாக் கலைகளையும் சொல்லித் தந்து விட்டேன். இதற்கு குரு தட்சணையாக உங்களிடம் நான் கேட்பது ஒன்றே ஒன்று தான்.

பாஞ்சால தேசத்து மன்னனான துருபதனை நீங்கள் போரிட்டு வெல்ல வேண்டும். அவனை யுத்தக் கைதியாக சிறைப்பிடித்து உயிருடன் என் முன் கொண்டு வந்து நிறுத்த வேண்டும்’ என்று கேட்டார்.

அதை அனைவரும் கேட்டபோதிலும் துரியோதனன் முந்திக் கொண்டு ‘குருவே! அக்காரியத்தை நானே செய்து முடிக்கிறேன்’ என்று வீரம் பேசிவிட்டு படையுடன் புறப்பட்டுப் போனான்.

ஆனால் அவனால் துருபதனை வெல்ல முடியாது திரும்பி வந்தான். அடுத்து அர்ஜுனன் தனித்துச் சென்றான். துருபதனுடன் போரிட்டு ஜெயித்து, அவனை சிறைப்பிடித்து இழுத்து வந்து துரோணரின் முன்பு நிறுத்தினான்.

துருபதன் தனக்குச் செய்த அவமானத்துக்குப் பழி தீர்த்துக் கொள்ளவே இத்தனைக் காலம் காத்திருந்த துரோணர், துருபதனைக் கட்டியிருந்த விலங்குகளை முதலில் அவிழ்த்து விடச் சொன்னார்.

போரில் தோற்றதினால் தலை குனிந்திருந்த துருபதனிடம், துரோணாச்சாரியார் கூறலானார்.

‘துருபதா! உன்னை நான் வென்றதினால், உனது இராஜ்ஜியம் எனது வசம். இப்போது இராஜ்ஜியம் இல்லாத சாதாரணமானவனாக என் முன் நிற்கிறாய்.

ஆனாலும் உன்னை நான் நண்பனாகத்தான் கருதுகிறேன்.

ஆனால் நீயோ இதற்கு முன்னர் இராஜ்ஜியம் உள்ளவனுக்கும், இல்லாதவனுக்கும் நட்பு இருக்க முடியாது என்று அன்று சொன்னாய்.

இன்றோ உனக்கு இராஜ்ஜியம் இல்லை. அதற்காக உன்னிடம் நட்பு கொள்ளமாட்டேன் என்று நான் சொல்ல மாட்டேன். அதற்காக இராஜ்ஜியத்தில் பாதியை உனக்குக் கொடுக்கிறேன். கங்கையின் தென்பாகத்தில் உள்ள பாஞ்சால இராஜ்ஜியம் உனக்கும், வடக்கில் உள்ளது எனக்குமாக இருக்கட்டும்.

இப்போது நாம் இருவரும் சரிசமம் ஆகிவிட்டோம். இனி நாம் நண்பர்களாக இருப்பதில், உனக்கு எந்தவித ஆட்சேபமும் இருக்காது என்று நினைக்கிறேன் இல்லையா...

இவ்விதம் துரோணர், எகத்தாளமாகவும், ஏளனமாகவும் சொன்ன வார்த்தைகள் துருபதனை கூனிக்குறுக வைத்தது. மனமும் கொந்தளித்துப் போனான்.

ஆனால் ஏதும் செய்ய கையாலாகாதவனாகப் பொறுத்துக் கொண்டு புறப்பட்டான்.

துருபதனின் கர்வத்தை அழிப்பதற்காக துரோணர் இப்படிச் செய்தார் என்றாலும், பழிவாங்கும் செயல் அத்துடன் முடியவில்லை.

துரோணர் தன்னை தலைகுனிய வைத்த அவமானத்தை துருபதனால் மறக்க முடியவில்லை.

மனதில் வஞ்சம் தலை தூக்கி நிற்க, துரோணரை பழிக்குப் பழி வாங்கத் துடித்தான்.

அதற்காக ஒரு பெரிய யாகத்துக்கு ஏற்பாடு செய்தான்.

துரோணரைப் போரில் வெல்லக்கூடிய ஒரு மகனும் அர்ஜுனனை மணக்கக்கூடிய ஒரு பெண்ணும் வேண்டும் என்று இரண்டு பிள்ளைகளை வேண்டி யாகத்தை நடத்தினான்.

யாகம் வெற்றிகரமாக நடந்து முடிந்தது.

துருபதன் நினைத்தபடி கிடைத்தது.

துரோணரை வெல்லக் கூடியவனாக 'திருஷ்டத்யும்னன்' என்கிற மகனையும், திரௌபதி என்கிற மகளையும் பெற்றான்.

திரௌபதி பிறந்தபோது,

"பூமியின் பாரத்தைக் குறைக்கும் தேவ காரியத்துக்காகவே பிறந்துள்ள இவளால், சத்திரிய குலம் அழியும்" என்று அசரீரி ஒலித்தது.

இவைகளை 'எல்லாம் அறிந்த துரோணாச்சாரியார் கோபம் ஏதும் கொள்ளவில்லை. பதிலாக பகைவனுக்கும் அருள்வாய்' என்ற மெய் கீர்த்தி போன்று திருஷ்டத்யும்னன் என்பவனுக்கும் சாஸ்திரப் பயிற்சி சொல்லித் தந்தார்.

அவரது பெருந்தன்மையினை என்னவென்றுதான் சொல்வது.

'உலகின் நிகழ்வுகள் எதுவானாலும் யாரும் எதற்கும் காரணமாக மாட்டார்கள். எல்லாவற்றுக்கும் விதியே காரணம்!' என்று நினைத்த துரோணர், எவ்விதமான கோபதாபமின்றி 'திருஷ்டத்யும்ன' னுக்கு அனைத்தும் கற்றுத் தந்தார்.

கல்வி கற்றுத் தருமாறு கேட்டு எவர் வந்தாலும் கற்றுத் தருவது ஒரு குருவின் கடமை என்றே கருதி வந்தார்.

அபூர்வ நட்பு

அரசகுமாரர்கள் அஸ்திரப் பயிற்சியில் தேர்ந்ததினைக் கொண்டாடும் விதத்தில் அஸ்தினாபுரத்தில் பெரிய விழாவொன்றிற்கு ஏற்பாடு செய்திருந்தார் பீஷ்மர்.

தருமன் முதல் துரியோதனன் வரை அனைவரும், தாங்கள் கற்ற வித்தைகளைக் காட்டி மக்களை மகிழ்வூட்டி வந்தனர்.

அர்ஜுனன் தனது இரு கைகளாலும் அம்புகளை எய்தி வில்வித்தையில் பலவித சாகசங்களை நடத்திக் காட்டினான்.

அத்தோடு கண்களைக் கட்டிக்கொண்டு இலக்குகளைக் குறி தவறாமல் அடித்தான். அதேபோன்று அஸ்திரப் பயிற்சியில் தனக்கிருந்த பலவிதமான திறமைகளையும் வெளிப்படுத்தினான்.

மக்கள் பிரமித்துப்போய் கைதட்டி ஆரவாரம் செய்தனர்.

'இப்படி ஒரு வீரன் கிடையவே கிடையாது' என்று மகிழ்ச்சியாகக் குரல் எழுப்பினார்கள்.

அந்த நேரத்தில் மக்கள் கூட்டத்தை விலக்கிக் கொண்டு, நல்ல அழகான வாலிபன் ஒருவன் அங்கே வந்தான்.

இராஜகுமாரனின் தோற்றத்திலிருந்தவன் கர்ணன்.

குந்திதேவி சூரியனை உபாசித்துப் பெற்று நதியில்விட்ட அந்தக் குழந்தை, தேரோட்டி அதிரதனால் வளர்க்கப்பட்டவன் தான் இந்தக் கர்ணன்.

இவன் ஒரு யானை போல் நடந்து அரங்கத்தின் மத்தியில் அர்ஜுனனின் எதிரே வந்து நின்றான்.

ஒரே தாயின் வயிற்றில் பிறந்தவர்களான கர்ணனும், அர்ஜுனனும் தாங்கள் சகோதரர்கள் என்பதை அறியாமலே ஒருவரை ஒருவர் பார்த்து முறைத்துக் கொண்டார்கள்.

'அர்ஜுனா! நீ காட்டிய வித்தைகளை நானும் பார்த்தேன். நீ செய்து காட்டிய வில்வித்தைகளைவிட நான் இன்னும் சிறந்த முறையில் செய்து காட்டுகிறேன் பார்: என்றான் கர்ணன்.

அர்ஜுனனை ஆஹா! ஓஹோவென்று மக்கள் பாராட்டும்பொழுதெல்லாம் மனம் புழுங்கி வந்த துரியோதனனுக்கு, கர்ணன் சொன்ன சொற்கள் அவனது உள்ளத்தைப் பூரிக்கச் செய்தது.

அதற்குத் தகுந்தாற்போல பீஷ்மரும், துரோணரும் வித்தைகளைக் காட்டுவதற்கான அனுமதியை கர்ணனுக்கு அளித்தனர்.

கிடைத்த சந்தர்ப்பத்தைப் பயன்படுத்திக் கொள்ளும் பொருட்டு, கர்ணன் மிக அற்புதமாக தனது வித்தைகளைக் காட்டி அனைவரையும் ஆச்சரியத்தில் மூழ்கடித்தான்.

மக்களும் கைதட்டி ஆரவாரம் செய்தனர்.

இதைக் கண்ட துரியோதனன் எழுந்து சென்று கர்ணனைக் கட்டித் தழுவிக் கொண்டான்.

'வீரனே! உனது திறமையைப் பாராட்டுகிறேன்' என்றான் துரியோதனன்.

"நன்றி துரியோதனா!' என்றான் கர்ணன்.

'கர்ணனே! இன்று முதல் எனது நண்பனாகிறாய்...'

'மகிழ்ச்சி துரியோதனா. உனது நட்பு எனக்குப் பெருமை சேர்ப்பதாகட்டும்.'

'அடுத்து என்ன செய்யப் போகிறாய் கர்ணா!'

'அர்ஜுனனுடன் நேருக்கு நேர் யுத்தம் செய்யவே விரும்புகிறேன்.'

இவ்விதம் கர்ணன் சொன்னதைக் கேட்டு கூட்டத்திலிருந்த அனைவரும் திகைத்துப் போனார்கள்.

குந்தி தேவியோ கதி கலங்கிப் போனாள். கர்ணனும் தனது மகன் தான் என தெரிந்ததும் அதிர்ச்சியில் அவள் மயங்கி விழுந்தாள்.

விதுரன் பணிப்பெண்களை அழைத்தான்.

பணிப்பெண்கள் வந்து குந்தி தேவியைத் தூக்கிக் கொண்டு அரண்மனைக்குக் கொண்டு சென்றனர்.

இந்த நிலையில் கூட்டத்திலிருந்த கிருபாச்சாரியார் கர்ணனை நோக்கி, 'வீரனே! அஸ்தினாபுரத்து அரசர் பாண்டுவின் மகன் அர்ஜுனன். அவன் உன்னுடன் யுத்தம் செய்யத் தயாராக இருக்கிறான்.

ஆனால் அதற்கு முன், நீ எந்த நாட்டு அரசனுடைய மகன் என்று சொல். உனது குலத்தைப் பற்றித் தெரிந்தபின்புதான், அர்ஜுனன் உன்னோடு யுத்தம் செய்வான்.

ஏனெனில் குலம், கோத்திரம் அறியாமல் அரச குமாரர்கள் தங்களுக்குத் தகுதி இல்லாதவர்களோடு யுத்தம் செய்யமாட்டார்கள்' என்றார்.

கிருபாச்சாரியாரின் இந்த வார்த்தைகளைக் கேட்டதும் கர்ணனின் அழகு முகம் வாடிய மலர் போன்று சுருங்கிப் போனது.

அதைக் கண்ட துரியோதனன் பதறிப்போய் எழுந்தான்.

'இது என்ன நியாயம்? குலத்தைப் பற்றிப் பேசி வீரனை இகழ்வதுதான் சபையிலுள்ள பெரியவர்களின் லட்சணமோ...

"அரச பரம்பரையில் பிறந்தவர்கள், வீரர்கள், படைகளை நடத்திச் செல்பவர்கள் இந்த மூன்று வகையினருமே அரசர் என்ற தகுதி உடையவர்கள்தான்.

இது தெரிந்தும், ராஜ்ஜியமில்லாதவன் என்பதற்காக அர்ஜுனனுடன், கர்ணனைப் போர் புரிவதற்கு தடை விதித்தாய்.

நான் இந்த இடத்திலேயே கர்ணனை அங்க தேசத்தின் மன்னனாக்குகிறேன்' என்று அறிவித்தான்.

இவ்விதம் துரியோதனன் சொன்னதோடு நிற்காமல் அக்கணமே கர்ணனுக்குப் பட்டாபிஷேகமும் செய்வித்தான்.

அந்த நேரத்திலிருந்து அங்க தேசத்தின் மன்னனாகிவிட்ட கர்ணன் மனம் நெகிழ்ந்து போனான்.

நன்றிப் பெருக்குடன் துரியோதனைப் பார்த்தவன், 'ஒரு நாட்டையே எனக்களித்துக் கௌரவித்த நண்பனே!' இனி உனது விருப்பமே எனது விருப்பம்.

'நீ விரும்பியவைகள் எதுவானாலும் நான் நிறைவேற்றித் தருவேன். இது சத்தியம்' என்றான்.

'கர்ணா! உனது நட்பு ஒன்றே எனக்குப் போதும்' என்று கூறிய துரியோதனன் அவனை அன்புடன் இறுகத் தழுவிக் கொண்டான்.

அப்போது கர்ணனை வளர்த்த தேரோட்டிக் கிழவனான அதிரதன் அங்கே வந்தான்.

தன்னுடைய வளர்ப்புத் தந்தையின் காலடியில் வில் அம்புகளை வைத்துவிட்டுத் தலை வணங்கி நின்றான் கர்ணன்.

அங்கத நாட்டின் மன்னனான தனது மகனைப் பாசத்துடன் கட்டித் தழுவிக் கொண்டு ஆனந்தக் கண்ணீர்விட்டான்.

இதைக் கண்டு வாய்விட்டுச் சிரித்தான் பீமன்.

'கர்ணா! தேரோட்டி மகனே! அரசகுமாரனான அர்ஜுனனுடன் போர் செய்வதற்கு உனக்கு என்ன தகுதியிருக்கிறது? போ! போய் உனது குலத்துக்குத் தகுந்தபடி 'குதிரைச் சவுக்கையை கையில் எடுத்துக் கொண்டு, அம்பையும் வில்லையும் கீழே போட்டுவிட்டு ஓடிப்போ' என்று கேலி செய்தான்.

அதைக் கேட்டு சீறி எழுந்தான் துரியோதனன்.

'பீமா! நீ பேசுவது ஒன்றும் சரியில்லாதது. நதிமூலம், ரிஷிமூலம் பார்க்கப்படாதது போல வீரனான சத்திரியனின் பிறப்பும் ஆராயத் தேவையில்லாதது.'

'பிறக்கும்போதே கவச குண்டலங்களுடனும் ராஜ அம்சத்துடனும் பிறந்தவன் கர்ணன்.'

'அவன் அங்க தேசத்தை மட்டுமல்ல, இந்த உலகையே ஆளப்போவது நிச்சயம்! அப்படிப்பட்டவனை இனிமேல் எவரும் இழிவாகப் பேசக்கூடாது. அப்படிப் பேசினால் அவர்கள் மீது யுத்தத்தைப் பயன்படுத்துவேன்!' என்று கத்தியை உருவிக் கொண்டு நின்றான் துரியோதனன்.

அரங்கத்திலிருந்த மக்கள் இரு பிரிவாகப் பிரிந்து பேச, சபையிலிருந்த பெரியோர்கள் அனைவரையும் சமாதானம் செய்தார்கள்.

இதற்குள் சூரியன் அஸ்தமனம் ஆனதினால் எல்லோரும் கலைந்து சென்றார்கள்.

இந்நிலையில் மயக்கம் தெளிந்த குந்தி தேவி 'கர்ணன் தனது மகன் என்பதும், அவன் அங்க தேசத்து மன்னன் என்பதையும் அறிந்து மிகுந்த மகிழ்வு கொண்டாள்.'

அதுபோலவே அர்ஜுனன் வீரத்தைக் கண்டு பயந்து கொண்டிருந்த துரியோதனனுக்கு, அர்ஜுனனுடன் சரிக்குச் சரியாக நின்று போரிடக் கூடிய கர்ணன் தனக்கு நண்பன் ஆனது, மிகப் பெருமையையும், மகிழ்ச்சியையும் அளித்திடச் செய்தது.

அதன்பிறகு கர்ணனும் துரியோதனனும் ஒருயிர் ஈருடலாகத் திகழ்ந்தனர். நட்புக்கு இலக்கணம் வகுத்து, உதாரண புருஷர்களாக வாழ்ந்தனர்.

ஓராண்டு கடந்தது.

பாண்டவர்களுக்கு பின்னாளில் இராஜ்ஜியத்தைப் பிரித்துத் தருவதற்கு முன்னேற்பாடாக தருமனுக்கு இளவரசு பட்டம் சூட்ட முடிவெடுத்தார், பீஷ்மர்.

பீஷ்மரின் சொற்படி திருதராஷ்டிரன், தருமனுக்கு இளவரசுப் பட்டம் சூட்டி, பட்டாபிஷேகம் நடத்தி வைத்தான்.

இந்தச் சமயத்தில்தான் துரோணச்சாரியார் மிகுந்த வல்லமை மிக்க 'பிரம்மாஸ்திரம்' என்ற அஸ்திரப் பிரயோகத்தை அர்ஜுனனுக்கு கொடுத்து உபதேசித்தார்.

'அர்ஜுனா! நான் அளித்துள்ள இந்தப் பிரம்மாஸ்திரம் மிகவும் வல்லமை பெற்றது. மறைந்திருந்து போர் செய்யும் அரக்கர்கள் மற்றும் தேவர்கள் மீது இதைப் பிரயோகிக்கலாமே தவிர மனிதர் மேல் எப்போதும் பயன்படுத்தக்கூடாது.'

'இது உலகத்தையே எரித்து சுடுகாடு ஆக்கிவிடும். இந்த அஸ்திரத்தைப் பெற நீ ஒருவனே தகுதிபெற்றவன் என்பதாலேயே இதை உனக்குத் தந்தேன்' என்றார்.

அர்ஜுனன் அவரது பாதம் பணிந்து வணங்கினான், அவனை ஆசீர்வதித்த துரோணர் தொடர்ந்து சொல்லலானார்.

'அர்ஜுனா! இப்போது உன்னைப் போரில் வெல்லக் கூடியவர்கள் எவரும் இல்லை. இன்னும் சொல்லப் போனால் என்னால் கூட உன்னை வெல்ல முடியாது.

அஸ்திர வித்தையில் உனக்கும் மேலானவர் என்றால் ஒரே ஒருவர் தான். அவர் தான் யாதவ குலத்தில் பிறந்த கிருஷ்ணர். அவர் உன்னுடைய மாமன் மகன். உனக்கு நெருங்கிய தோழனும் கூட.

எனவே அவருக்கும் உனக்கும் எப்போதும் பகை ஏற்படாது. எந்தத் தருணத்திலும் கிருஷ்ணரின் பேச்சைக் கேள்.

அவரையே உறுதியாகப் பற்றிக் கொள். இதனால் நீ எப்போதும் சுகப்படுவாய்' என்று வாழ்த்தினார்.

பீஷ்மர், கிருபர், விதுரர், துரோணர் போன்ற பெரியோர்களின் அன்பாலும் ஆசீர்வாதத்தாலும், அரவணைப்பாலும் பாண்டவர்கள் பல வெற்றிகளைக் குவித்தார்கள்.

அஸ்தினாபுரத்து மக்களிடையே குந்தி மைந்தர்கள் ஐந்து பேரின் புகழும் மலை போல உயர்ந்தது.

அரக்கு மாளிகை

பீமனின் அசுரபலமும், அர்ச்சுனனின் வில்லாற்றலும் துரியோதனின் மனதில் பொறாமையை வளர்த்துக் கொண்டேயிருந்தன.

அதற்கேற்றவாறு அவனது மாமன் சகுனியும், கர்ணனும் அவ்வப்போது சதியாலோசனை கூறுபவர்களாக அமைந்தனர்.

திருதராஷ்டிரனுக்குத் தன் தம்பி பாண்டுவின் புதல்வர்கள் மீது பாசம் இருந்தாலும், தன் மக்களான கௌரவர் மீது அளவற்ற பாசம் கொண்டிருந்தான்.

இருப்பினும் மகன் துரியோதனனின் அடாத செயல்களுக்குத் துணையாக இருந்து வந்தான்.

பலவிதமான வழிகளில் பாண்டவர்களைக் கொல்ல துரியோதனன் முயன்றபோதிலும், விதுரனின் மறைமுகமான உதவிகளினால் பாண்டவர்கள் தங்களுக்கு ஏற்பட்ட ஆபத்துக்களில் இருந்து தப்பித்து வந்தனர்.

பாண்டவர்களின் நற்குணங்களை அஸ்தினாபுரத்து மக்கள் பெரிதும் புகழ்ந்தனர். பிறவிக் குருடராக இருக்கும் திருதராஷ்டிரனுக்குப் பதிலாக யுதிஷ்டிரனே அரசனாகத் தகுந்தவன். அதனால் யுதிஷ்டிரனுக்கே, பட்டாபிஷேகம் நடத்திட வேண்டும். அவனால் மட்டுமே கௌரவர்களையும், பாண்டவர்களையும், நாட்டையும் தரும நெறியுடனும் நடத்திச் சென்றிட இயலும் என்று எங்கே பார்த்தாலும் மக்கள் கூடிக் கூடி பேசி வந்தனர்.

அதைக் கேட்டு துரியோதனன் மனக்கொதிப்பு அடைந்தான்.

திருதராஷ்டிரனிடம் சென்று 'தந்தையே! நகரத்து மக்கள் உங்களையும் தாத்தா பீஷ்மரையும் அவர்கள் மதிக்காமல்,

யுதிஷ்டிரனுக்கே பட்டாபிஷேகம் செய்ய வேண்டும் என்று பேசி வருகின்றனர்.

இது நமக்குப் பேராபத்தாக முடியும்.

யுதிஷ்டிரன் பட்டம் பெற்றால் எங்களுக்கு என்றென்றைக்கும் ராஜ்ஜியம் கிடைக்காது. அவனுக்குப் பின் அவனது மகனுக்கு என்று ராஜ்ஜியம் போகும்.

இந்த வழியில் நாங்கள் போனால் உண்ணும் உணவிற்குக் கூடப் பிறரது கையை எதிர்பார்க்க வேண்டியதிருக்கும். அவ்விதம் இருந்து வாழ்வதைவிட இறந்து நரகத்திற்குச் செல்வது எவ்வளவோ மேலாகும்.'

இதைக்கேட்ட திருதராஷ்டிரன், 'மகனே! நீ சொல்வது சரியானதுதான். இருந்தாலும் யுதிஷ்டிரன் தருமம் தவறாதவன். எல்லோரிடத்திலும் அன்பு வைத்திருப்பவன்.

அவனுடைய தந்தையைப் போலவே நல்ல குணமுள்ளவன். மக்கள் எல்லோரும் அவனை நேசிக்கிறார்கள்.

அப்படியிருக்கும் அவனை நாம் எப்படி எதிர்ப்பது!

நாம் அதர்மம் செய்தால், நம்மையும் நம்மைச் சேர்ந்தவர்களையும் மக்களே கொன்று விடுவார்கள். இல்லையென்றால் ஊரைவிட்டே வெளியேற்றி விடுவார்கள். அதன்பொருட்டு நாம் உலகத்தின் பழியைத்தான் சுமக்க வேண்டியது வரும்' என்றான்.

'நீங்கள் பயப்படுவது சரியல்ல தந்தையே! அசுவத்தாமன், துரோணர், விதுரர், கிருபாச்சாரியார், சகுனி போன்றோர் நம் பக்கம் இருக்கிறார்கள். பாண்டவர்களை வாரணாவதத்திற்கு அனுப்பி விட்டு நம் கட்சியைப் பலப்படுத்திக் கொள்வோம்' என்றான்.

சகுனியின் மந்திரியாகிய கனிகன் துரியோதனனுக்குப் பல அறிவுரைகளைச் சொன்னான். அதைக் கேட்ட துரியோதனன் உடனுக்குடன் தன் தந்தையிடம் சென்று, 'தந்தையே! நான் நம் படைவீரர்களுக்குப் பலவிதமான வெகுமதிகளைக் கொடுத்து சந்தோஷப்படுத்தியுள்ளேன். அதனால் அவர்கள் நமக்கு ஆதரவாக இருப்பார்கள்.

தாங்கள் மட்டும் பாண்டவர்களை நயமாகப் பேசி காசிக்கு அனுப்பிவிட்டால் போதும், அதன் பின்னர் அஸ்தினாபுரமும், அரசாட்சியும் தாமாக நமக்கு வந்து சேரும்.

இந்நிலை நிலைத்த பின்னர் பாண்டவர்கள் திரும்பி வந்தாலும் அவர்களால் நம்மை ஒன்றும் செய்ய முடியாது' என்றான்.

பிள்ளைப் பாசத்தால் மதிமயங்கிப் போன திருதராஷ்டிரன், மகனது சூழ்ச்சிக்குத் தலையசைத்துவிட்டு மௌனமானான்.

அடுத்தகட்ட காரியங்கள் விறுவிறுப்பாக நடந்தன.

திருதராஷ்டிரனும், பாண்டவர்களை அழைத்து 'பாண்டவர்களே! நீங்கள் காசியில் நடக்கும் விழாவினைக் காண விருப்பப்பட்டீர்களா! என்று கேட்டான்.

"ஆமாம் தந்தையே!" என்றான் யுதிஷ்டிரன். மிக்க மகிழ்ச்சி. புண்ணியத்தலமான காசியையும் வாரணாசியையும் தரிசித்துவிட்டு அங்கு சிறப்பாக நடைபெற்றுக் கொண்டிருக்கும் திருவிழாவிலும் கலந்து கொண்டு வாருங்கள். அதற்கான ஏற்பாடுகளை உடனே செய்யச் சொல்கிறேன்' என்றான்.

பாண்டவர்கள் புறப்பட்டு காசிக்குப் போய்ச் சேரும் முன்பாகவே, துரியோதனனின் சதித் திட்டத்தின்படி, 'புரோசனன்' என்ற மந்திரி காசிக்குப் போய்ச் சேர்ந்திருந்தான்.

பாண்டவர்களை அழிக்கும் பொருட்டு அவர்கள் தங்குவதற்காக அழகான மாளிகையொன்றினைக் கட்டினான்.

அரக்கு மட்டுமில்லாமல், சணல், மெழுகு, குங்குலியம் போன்ற எளிதில் தீப்பிடிக்கக் கூடிய பொருள்களையெல்லாம் சேர்த்து அந்த மாளிகையைக் கட்டியிருந்தான் புரோசனன்.

பாண்டவர்களை அந்த மாளிகையில் தங்க வைத்து, சரியான சமயத்தில் மாளிகைக்குத் தீ வைத்து அனைவரையும் நெருப்புக்குப் பலியாக்கிவிட வேண்டும் என்பதே துரியோதனனது திட்டம்.

துரியோதனனின் சூழ்ச்சிப்படியே அனைத்தையும் கச்சிதமாக செய்து முடித்து விட்டு பாண்டவர்களின் வருகைக்காக ஆவலுடன் காத்திருந்தான் புரோசனன்.

பாண்டவர்கள் தப்பினார்கள்

காசிக்கு உற்சாகமாகப் புறப்பட்ட பாண்டவர்களை, பெரியோர்களும் உறவினர்களும் கூடி நின்று மகிழ்வோடு வழியனுப்பி வைத்தார்கள்.

ரதம் கிளம்பும் நேரத்தில், தருமனை அழைத்த விதுரன் சில விஷயங்களைக் கூறலானான்.

'தருமா! இராஜ நீதியை தெளிவாக உணர்ந்திருப்பவன் தான், எதிரிகளின் திட்டத்தை முறியடித்து ஆபத்துக்களை வெல்வான்.

உலோகத்தினால் செய்த ஆயுதங்கள் தான் மனிதனைத் தாக்கும் என்பதில்லை. மற்ற அழிவு சக்திகளும் உண்டு. அதைத் தடுக்கும் வழியை யோசித்து, அதையே எதிரிகளின் மீது பிரயோகிப்பவன்தான் சிறந்த புத்திசாலி.

அறிவாளியாக இருப்பவனுக்கு வெளிச்சம் தேவையில்லை. அவன் நட்சத்திரங்களின் மூலமாக திசையை அறிந்து கொள்வான்! இந்த ராஜநீதியின் சூத்திரங்களை நீ அறிவாயல்லவா!' என்று கேட்டான்.

"புரிந்து கொண்டேன் சிறிய தந்தையே!" என்று பதில் சொன்னான் தருமன்.

இருவரின் பேச்சுக்களையும் கேட்டுக் கொண்டிருந்த அர்ஜுனனுக்கும் மற்ற நான்கு சகோதர்களுக்கும், தாய் குந்தி தேவிக்கும் அர்த்தம் ஒன்றும் புரியவில்லை.

'தருமா! விதுரர் உன்னிடம் எங்களுக்குப் புரியாத வகையில் ஏதோ சொன்னாரே... அது என்ன? என்று கேட்டாள்.

'தாயே! தீயினால் எமக்கு ஏதோ ஆபத்து நேரப் போகிறதாம். அதிலிருந்து தப்பிக்க எலி, முள்ளம் பன்றி போல பூமிக்கு அடியில் சுரங்கம் அமைத்துக் கொள்ள வேண்டுமாம். அதே போன்று நட்சத்திரங்களைப் பார்த்து திசையை அறிந்து கொண்டு பயணத்தை செய்யுங்கள் என்று சிறிய தந்தை எச்சரித்துள்ளார்' என்றான் தருமன்.

அதைக் கேட்ட சகோதரர்களுக்கும், குந்திக்கும் காசிக்கு சந்தோஷமாக புனிதப் பயணத்தை மேற் கொண்டவர்களை கவலை சூழ்ந்து கொண்டது. கலக்கமடைந்த நிலையிலேயே அவர்கள் காசிக்குச் சென்று சேர்ந்தார்கள்.

அவர்களின் வருகைக்காக வேண்டியே காத்துக் கொண்டிருந்தவனை போல புரோசனன் அவர்களை எதிர்கொண்டு, பாண்டவர்களுக்கென்றே கட்டப்பட்டிருந்த அரக்கு மாளிகைக்கு அழைத்துச் சென்றான்.

கவலை தோய்ந்த முகத்தில் பாண்டவர்கள் காணப்பட்டாலும் மாளிகை எவ்விதம் கட்டப்பட்டுள்ளது, பாதுகாப்புடையதா இல்லை ஆபத்துக்குரியதா என்ற சந்தேகம் அவர்களிடையே எழவே, மாளிகையைச் சுற்றிப் பார்த்தனர்.

மிக எளிதில் தீப்பிடிப்பதற்கேற்றவாறு மாளிகை அரக்கினால் கட்டப்பட்டுள்ளது என்பதனைப் புரிந்து கொண்டார்கள்.

பீமனும் அதற்குத் தகுந்தாற்போல 'அண்ணா! சிறிய தந்தை விதுரர் நம்மை எச்சரித்தது போலவே, இந்த மாளிகைக்கட்டப்பட்டுள்ளது.

நாம் இங்கே தங்குவது மிகவும் ஆபத்தானது. உடனே இந்த மாளிகையை விட்டுவிட்டு வேறு இடத்துக்குச் சென்று அங்கே தங்குவோம்' என்று பதட்டத்துடன் சொன்னான் பீமன்.

"இல்லை பீமா! நாம் உடனுக்குடன் அதைக் கையாண்டால், அவர்களது சதியைத் தெரிந்து கொண்டோம் என்பதை துரியோதனன் அறிந்து கொள்வான்.

இங்குள்ள அவனது ஆட்கள் மூலம் வேறு வழியில் கொல்ல முயற்சி செய்வான். எனவே அவனது திட்டத்தை நாம் தெரிந்து கொள்ளாதது போலவே நாம் இங்கேயே தங்குவோம். ஆனால் தூக்கத்தைப் பெரிதுபடுத்தாமல் எச்சரிக்கையோடு இருந்து சதியை வேறு வகையில் எதிர்கொள்வோம்" என்றான் தருமன்.

விழிப்புடன் அம்மாளிகையில் தங்கியிருந்தார்கள்.

இரவில் ஒருவர் மாற்றி ஒருவர் தூங்காமல் காவல் புரிந்து வந்தனர். அதனால் துரியோதனனின் திட்டத்தை உடனுக்குடன் நிறைவேற்ற முடியாமல் புரோசனன் தள்ளிப் போட்டு வந்தான்.

இந்த அரக்கு மாளிகை சதியிலிருந்து எப்படி தப்பிப்பது என்று பாண்டவர்கள் யோசித்துக் கொண்டிருந்த வேளையில், அவர்களுக்கு உதவி செய்வதற்காகவே அஸ்தினாபுரத்திலிருந்து விதுரரால் அனுப்பி வைக்கப்பட்ட கனகன் வந்திருந்தான்.

'பாண்டவர்களே! நீங்கள் இந்த அரக்கு மாளிகையிலிருந்து வெளியேற சுரங்கம் அமைத்துத் தருவது எனது பணி. யாருக்கும் தெரியாமல் அதை விரைவிலேயே முடித்துத் தருகிறேன். அதன் வழியாக நீங்கள் தப்பித்துச் சென்றுவிடலாம். கவலைப்படாதீர்கள்' என்று கனகன் தைரியமளித்தான்.

அதன்படியே சுரங்கப்பாதையினை வெற்றிகரமாக முடித்தவன், பாண்டவர்களிடம் விடைபெற்றுக்கொண்டு அஸ்தினாபுரம் போய்ச் சேர்ந்தான்.

தருமனும் தனது சகோதரர்களை அழைத்துச் சொல்லலானான்.

'சகோதரர்களே! சுரங்க வேலை நாம் எதிர்பார்த்தபடியே கச்சிதமாக முடிந்து விட்டது. எனவே இன்று இரவே, இந்த மாளிகையிலிருந்து புறப்பட்டு விடுவோம். போகும் முன் நாமே இந்த அரக்கு மாளிகைக்குத் 'தீ' வைத்துவிடலாம்.

புரோசனன் நம்மை வேவு பார்ப்பதற்காக அமர்த்தியிருக்கும் பணிப்பெண்ணும் அவருடைய ஐந்து மகன்களும், நள்ளிரவில் தூங்கும் போது இதைச் செய்வோம்.

அப்படிச் செய்வதின் மூலம் தீயில் புரோசனனும் அவனது சதி ஆட்களும் இறந்து போய்விடுவார்கள். அதனால் யாருக்கும் எந்தச் சந்தேகமும் வராது.

சில காலம் நாமும் இங்கிருந்து தப்பிச் சென்று தலை மறைவாக இருப்போம்.'

தருமன் சொன்னதை ஏற்றுக்கொண்ட சகோதரர்கள், குந்தியை அழைத்துக் கொண்டு நள்ளிரவில் புறப்படத் தயாராயினர்.

அன்றிரவு அரக்குமாளிகை தீப்பற்றி எரிந்தது.

'மந்திரி புரோசனனும், குந்தியும், குந்தியின் மைந்தர்களும் மாளிகை தீப்பிடித்து மாண்டு போனார்கள்' என்று அஸ்தினாபுரத்துக்கு தகவல் போனது.

துரியோதனன் தான் நினைத்தபடியே காரியம் நிறைவேறிவிட்டது என்று நிம்மதியடைந்தான்.

திருதராஷ்டிரன் மகிழ்வும் துக்கமும் கொண்டு, அனைவருக்கும் ஈமக் காரியங்களை செய்து முடித்தான்.

அஸ்தினாபுரத்து மக்கள் துயரத்தில் மூழ்கினார்கள். பீஷ்மரோ மனமுடைந்து வேதனையில் ஆழ்ந்தார்.

விதுரரோ, பீஷ்மரைத் தேற்றினார். தானும் நம்பிக்கையோடு இருந்தார்.

அவரது நம்பிக்கை வீண்போகவில்லை.

அரக்கு மாளிகையிலிருந்து சுரங்கப்பாதை வழியாகத் தப்பித்த பாண்டவர்களும், குந்தியும் காட்டைக் கடந்து கங்கைக் கரையை அடைந்தார்கள்.

அங்கே விதுரர் ஏற்பாடு செய்திருந்த படகுக்காரன் மூலம் அக்கரைக்குச் சென்று இடும்ப வனம் என்ற கானகத்தை அடைந்தார்கள்.

வெகுதூரம் நடந்து வந்த களைப்பாலும், பசியாலும், தாகத்தாலும் தவித்துப் போனார்கள்.

அதை அறிந்த பீமன், அனைவரையும் ஒரு பெரிய மரத்தின் நிழலில் அமரவைத்து விட்டு தண்ணீர் கொண்டு வருவதற்காக ஆற்றை நோக்கிப் புறப்பட்டான்.

பாண்டவர்கள் வந்து சேர்ந்த இடம் இடும்ப வனக்காடு. இடும்பன் என்ற அரக்கன் பிடியில் இருந்தது.

குகை ஒன்றினுள் இருந்த இடும்பன், காற்றில் கலந்து வந்த மனிதவாசனையை மூக்கால் நுகர்ந்தவன், உற்சாகத்தோடு தனது தங்கை இடும்பியை அழைத்தான்.

'தங்கையே! கானகத்தில் மானிடர்கள் வந்திருக்கிறார்கள். அவர்களைக் கொன்று இங்கு தூக்கிவா... மனித மாமிசம் சாப்பிட்டு வெகுநாட்களாகிவிட்டன. இன்று நாமிருவரும் நர மாமிசத்தை விருந்தாக உண்போம்' என்றான்.

அண்ணனின் உத்திரவுப்படி, ஆர்வத்துடன் புறப்பட்ட இடும்பி, பாதி வழியில் தண்ணீரைத் தேடி வந்து கொண்டிருந்த பீமனைப் பார்த்தாள்.

பார்த்த கணத்திலே பீமனின் அழகிலும், கம்பீரத்திலும், மனத்தைப் பறிகொடுத்தாள்.

அழகிய பெண்ணாக தன்னை உருமாற்றிக் கொண்டு ஓடிப்போய் பீமன் காலடியில் மண்டியிட்டாள்.

பீமனோ அவளது கைகளிலிருந்து சற்று விலகி, 'பெண்ணே நீ யார்?' உனக்கு என்ன வேண்டும்! என்று கேட்டான்.

'வீரரே! என் பெயர் இடும்பி! அரக்கர் குலத்தைச் சேர்ந்தவள். எனது அண்ணன் இடும்பனோ இந்தக் கானகத்தை ஆண்டு வருகிறான். கானகத்தில் நுழைந்துள்ள மானிடர்களைக் கொல்லவே அவன் என்னை அனுப்பினான்.

ஆனால், நான் தங்களைக் கண்ட முதல் பார்வையிலேயே நேசிக்கத் தொடங்கிவிட்டேன். தயவு செய்து அரக்கர் குலத்தைச் சேர்ந்தவள் என்று மறுத்து விடாமல், மனப்பூர்வமாக என்னை ஏற்றுக் கொள்ளுங்கள்' என்று வேண்டினாள்.

'பெண்ணே! இப்போது நானும் என் குடும்பத்தாரும் சிக்கலான சூழ்நிலையில் உள்ளோம். இந்த நிலையில் காதல், கல்யாணம் என்பதற்கெல்லாம் கொஞ்சம்கூட இடமில்லை. தயவு செய்து என்னை மன்னித்து விடு.'

பீமன் மறுத்துச் சொல்ல, இடும்பியோ மீண்டும் மீண்டும் வற்புறுத்தினாள்.

இந்நிலையில் நீண்ட நேரமாகியும் தங்கை திரும்பி வரவில்லையே' என்று தேடிவந்த இடும்பன் தங்கை மனம் மாறி பீமனை கெஞ்சிக் கொண்டிருப்பதைக் கண்டு கோபம் கொண்டான். தங்கைக்காக பீமனுடன் சண்டைக்குப் போனான்.

அந்த வழியில் பீமனுக்கும், இடும்பனுக்கும் கடுமையான யுத்தம் நடந்தது. இருவரும் ஆக்ரோசமாக கர்ஜனை செய்து கொண்டே மாறி மாறி கைகளால் தாக்கலானார்கள்.

இந்தச் சத்தத்தைக் கேட்ட குந்தியும், மற்ற நான்கு சகோதரர்களும் அங்கே வந்து விட்டார்கள்.

இடும்பி அவர்களை வணங்கி நடந்ததைச் சொன்னாள்.

கோரமாக நடந்த யுத்தத்தின் முடிவில் இடும்பனைக் கொன்றான் பீமன்.

பிறகு குந்தியும், நான்கு சகோதரர்களும் இடும்பிக்கு ஆதரவாகப் பேசி இடும்பியை திருமணம் செய்து கொள்ள பீமனை வற்புறுத்தினார்கள்.

தனக்கும் அது சரியெனப்படவே அந்தக் கானகத்திலேயே இடும்பியை மணந்து கொண்டான்.

ஆனால் ஒரு நிபந்தனை விதித்தான். அதாவது 'இடும்பியின் மூலம் ஒரு குழந்தை பிறக்கும் வரையில்தான் ஒன்றாக வாழ்வேன்' என்று கூறினான்.

அந்த நிபந்தனையையும் இடும்பி ஏற்றுக் கொண்டாள்.

குந்தியும் மற்றவர்களும் வசிக்க அழகான குடில் ஒன்றைக் கட்டியதோடு பணிவுடன் அவர்களை உபசரித்து மகிழ்ந்தாள் இடும்பி.

ஓராண்டிலேயே இடும்பிக்கும், பீமனுக்கும் மகன் பிறந்தான். அவனுக்கு ஜகன் என்று பெயர் சூட்டினர்.

ஆனால் பீமனின் நிபந்தனைப்படி, இடும்பி, பீமனைவிட்டுப் பிரிய வேண்டி வந்தது. அதனால் ஜகனை மட்டும் தன்னுடன் எடுத்துக் கொண்டு குந்திதேவி மற்றும் பீமனின் சகோதரர்களிடம் குழந்தைக்கு ஆசி வழங்கச் சொல்லியதோடு, எப்போது மகன் வேண்டும் என்றாலும் அனுப்பத் தயார் என்று கூறி குழந்தையுடன் விடைபெற்றாள் இடும்பி.

பாண்டவர்கள் இடும்பவனத்திலிருந்து புறப்பட்டு கால் போன போக்கில் நடந்து சென்றனர். வழியில் வியாச மகரிஷி அவர்களைச் சந்தித்தார்.

அன்புடன் வரவேற்ற ரிஷி, அவர்களுக்கு ஆறுதல் சொன்னார்.

'தற்போது படும் துன்பங்கள் எல்லாம் போன ஜென்மத்து வினைகளே, என்று கூறியவர் அவர்களை 'ஏக சக்கரம்' என்ற நகரத்துக்குக் கூட்டிச் சென்றார்.

அங்கு ஒரு பிராமணரின் வீட்டில் தங்க வைத்தார்.

எது நடந்தாலும் மனம் தளராமல் இருக்கும்படி பாண்டவர்களுக்கு உபதேசித்து விட்டு விடைபெற்றுச் சென்றார்.

பாண்டவர்கள் 'ஏகசக்ரம்' வந்த சமயத்தில் அந்த நகரத்தில் ஒரு பெரிய விபரீதம் நடந்து கொண்டிருந்தது.

விதி வசத்தால் பீமன் அந்த விபரீதத்தில் அதில் போராடவும் வேண்டியிருந்தது.

பகாசூரன் வதம்

'**ஏ**கசக்ரம்' நகரில் பிராமணர் ஒருவர் வீட்டில் தங்கியிருந்த பாண்டவர்கள், தாங்களும் பிராமணர்களைப் போலவே வேடமிட்டு, வீதிவீதியாகச் சென்று பிச்சை எடுத்தே பிழைத்து வந்தனர்.

அரசகுமாரர்களான தனது பிள்ளைகள் இப்படி வீதி வீதியாகச் சென்று பிச்சை எடுக்கும் நிலைக்குத் தள்ளப்பட்டதைக் கண்டு குந்திதேவி முதலில் வேதனையடைந்தாள்.

ஆனாலும் விதியின் போக்கை யாரால் மாற்ற முடியும் என்று மனத்தைத் தேற்றிக் கொண்டாள்.

பிள்ளைகள் பிச்சை எடுத்துவரும் உணவை இருசம பாகங்களாகப் பிரித்து ஒரு பங்கை பீமனுக்குக் கொடுப்பாள். மற்றொரு பங்கினை நான்கு பிள்ளைகளுக்குக் கொடுத்துவிட்டு தானும் சாப்பிட்டு வந்தாள்.

அப்படி பாதி பங்கு உணவினை பீமன் உண்டபோதும் அவனுக்கு போதுமானதாக இல்லை.

'வயிறு நிறைய உண்பதற்கு என்ன வழிசெய்யலாம்' என்று யோசித்து வந்தான்.

ஒருநாள் அவனும், அவனது தாயாருமான குந்தி தேவியும் வீட்டிலிருந்தபோது இவர்கள் தங்கியிருந்த பிராமணருடைய வீட்டில் அழுகை சத்தம் கேட்டது.

ஏன் இந்த அழுகைச் சத்தம் என்று தெரிந்து கொள்வதற்காக குந்தி தேவி, பிராமணரின் வீட்டிற்குள் நுழைந்தாள்.

அங்கே பிராமணர், அவருடைய மனைவி, மகன், மகள் நான்கு பேரும் அழுதுகொண்டிருப்பது தெரிந்தது.

'ஐயா! பிராமணரே! ஏன் இப்படி அழுது கொண்டிருக்கிறீர்? என்னிடம் சொல்லுங்கள். என்னால் முடிந்ததைச் செய்கிறேன்' என்றாள்.

'அம்மா... உங்களால் மட்டுமல்ல, யாராலுமே எங்களுக்கு உதவி செய்ய முடியாது இது உயிர் போகிற விஷயம்' என்றார் பிராமணர்.

'உயிர் போகிற விஷயமா... சற்று விரிவாக சொல்லுங்கள்' என்று கேட்டாள் குந்தி.

பிராமணர் தனக்கேற்படவிருக்கும் உயிர்வதையை எல்லாம் அடக்கிக் கொண்டு சொல்லலானார்.

'அம்மா! இந்த 'ஏக சக்கரம்' ஒரு சாபக்கேடான ஊர். இந்த ஊருக்கு வெளியே ஒரு குகை இருக்கிறது. அதில் 'பகாசூரன்' என்னும் அரக்கன் வசித்து வருகிறான்.

அவன் இந்த ஊருக்குள் புகுந்து தன் கையில் சிக்கிய ஆட்களையெல்லாம் பிடித்துத் தின்று வந்தான்.

இவ்விதம் அரக்கனுடைய அட்டூழியம் நாளுக்கு நாள் அதிகரித்து வந்தது. அதனைக் கட்டுப்படுத்திட ஊர்க்காரர்கள் எல்லாம் ஒன்று சேர்ந்து சென்று அரக்கனைச் சந்தித்தார்கள்.

'அடிக்கடி ஊருக்குள் வந்து ஆட்களைப் பிடித்துத் தின்பதற்குப் பதிலாக நாங்கள் உனக்கு வேண்டிய கள், சாராயம், தேன் போன்றவற்றை வண்டியில் ஏற்றி, வண்டியை ஓட்டிவர இரண்டு மாடுகளையும், அத்துடன் வீட்டுக்கொரு மனிதனையும் உன்னிடம் அனுப்பி வைக்கிறோம். நீ மாடுகள் முதல் மனிதன் வரை எல்லாவற்றையும் சாப்பிட்டு ஊருக்குள் வராமல் இருக்க வேண்டும்' என்று கேட்டுக் கொண்டார்கள்.

அரக்கனும் அதற்கு ஒப்புக் கொண்டான்.

இப்படிப்பட்ட கொடுமைகள் தொடர்ந்து நடை பெற்று வந்தன.

ஒவ்வொரு வீட்டிலிருந்தும் ஒவ்வொருவரும் அனைத்துப் பொருள்களுடன் செல்ல வேண்டும்.

அந்த வகையில் எனது வீட்டிலிருந்து ஒருவர் அரக்கனுக்குப் பலியாகும் நாள். நாளை அதற்கு நான் ஒருவன் மட்டும் பலியாவதைவிட குடும்பத்தோடு பலியாகிவிட்டால் எவ்வித பிரச்சினைக்கும் ஆளாக வேண்டியிருக்காதல்லவா... என்று சொல்லிவிட்டு குலுங்கிக் குலுங்கி அழத் தொடங்கினார் அந்தப் பிராமணர்.

பிராமண குடும்பத்தினரின் முடிவினை எண்ணி வேதனைப்பட்ட குந்திதேவி. 'ஐயா! இனி நீங்கள் கவலைப் பட வேண்டாம். உங்கள் கவலைதனை தீர்க்கும் விதமாக, உங்களுக்குப் பதிலாக, என் மகன் பீமனை அரக்கனுக்கு உணவு வண்டியை எடுத்துச் செல்லச் செய்வோம்' என்றாள்.

இதைக்கேட்டு பிராமணர் திடுக்கிட்டுப் போனார்.

'அம்மா! நீங்கள் உங்கள் மகனை எங்களுக்காக அனுப்ப நினைப்பது பெரும் பாவம். ஏனெனில் நீங்கள், எங்கள் வீட்டிற்கு விருந்தாளியாக வந்துள்ளீர்கள். அப்படியிருக்கையில் உங்கள் மகனை எங்களுக்காக பலிகொடுப்பது என்பது தகாத செயல். இதற்கு நான் எப்படி ஒப்புக் கொள்ள முடியும்?' என்று மறுத்தார்.

'ஐயா! என் மகன், அந்த அரக்கனுக்கு இரையாக மாட்டான். அதற்குப் பதிலாக அந்த அரக்கன், இவனால் கொல்லப்படுவான். இது உறுதி. நம்புங்கள். ஆனால் இந்த உண்மையை எவரிடமும் சொல்லிவிடாதீர்கள்' என்று கேட்டுக் கொண்டாள்.

இதற்கு பிராமணர் ஒப்புக் கொண்டார்.

இந்த விஷயத்தை பீமனிடம் சொன்னாள்.

பீமனும் சம்மதித்தான்! அதன் மூலம் தனக்கு ஏகப்பட்ட உணவுப் பண்டங்கள் கிடைக்கும் என்ற ஆவல் அவனை உந்தித் தள்ளியது.

அதற்காக இரண்டு காளைகள் பூட்டிய வண்டியை ஓட்டிக் கொண்டு நகரத்துக்கு வெளியே இருந்த அரக்கனுடைய குகையை நோக்கிப் புறப்பட்டான்.

அரக்கனது எல்லைப் பகுதிக்குச் சென்ற பீமன், கட்டை வண்டியை நிறுத்தினான்.

வண்டியிலிருந்த உணவு வகைகளை ஆசை தீர உண்ணத் தொடங்கினான். பாத்திரங்கள் ஒவ்வொன்றாகக் காலியாகிக் கொண்டு வந்தன.

'இன்னைக்கு என்ன இன்னும் வண்டி வரலே என்னாச்சு' என்று வண்டிவரும் பாதையையே பார்த்துக் கொண்டிருந்தான் பகாசூரன்.

தூரத்தில் வண்டி நிற்பதும், வண்டியிலுள்ள உணவு பதார்த்தங்களை வண்டியை ஓட்டி வந்தவனே தின்று கொண்டிருப்பதையும் கண்டு மிகவும் ஆத்திரம் கொண்டான்.

பயங்கரமாக கர்ஜனை செய்தபடி மலை மீதிருந்து, வண்டியிலிருந்த பீமனை நோக்கி ஓடிவந்தான்.

அரக்கனுடைய கர்ஜனையைக் கேட்டும் கேட்காததுபோல பீமன் தனது காரியத்திலே கண்ணாகயிருந்தான்.

ஆத்திரத்துடன் வந்த பகாசூரன், தன்னைப் பார்க்காமல் வேண்டுமென்றே திரும்பி உட்கார்ந்து சாப்பிட்டுக் கொண்டிருந்த பீமனுடைய முதுகில் ஓங்கி ஒரு குத்துவிட்டான்.

அதைச் சிறிதும் பொருட்படுத்தாத பீமன், எல்லாவற்றையும் சாப்பிட்டுக் காலி செய்து விட்டு பொறுமையாகத் திரும்பினான்.

எதிரே, ஆறடிக்கும் மேலான உயரத்துடனும், சிறிய மலை போன்ற உடலுடனும், பரட்டைத் தலையும், புதர்போல அடர்ந்த தாடி மீசையும், செக்கச் சிவந்த கண்களும் கோரைப் பற்களுமான கோர வடிவத்துடன் நின்று கொண்டிருந்த பகாசூரனைப் பார்த்த மாத்திரத்தில் கொதித்தெழுந்த பீமன், 'வாடா பகாசூரா! நலமா? அடடா... இன்றுதான் நீ பட்டினி ஆயிற்றே. அப்படியிருக்கையில் நீ எப்படி நலமாக இருக்க முடியும்?

ஆனால் அதுவும் நல்லதுதான். ஏனெனில் நீ தான் சிறிது நேரத்தில் இந்தப் பூமியை விட்டு மோட்சத்திற்குச் செல்லப் போகிறாயே. அது தேவையில்லாத ஒன்று. மோட்சத்துக்குச் செல்லும்போது உபவாசம் இருந்தால் புண்ணியம் கூடும்தானே' என்று கிண்டலாக சொன்னான்.

பீமன் சொன்ன கிண்டல் வார்த்தைகள் பகா சூரனின் கோபத்தை தூண்டச் செய்தன. அதனால் ஆக்ரோஷத்துடன், பீமனுடன் யுத்தம் செய்தான்.

தன்னுடன் மோதிய பகாசூரனின் அங்கங்கள் ஒவ் வொன்றையும் முறித்துச் சித்ரவதை செய்தான் பீமன்.

போரின் இறுதியில் பகாசூரனின் கழுத்தை பீமன் முறிக்க, அந்தக் காடே அதிரும்படியாக அலறல் சத்தம். எழுப்பி ரத்தம் கக்கியபடி மடிந்தான் பகாசூரன்.

அவனது உடலை, உணவு கொண்டு வந்த வண்டியிலே ஏற்றிக் கொண்டு, ஏக சக்ர நகரத்திற்குக் கொண்டு சென்று அதன் எல்லையில் வீசி எறிந்து விட்டு வீட்டுக்குச் சென்ற பீமன், தாயாரிடமும், சகோதரர்களிடமும் நடந்ததைச் சொல்ல, அனைவரும் மகிழ்ந்து போனார்கள்.

பிராமணரும், அவரது குடும்பத்தினரும் மகிழ்ச்சி கொண்டு, கண்களில் நீர் மல்க நன்றி தெரிவித்தனர்.

அத்தோடு தனது வீட்டுக்கு விசாரிக்க வந்த நகர வாசிகளிடமெல்லாம், 'என் மீது அன்பு கொண்டவர் ஒருவர் அரக்கனைக் கொன்று என்னைக் காப்பாற்றினார்' என்று பெருமையுடன் கூறினார் பிராமணர்.

திரௌபதியின் சுயம்வரம்

ஏகசக்ரபுர நகரில் பிராமண வேஷம் பூண்டு தாங்கள் யார்? என்று ஒருவருக்கும் தெரியாமல் மறைவாகப் பாண்டவர்கள் வாசம் செய்து கொண்டு வந்தனர்.

அந்த சமயத்தில் பாஞ்சால நாட்டின் ராஜாவான துருபதன் தனது மகள் திரௌபதிக்குச் சுயம்வர ஏற்பாடு செய்தான்.

அந்த நகரத்தில் வாழ்ந்து வந்த பிராமணர்கள் தானங்களைப் பெறவும், வேடிக்கை பார்க்கவும் ஏகசக்ரபுரத்தில் நடைபெறும் சுயம்வரத்துக்குப் போவதாகப் பேசிக் கொண்டனர்.

அதை அறிந்த பாண்டவர்களும், சுயம்வரம் நடக்கும் இடத்திற்குச் செல்ல விரும்புவதாக தனது தாயிடம் தெரிவித்தனர்.

குந்திதேவியும், துருபதனுடைய பாஞ்சால தேசத்துக்குப் போகலாம் என்று அனுமதி தந்தாள்.

தாயின் அனுமதியினைப் பெற்றுக் கொண்ட பாண்டவர்கள், கூட்டம் கூட்டமாகச் சென்று கொண்டிருந்த பிராமணர்களுடன் சேர்ந்து சுயம்வரத்துக்கும் போனார்கள்.

நெடு நாட்கள் நடந்து போய் துருபதனுடைய நகரத்தை அடைந்தனர். அங்குள்ள குயவன் ஒருவன் வீட்டில் தங்கினார்கள்.

அங்கும் பாண்டவர்கள் பிராமண முறைகளைக் கடைப்பிடித்து ஊரில் யாருக்கும் தெரியாமல் இருந்து வந்தனர்.

சுயம்வர நாளில்...!

நான்கு திசைகளிலிருந்தும், ராஜகுமாரர்களும் வீரர்களும் சுயம்வர மண்டபத்தில் நிரம்பி வழிந்து கொண்டிருந்தனர்.

சுயம்வரத்திற்கு துரியோதனனும் அவனது தம்பிகளும், கர்ணன், சிசுபாலன், ஜராசந்தன், சல்லியன், சகுனி, ஜயக்ரதன் போன்ற மன்னர்களும், கிருஷ்ணனும், பரசுராமனும் வந்திருந்தனர்.

அந்த ஜனக்கூட்டத்தின் நடுவே பிராமணவேடம் தரித்த பாண்டவர்களும் அமர்ந்திருந்தார்கள்.

சுயம்வரத்தின் போட்டியாக, மண்டபத்தின் மிகுந்த உயரத்தில் தங்க மீன் ஒன்றைச் சுமந்தபடி ஒரு இயந்திரம் மெல்லச் சுழன்று கொண்டிருந்தது.

அந்த இயந்திரத்தின் நேர் கீழே, பூமிக்கு மேலாக மற்றொரு இயந்திரம் வேகமாகச் சுழன்று கொண்டிருந்தது.

இந்த இயந்திரத்தின் துணை வழியே அம்பைச் செலுத்தி மேலே சுழலுகிற இயந்திரத்தின் தங்க மீனை அடித்து வீழ்த்த வேண்டும் என்பதே சுயம்வரத்தின் நிபந்தனையாக விதிக்கப்பட்டு இருந்தது.

இம்மாதிரி அற்புதமான வில்வித்தையை அர்ஜுனனால் மட்டுமே நிகழ்த்த முடியும் என்பதாலேயே துருபதன் இப்படி ஏற்பாடு செய்திருந்தான்.

ஜோதிடர்கள் குறித்துக் கொடுத்த நாளில், மங்கல கோஷங்களும், வாத்தியங்களும் முழங்க, திரௌபதி, கையில்

மாலையுடன் மண்டபத்துக்குள் பிரவேசித்தாள். சுயம்வரம் தொடங்கியது.

போட்டியில் கலந்து கொள்ள வந்திருந்த அரச குமாரர்கள் ஒவ்வொருவராக வந்து வில்லில் அம்பு பூட்டி, தங்க மீனை வீழ்த்த முயன்றார்கள்.

ஆனால், யாராலுமே தங்க மீனை வீழ்த்த முடியவில்லை. துரியோதனனும் அவனுடைய சகோதரர்களும்கூட முயற்சித்து தோற்றுப் போனார்கள்.

ஏன்? வில்லில் திறன் பெற்றிருந்த கர்ணன் கூட இலக்கை அடிக்க முயன்று நூலிழையில் தோற்றுப் போனான்.

இவ்விதம் மாபெரும் வீரர்களே தோற்றுப் போனதைக் கண்ட மற்ற மன்னர்கள் கலந்து கொள்ளவே அஞ்சினார்கள்.

அந்த நிலையில் சுயம்வரக் கூட்டத்திலிருந்து அர்ஜுனன் எழுந்தான்.

அர்ஜுனன் பிராமண வேடம் தரித்து இருந்ததால், அவனை யாருக்கும் அடையாளம் தெரியவில்லை. இருந்தாலும், அர்ஜுனன் சபைக்கு நடுவில் வந்து, துருபதனிடமும், திரௌபதியின் சகோதரனான திருஷ்டத்யும்னனிடமும் கேட்கலானான்.

'இந்த வில்லை எடுத்து இலக்கை அடிக்க பிராமணனாகிய எனக்கு அனுமதி உண்டா?'

மன்னனும், மன்னனின் மகனும், 'வாலிபனே! இது வீரர்களுக்கான போட்டி இதில் பிராமணர், சத்திரியர், வைசியர், சூத்திரர் என்ற பாகுபாட்டுக்கே இடமில்லை. வீரர்கள் யார் வேண்டுமானாலும் கலந்து கொள்ளலாம்.

இந்த வில்லை நாணேற்றி, குறி தவறாமல் இயந்திரத்தின் தங்க மீனை வீழ்த்தும் எவராக இருந்தாலும், அவருக்கு திரௌபதி மனைவியாவாள், இது சத்தியம் என்றனர்.

அப்படியா? என்று கேட்ட அர்ஜுனன், இயந்திரத்தின் கீழ் வந்து நின்றான். வில்லை எடுத்து நாணேற்றினான். நடுவில் சுற்றுகின்ற இயந்திரத்தின் துவாரம் வழியாக அம்பைச் செலுத்தக் குறி பார்த்தான்.

சபையில் இருந்த அனைவரும் மூச்சுவிடவும் மறந்து அவனையே பார்த்துக் கொண்டிருந்தனர்.

கள்ளிப்பட்டி சு.குப்புசாமி | 59

அதற்குத் தகுந்தாற்போல அர்ஜுனன் சிவபெருமானைத் துதித்து, மனதில் கண்ணபெருமானை வணங்கி இயந்திரத்தின் துணை வழியே அம்பைச் செலுத்தினான். அது மிகச் சரியாக சென்று தங்க மீனை அடித்து வீழ்த்தியது.

அதைக் கண்டு சபையிலிருந்தோர் கைதட்டி ஆரவாரம் செய்தனர்.

கையில் மாலையுடன் தலை குனிந்து நின்றிருந்த திரௌபதி, சபையில் நிலவிய உற்சாக கரகோஷத்தினால் சற்றே நிமிர்ந்து பார்த்தாள். எதிரே நின்றிருந்த பிராமண வேடத்தில் நின்றிருந்த அர்ஜுனனைப் பார்த்தாள்.

பார்த்த கணமே அவனுக்கும், தனக்கும் வெகுநாள் பந்தம் போல உணர்ந்தாள். ஏனோ அவள் மனம் 'இவரை ஏற்றுக் கொள். இவர்தான் உன் கணவர்' என்று சொல்லிக் கொண்டிருந்தது.

அதே நேரத்தில் திருஷ்டத்யும்னனும் தனது தங்கையை பிராமண இளைஞனிடம் அழைத்துச் சென்றான்.

மனசாட்சிக்குக் கட்டுப்பட்ட திரௌபதியும் அர்ஜுனனுக்கு மாலை சூட்டினாள்.

இதனால் துரியோதனன், சல்லியன் முதலான அரசர்கள் கோபமடைந்தார்கள்.

அதனைக் காட்டும் பொருட்டாக, 'பாஞ்சால மன்னன் செய்தது மிகக் கேவலமான செயல். அரசன் மகளை அந்தணன் அடைவதா? இது மன்னர் குலத்துக்கே அவமானம். இதைச் சும்மா விடக்கூடாது. இந்த திரௌபதிக்கு ஒரு சத்திரியன் தேவையில்லையென்றால், போய் நெருப்பில் விழுந்து சாக வேண்டியது தானே. முதலில் அந்த பிராமணனைக் கொல்லுங்கள்' என்றான் துரியோதனன்.

அவ்வளவுதான்! பொறாமையினால் நொந்து கொண்டிருந்த மன்னர்கள் எல்லாரும் அர்ஜுனனைத் தாக்க நெருங்கி வந்தபோது, பயந்து போன திரௌபதி, அர்ஜுனனின் பின்னால் சென்று நின்று கொண்டாள்.

அடுத்த கணம் மண்டபமே யுத்த களம் போலானது.

அர்ஜுனன் வில்லை எடுத்து ஆக்ரோஷமாக எய்தான். பீமன் வெளியே ஓடிப்போய் ஒரு பெரிய மரத்தை வேரோடு பிடுங்கிக் கொண்டு வந்து மன்னர்களை விளாசித் தள்ளினான்.

இருவரின் தாக்குதல்களை எதிர்கொள்ள முடியாமல் மன்னர்கள் பயந்தோடினார்கள்.

துரியோதனன் மற்றும் அவனது சகோதரர்கள் பலத்த அடிபட்டனர்.

இதனால் கோபமடைந்த கர்ணன், தனது வில்லை எடுத்து அம்புச்சரங்களால் அர்ஜுனனைத் தாக்கத் தொடங்கினான்.

யுத்தம் விபரீதத்துக்கு ஆளாவதைப் பார்த்து கிருஷ்ணனும், பலராமனும் தடுத்து நிறுத்த முன்வந்தனர்.

'ராஜகுமாரர்களே! மன்னர்களே! கோபம் கொள்ளாதீர்கள். துருபதன் விதித்த நிபந்தனைப்படி இந்தப் பிராமண இளைஞன் போட்டியிட்டு வெற்றி பெற்றிருக்கிறான்.

தனது வீரத்தால் திரௌபதியை அடைந்திருக்கிறான். சத்திரியர்களாகிய நீங்கள் வீரம் எங்கிருந்தாலும் அதைப் போற்ற வேண்டுமே தவிர, பொறாமை கொள்வது தகாது. வீண் பிரச்சனையால் யுத்தத்தை வளர்ப்பது நியாயமில்லை. இது தர்மமுமில்லை. மனதார மணமக்களை வாழ்த்தி விட்டுப் புறப்படுங்கள்' என்று சமாதானம் செய்து அனைவரையும் அனுப்பி வைத்தார்கள்.

அனைத்து மன்னர்களும் போன பின்னர் அர்ஜுனன் அருகே வந்த கிருஷ்ணன் 'ஐயா! பிராமண இளைஞரே! நான் தங்களை பிறகு வந்து சந்திக்கிறேன்' என்று கண்களில் குறும்பு கொப்பளிக்க சொல்லிவிட்டுப் போனான்.

அர்ஜுனன், திரௌபதியை அழைத்துக் கொண்டு தாங்கள் தங்கியிருந்த குயவன் வீட்டுக்குச் சென்றான்.

திரௌபதியின் அண்ணனான திருஷ்டத்யும்னனும் பின் தொடர்ந்து சென்றான்.

அங்கு நடந்ததை மறைவாகப் பார்த்து வியப்புற்றுத் திரும்பினான். அரண்மனையில் கவலையுடன் அமர்ந்திருந்த துருபதனிடம், 'தந்தையே! கவலைப்படாதீர்கள். போட்டியில் திரௌபதியை வென்று அழைத்துப் போனவரின் வீட்டை நான் கண்டுபிடித்துவிட்டேன்.

அவருடன் சேர்த்து ஐந்து சகோதரர்களும், ஒரு தாயும் இருந்தாள். இவர்களையெல்லாம் பார்த்தபோது எனக்கு பாண்டவர்களும் அவர்களுடைய தாய் குந்திதேவி போன்றும் தெரிந்தார்கள்.

எனவே நீங்கள் அவர்களை அழைத்துப் பேசினால் உண்மையைப் புரிந்து கொள்ளலாம்' என்றான்.

மறுநாள் -

துருபதன் அரச மரியாதைகளுடன் பாண்டவர்களை அரண்மனைக்கு அழைத்து வரச் செய்தான்.

சகோதரர்களில் மூத்தவனான தருமனிடம் விசாரிக்கலானாள்,

'சகோதரர்களுக்கெல்லாம் மூத்தவரே! தயவுசெய்து உண்மையை மறைக்காமல் சொல்லுங்கள். நீங்கள் யார்? உங்களுடைய வர்ணம் என்ன!' என்று கேட்டான்.

'துருபதரே! நாங்கள் பிராமணர்கள் அல்லர்! பாண்டுராஜனின் புத்திரர்களான பஞ்சபாண்டவர்கள் ஆவோம். இவர் எங்கள் தாயார் குந்திதேவி' என்று எதையும் ஒளிக்காமல் தங்களை வெளிப்படுத்திக் கொண்டான் தருமன்.

அதைக் கேட்டு துருபதன் அடைந்த மகிழ்வுக்கு. அளவேயில்லை. முதலில் குந்தி தேவியை வணங்கி மரியாதை செலுத்தினான்.

அவர்களது அந்தஸ்துக்குப் பொருத்தமாக ஆடை ஆபரணங்களை அளித்து உபசரித்தான். விருந்துகளையும் தடபுடலாக செய்தான்.

அதன் பின்னர் துரோணரின் பகையைப் பற்றி இனிக் கவலை இல்லை. மகள் திரௌபதிக்கு அர்ஜுனன் கணவனாக அமைந்து விட்டான் என்று அவனுக்கு மகிழ்ச்சி பொங்கிய வேளையில், துருபதனிடம் தருமர் சகோதரர்களின் ஒப்பந்தத்தைப் பற்றி சொல்லலானான்.

'துருபதரே! தங்கள் மகள் திரௌபதியை நாங்கள் ஐந்து பேரும் மணந்து கொள்ளவிருக்கிறோம். அதற்கு தாங்கள் அனுமதியளிக்க வேண்டும்' என்று கேட்டான்.

திடுக்கிட்டுப் போன துருபதன் 'தருமரே! ஒரு ஆணுக்குப் பல மனைவிகள் இருப்பது வழக்கத்தில் உள்ளதுதான். ஆனால் ஒரு மனைவிக்குப் பல கணவர்கள் என்பது சரியானதல்ல.

இது பூலோகத்திலேயே இல்லாத வழக்கமாக உள்ளதே. சாஸ்திரங்கள் கூட ஒப்புக் கொள்ளாத இப்படியொரு காரியத்தைச் செய்வது முறையாகுமா!' என்று கேட்டான்.

அதற்கு தருமன், 'துருபதரே! முன்பொரு காலத்தில் "ஜடிலை' என்ற பெண் ஏழு பேரை மணந்தாள் என்று புராணம் கூறுகிறது.

அதுபோலவே 'வார்ஷி' என்பவள் பத்து சகோதரர்களுக்கு மனைவியாக வாழ்ந்திருக்கிறாள்.

'அதுபோல ஐந்து சகோதரர்களான நாங்கள் எந்தச் சூழ்நிலையிலும் ஒற்றுமை குலையாமல் சேர்ந்து அனுபவிப்பதாக சபதம் எடுத்துள்ளோம்.

அதுமட்டுமல்லாமல் இது எங்கள் தாய் மூலம் வெளிப்பட்டது. இதை நாங்கள் புறக்கணிக்க இயலாது' என்றான் தருமன்.

என்னதான் தருமன் காரணங்கள் சொன்னாலும், துருபதனும், அவனுடைய மகன் திருஷ்டத்யும்னனும் இதை ஏற்றுக் கொள்ள முடியாமல் தவித்தனர்.

அப்போது வியாசமுனிவர் அங்கு தோன்றினார்.

துருபதனையும், திருஷ்டத்யும்னனையும் தனியே அழைத்துப் போனார்.

இந்த விசித்திர நிகழ்வுக்கான காரணத்தை விளக்கிச் சொல்ல ஆரம்பித்தார்.

'துருபதா! முன்னொரு காலத்தில் இந்திரர்கள் ஐந்து பேர் சிவபெருமானிடம் கர்வத்துடன் நடந்து கொண்டதால் சாபத்திற்குள்ளானார்கள்.

அதன் பின்னர் அவர்கள் மனம் திருந்தி மன்னிப்புக் கேட்டதால் சிவன் இந்திரர்களுக்கு சாபவிமோசனம் அளித்தார்.

அதன்படி ஐந்து பேரும் மனிதப்பிறவி எடுத்து பூலோகத்தில் மிகுந்த புகழுடன் வாழ்ந்து இந்திரலோகம் திரும்புமாறு அருள்புரிந்தார்.

அந்த ஐந்து இந்திரர்களே இங்கு பாண்டவர்களாகப் பிறந்துள்ளார்கள்.

அப்படிப் பிறக்கும் இந்திரர்களுக்கு லட்சுமி தேவியின் அம்சமான ஒரு பெண்ணே மனைவியாவாள் என்றும் விதித்தார்.

அப்படி விதித்ததற்கும் ஒரு காரணம் இருந்தது. உனது மகள் திரௌபதி, போன பிறவியில் சிவ பெருமானைத் துதித்து தவம் செய்தாள்.

சிவன் அவள் முன்பு காட்சி தந்து என்ன வரம் வேண்டும் என்று கேட்டபோது தனக்கு நல்ல கணவன் வேண்டும் என்று ஐந்து முறை சொன்னாள்.

'சிவபெருமானும் உனக்கு ஐந்து கணவர்கள் அமைவார்கள் என்று வரமளித்தார். அதன்படியே இப்போது எல்லாமும் நடந்தது' என்று கூறிய வியாசர் நடந்த சம்பவங்களையெல்லாம் பார்க்கும்படியாக துருபதனுக்கு ஞானக்கண் அளித்தார்.

அதன் மூலம் துருபதன் நடந்தவற்றை அறிந்து மனம் தெளிவடைந்தான்.

'துருபதா! ஒருத்தி ஐந்து பேரை மணப்பது மனித தர்மம் கிடையாது என்பது உண்மைதான்.'

ஆனால், இது தேவ தர்மம்!

எனவே, 'திரௌபதியை பாண்டவர்களுக்கு தயங்காமல் திருமணம் செய்து கொடுக்கலாம்' என்று சொல்லிவிட்டு மறைந்தார்.

அதன் பின்னர் துருபதன் சமாதானமடைந்தான். திருமணத்தை மிகச் சிறப்பாகவும் கோலாகலமாகவும் நடத்தி முடித்தான்!

இந்திரப் பிரஸ்தம்

பாஞ்சால தேசத்தில் திரௌபதியின் சுயம்வரத்தில் நடைபெற்ற சம்பவங்கள் பற்றிய செய்திகள் அஸ்தினாபுரத்துக்குத் தெரிய வந்தது கண்டு விதுரன் பெருமகிழ்வு கொண்டார்.

உடனே தன் தமையனாரும், மன்னருமான திருதராஷ்டாரிடம் சென்று, அண்ணா! 'நம் குலம் பலமடைந்து விட்டது. அதற்கு காரணம் துருபதனின் மகள் நம் மருமகளானது தான். அந்த வழியில் நமக்கு நல்ல காலம் பிறந்துவிட்டது எனலாம்' என்றார்.

அதைக் கேட்ட திருதராஷ்டிரன் 'துரியோதனனும் சுயம்வரத்தில் கலந்துகொள்ள பாஞ்சாலம் சென்றிருந்ததினால் அவன் தான் திரௌபதியை மணந்துள்ளான் போலும் எனக் கருதியவர்,

'ஆம்! விதுரா! நமக்கு நல்ல காலம் தான் பிறந்துள்ளது. உடனே தாமதம் செய்யாமல் விரைந்து சென்று, நம் மருமகள் திரௌபதியை தக்க மரியாதைகளுடன் அழைத்து வா' என்றார்.

திருதராஷ்டிரன் சொன்னதைக் கேட்டதும், தனது சகோதரர், தனது மகன் துரியோதனன் தான் மணந்துள்ளான்

என்பதை தவறாகப் புரிந்து கொண்டதை உணர்ந்தவர், உடனே ஒளிவு மறைவு ஏதுமின்றி உண்மையில் சொல்லலானார்.

"அண்ணா! பாண்டு அண்ணாவின் புதல்வர்களில் அர்ச்சுனன் தான், துருபதன் வைத்த போட்டியில் வெற்றி பெற்று அவனுடைய மகளான திரௌபதியை அடைந்தான். ஆனாலும் ஐவரின் ஒப்பந்தப்படி அவளை மந்திரப் பூர்வமாக திருமணம் செய்து கொண்டனர்.

துருபதனின் பாதுகாப்பில் குந்தி தேவியாரின் ஆதரவில், வழிகாட்டுதலின் பேரில் நலமாக உள்ளனர் என்றார் விதுரன்.

விதுரன் கூறியதைக் கேட்டதும் ஏமாற்றம் அடைந்த திருதராஷ்டிரன் அதனை வெளிக்காட்டிக் கொள்ளாமல், 'விதுரா! நல்ல விஷயத்தை என் மனம் மகிழுமாறு உரைத்தாய்.

என் அன்பிற்குரிய பாண்டவர்கள் இன்றும் உயிருடன் உள்ளார்களா? அவர்கள் அரக்கு மாளிகை தீப்பற்றி எரிந்தபோது அதில் அவர்களும் சிக்கி மாண்டுவிட்டனரோ என்று அஞ்சியிருந்தேன். அந்த அஞ்சுதல் மாறுமாறு இன்று நீ கொண்டு வந்த செய்தியைக் கேட்டு என் உள்ளம் பூரிக்கிறது.

துருபதன் மகள் திரௌபதி, பாண்டவர்களுக்கு மனைவியானாலும் நமக்கு மருமகள் தானே? நல்லது எல்லாம் நல்லது' என்று திருதராஷ்டிரன் சொன்னார்!

இதனைக் கேள்விப்பட்ட துரியோதனன் தன் அருகே நின்று கொண்டிருந்த சகுனியிடம், 'என்ன மாமா! எனக்குப் பயமாக இருக்கிறது. புரோசனனை நம்பி கெட்டுப் போச்சு, நம் பகையாளிகளான இந்த பாண்டவர்கள் நம்மை விடச் சாமர்த்தியசாலிகளாக இருக்கின்றனர். தெய்வமும் இவர்களுக்குத் துணையாயிருக்கிறது. மரணம் இவர்களை எட்டவே எட்டாது போல் இருக்கிறது. சிகண்டியும், திருஷ்டத்யும்னனும் இவர்களுக்குத் துணையாகிவிட்டனர். இனி நாம் செய்யப் போவது என்ன? கேட்டனர்.

சகுனி அதற்கு நேரிடையாகப் பதில் கூறாது, 'அவசரப்படாதீர். யோசிப்போம் மருமகனே' என்று கூறினான்.

உடனே துரியோதனன் தன்னுடன் கர்ணனை அழைத்துக் கொண்டு தன் தந்தை திருதராஷ்டிரனிடம் சென்றான்.

அங்கு அவரிடம், 'தந்தையே நீங்கள் விதுரரிடம் இது நல்ல காலம் என்று கூறினீரே ஏன்?' என்று கேட்டான்.

'மகனே! நம்முடைய சதி எண்ணம் விதுரனுக்குத் தெரியாதிருக்கவே அவ்விதம் சொன்னேன்.'

'ஆமாம் அது தான் சரி. நமக்கு பாண்டவர்கள் எப்போதும் விரோதிகள் தான் என்பதை மறந்து விடாதீர்.'

'ஆகட்டும் மகனே! இனி அடுத்த கட்டமாக என்ன செய்ய வேண்டும் என்பது பற்றி கூறு! அதனைப் பரிசீலிப்போம்' என்றார் திருதராஷ்டிரன்.

'தந்தையே! இந்தப் பாண்டவர்கள் ஐவரும் ஒருதாய் மக்கள் இல்லை. குந்தியின் வயிற்றில் பிறந்தவர்கள் மூவர். மாதுரியின் வயிற்றில் பிறந்தவர்கள் இருவர். எனவே அவர்களுக்குள் பகைமையை ஊட்டி விடுவது ஒரு வழி. துருபதனை நம் பக்கம் இழுப்பது மற்றொரு வழி' என்றான் துரியோதனன்.

அதைக் கேட்ட திருதராஷ்டிரனும், கர்ணனும் துரியோதனா! நீ கூறுவது சரியானதல்ல' என்றனர்.

'அப்படியானால் திரௌபதியைக் கொண்டு, பாண்டவர்களுக்குள் பகைமையை மூட்ட வேண்டும். இயற்கைக்குப் புறம்பாக ஒரு பெண்ணை ஐந்து பேர் மணந்துள்ளனர். காமவேத நிபுணர்களை அவர்களிடம் அனுப்பி வைப்பதுடன் அவர்களின் மனதில் சந்தேகத்தைக் கிளப்பி விடலாம்' என்றான்.

'இந்த யோசனையும் சரியானதல்ல' என்று கர்ணன் கூறியதைக் கேட்டதும் திருதராஷ்டிரன், இனி நாம் தனித்து எந்த முடிவும் எடுக்க இயலாது என்பதை உணர்ந்தார்.

அதற்காக பீஷ்மர், துரோணாச்சாரியருடன் கலந்து பேசினார்.

'ஐயா பீஷ்மரே! பாண்டவர்கள் இப்போது உயிருடன் தான் இருக்கின்றனர் என்றும், அவர்கள் துருபதனின் மகள் திரௌபதியை மணமுடித்து, அந்த மன்னனின் பாதுகாப்பில் உள்ளனர் என்ற விபரமும் தெரிய வந்துள்ளது. அப்படியிருக்கையில் இனி நாம் என்ன செய்யலாம்?' என்று கேட்டார்.

அதற்கு பீஷ்மர், 'மகனே! திருதராஷ்டிரா! பாண்டவர்கள் உயிர் பிழைத்திருக்கிறார்கள் என்று கேள்விப்பட்டதைக் கேட்டு என் மனதிற்கு மகிழ்வாக இருக்கிறது. நல்ல வேளை! உனது பிள்ளைகளாகிய கௌரவர்கள் தான் சதி செய்து

பாண்டவர்களைக் கொன்று விட்டார்கள் என்ற பழியிலிருந்து நீ தப்பித்தாய்' என்று ஆறுதல் கூறினார்.

அடுத்தபடியாக துரியோதனன் பக்கம் திரும்பிய பீஷ்மர், 'துரியோதனா! நீ இந்த ராஜ்ஜியத்தை விரும்புவது போலவே பாண்டவர்களும் இந்த ராஜ்ஜியத்தை விரும்புகிறார்கள்.

அவர்கள் ஆசைப்படுவது நியாயம்தான். அதனால் அவர்களை அழைத்துப் பாதி ராஜ்ஜியம் கொடுத்து பட்டாபிஷேகம் செய்து வைத்தால் உன் மீது சூழ்ந்துள்ள பழி நீங்கும். இதுவே என்னுடைய யோசனை' என்று தர்மமும் நீதியும் அறிந்திருந்த பீஷ்மர் சொன்னார்.

துரோணச்சாரியாரும் அதுவே சரியானது என்று சொன்னார்.

இதைக் கேட்டுக் கொண்டிருந்த கர்ணனுக்கு கோபம் எழுந்தது. பாண்டவர்களுக்குப் பாதி ராஜ்ஜியம் தர வேண்டும் என்று சொன்ன யோசனை அவனுக்குப் பிடிக்கவில்லை.

திருதராஷ்டிரனைப் பார்த்து அவன் சொன்னதாவது,

'பீஷ்மரும், துரோணரும் கூறும் யோசனை எனக்கு உடன்பாடில்லை. நண்பர் துரியோதனனுக்கும் அவ்விதமே. அதனால் இந்த யோசனையை பரிசீலனை செய்வது நல்லது.'

இவ்வாறு கர்ணன் சொன்னதைக் கேட்ட துரோணனுக்குக் கோபம் வந்தது.

'துஷ்டனே! நீ அரசனுக்கு தவறான வழியைக் காட்டுகிறாய். மரியாதை தவறிப் பேசுகிறாய். நானும், பீஷ்மரும் சொன்ன யோசனையை திருதராஷ்டிரன் கேட்காமல் போனால் கௌரவர் சீக்கிரத்தில் அழிந்து போவார்கள் என்பது நிச்சயம்' என்றார்.

அதன் பிறகு திருதராஷ்டிரன், விதுரனிடம் இது சம்மந்தமாகக் கேட்டான்.

அதற்கு விதுரன் 'அண்ணா! ராஜ்ஜிய மக்கள் அனைவரும் பாண்டவர்கள் உயிருடன் இருப்பதைக் கேட்டு மகிழ்ந்து அவர்களை மறுபடியும் கண்ணால் பார்க்க வேண்டுமென்று ஆசையுடன் இருக்கிறார்கள்.

துரியோதனனுடைய பேச்சைக் கேட்டவுடன் 'வேண்டாம், கர்ணன், சகுனி சொல்வதும் சரியல்ல. அதனால் பீஷ்மர் சொன்னபடியே செய்யுங்கள்' என்று கூறினான் விதுரன்.

கள்ளிப்பட்டி சு. குப்புசாமி

பீஷ்மர், துரோணர், விதுரன் சொன்னதையெல்லாம் யோசித்துப் பார்த்த திருதராஷ்டிரன் ஒரு முடிவுக்கு வந்தான். அதாவது பாண்டவர்களுக்குப் பாதி ராஜ்ஜியத்தைக் கொடுத்து விடுவோம் என்றும், பாஞ்சால நாட்டிலுள்ள பாண்டவர்களையும், திரௌபதியையும் அழைத்து வர விதுரனை அனுப்புவது என்ற தீர்மானத்துக்கு வந்தான்.

அதன்படியே அனுப்பப்பட்ட விதுரன், பாஞ்சால தேசத்திற்கு விசையான வாகனத்தில் ஏறிச் சென்றான்.

மன்னன் துருபதனைச் சந்தித்து, 'துருபதர்! அஸ்தினாபுரத்து அரசர் திருதராஷ்டிரர் தங்களைக் கண்டு பேசி, பாண்டவர்களையும் அவர்களின் பத்தினியான திரௌபதியையும் மற்றும் குந்தி தேவியாரையும் அஸ்தினாபுரத்துக்கு அழைத்து வரச் சொல்லி என்னை அனுப்பி வைத்தார். அதற்கு தங்களது அனுமதி வேண்டும்' என்று சொன்னார் விதுரன்.

திருதராஷ்டிரனின் இந்தத் திடீர் அழைப்பு துருபதனுக்கு சந்தேகத்தை தந்தது.

அதன் பொருட்டு விதுரனிடம் 'ஐயா! விதுரரே! இதில் எனது விருப்பமென்று எதுவுமில்லை. பாண்டவர்கள் விருப்பம் எதுவோ அதன்படியே செய்யலாம்' என்று கூறியவாறே, பாண்டவர்களிடம் விதுரனை அழைத்துப் போனான் துருபதன்.

அப்போது அங்கே கிருஷ்ணன் பாண்டவர்களைப் பார்க்க வந்திருந்தான். பாண்டவர்களிடம் மிகுந்த பாசத்துடன் கட்டித் தழுவி ஆனந்தக் கண்ணீர் விட்டான் விதுரன்.

அதன் பின்னர் கிருஷ்ணனை நலம் விசாரித்துவிட்டு, குந்திதேவியிடம் சொல்லலானான்.

'அண்ணியாரே! உன்னையும் பிள்ளைகளான பாண்டவர்களையும் அஸ்தினாபுரம் கூட்டி வரச் சொல்லி மன்னன் திருதராஷ்டிரன் என்னை அனுப்பி வைத்துள்ளார்.'

'புறப்படுங்கள் போகலாம்' என்றார்.

இவ்விதம் விதுரன் சொன்னதைக் கேட்ட குந்திக்கு மனதில் சிறிது சஞ்சலம் தோன்றியது.

'துரியோதனனாலும், அவனுடைய சகோதரர்களாலும் தனது பிள்ளைகளுக்கு ஏதாவது ஆபத்து ஏற்படுமோ, என்று அவள் பயந்தாள்.

அவளது மனநிலையைக் கண்ட கிருஷ்ணன், அவளுக்கு தைரியம் சொல்லலானான்..

'அத்தையே! வீண் கலக்கம் வேண்டாம். விதுரரால் தான் இன்று உனது பிள்ளைகள் உயிருடன் இருக்கிறார்கள். அப்படிப்பட்டவரே வந்து அழைக்கும்போது எதற்கு அஞ்சுகிறாய்?'

'விதுரருடன் கூட அஸ்தினாபுரத்தில் பீஷ்மர், துரோணர், கிருபாச்சாரியார் போன்ற நல்லவர்களும் உங்களுக்குப் பாதுகாப்பாக இருப்பார்கள். அதனால் தயங்காமல் புறப்பட்டுச் செல்லுங்கள் நன்மையே உண்டாகும்' என்று அறிவுரை கூறினான்.

மிகுந்த சந்தோஷமடைந்த விதுரனும்,

"அண்ணியாரே! யாராலும் உன் பிள்ளைகளுக்கு அழிவு நேராது. உண்மையில் இனி அவர்களுக்கு நல்ல காலம்தான். பாண்டவர்களுக்கு ராஜ்ஜியம் கிடைக்கப் போகிறது. அனைவரும் ஜகம் புகழ வாழப் போகிறார்கள். தயக்கமில்லாமல் புறப்பட்டு வாருங்கள்."

இவ்விதம் விதுரன் கூறிய வார்த்தைகளைக் கேட்டு நம்பிய பாண்டவர்களும், தனது தாயாரையும், மனைவி திரௌபதியையும் கிருஷ்ணனையும் அழைத்துக் கொண்டு அஸ்தினாபுரம் சென்றார்கள்.

பாண்டவர்களை வரவேற்க அஸ்தினாபுரத்தில் சிறப்பான ஏற்பாடுகள் செய்யப்பட்டிருந்தன.

அவர்களின் வருகைக்காகவே காத்திருந்த நகரத்து மக்கள் மகிழ்ச்சியுடன் மலர் தூவி வரவேற்றனர்.

பாண்டவர்கள் திருதராஷ்டிரனையும் காந்தாரியையும் சந்தித்து ஆசி பெற்றார்கள். பீஷ்மர், துரோணர், கிருபர் எல்லோரையும் வணங்கி வாழ்த்து பெற்றார்கள்.

மந்திரி சபையில் எடுக்கப்பட்ட முடிவின்படி பாண்டவர்களுக்குப் பாதி ராஜ்ஜியம் தரப்பட்டது. யுதிஷ்டிரனுக்கு முறைப்படி ராஜ்ஜியாபிஷேகம் நடத்தப்பட்டது.

பட்டாபிஷேகம் பெற்ற யுதிஷ்டிரனை, திருதராஷ்டிரன் ஆசீர்வதிக்கலானான்.

‘யுதிஷ்டிரா! என் சகோதரன் பாண்டு இந்த ராஜ்ஜியத்தை விருத்தி செய்தான். அவன் மகனான நீயும் கீர்த்தி பெற்றுச் சுகமாக இருப்பாயாக.

பாண்டுராஜன் என் கட்டளையை எப்போதும் மகிழ்வுடன் செய்து வந்தான். அதுபோன்றே நீயும் என்னுடன் அன்பாய் இருப்பாய் என்று நம்புகிறேன்.

என் மகன்கள் துராத்மாக்கள், அகங்காரம் கொண்டவர்கள். இவர்களுடன் உங்களுக்கு விரோதம் வரக்கூடாது என்பதற்காக நான் இந்த ஏற்பாட்டினை செய்திருக்கிறேன்.

நீங்கள் காண்டவப் பிரஸ்தத்துக்குப் போய் அங்கே உங்கள் ராஜதானியை அமைத்துக் கொள்ளுங்கள்.

நம்முடைய முன்னோர்களான புரூரவஸீம், நகுசனும், யயாதியும் அந்த நகரத்தில் இருந்துதான் ராஜ்ஜிய பாரம் வகித்து வந்தார்கள்.

நம்முடைய வம்சத்துக்கு அதுதான் புராதன ராஜ தானி, அதை நீ புதுப்பித்து புகழ் பெறுவாயாக’ என்றான்.

இவ்விதம் திருதராஷ்டிரன், யுதிஷ்டிரனுக்கு நல்ல அறிவுரைகளையும், அதற்கான வழிகளையும் கூறினான்.

அதன் பின்னர் திருதராஷ்டிரனிடம் அனுமதி பெற்றும், அஸ்தினாபுரத்து மக்களிடம் விடைபெற்றுக் கொண்டும், காண்டவப் பிரஸ்தம் போய்ச் சேர்ந்தார்கள்.

பாண்டவர்களுடன் சென்ற கிருஷ்ணன் தேவலோகக் கலைஞனான விஸ்வகர்மாவை அழைத்தான்.

‘இந்தக் காண்டவப் பிரஸ்தத்தை, விண்ணுலகின் இந்திரலோகம் போல புதுப்பித்துக் கட்டி கொடு’ என்று கட்டளையிட்டான்

அதன்படியே காண்டவப் பிரஸ்தத்தை ஒரு மாயாலோகம் போன்று வடிவமைத்தான் விஸ்வகர்மா. உறுதியான கோட்டைக் கொத்தளங்கள், அகழிகள், மாட மாளிகைகள், விஸ்தாரமான வீதிகள், குடி மக்கள் வசிக்க அழகிய வீடுகள், அற்புதமான நந்தவனங்கள், மிகப்பெரிய ஏரிகள், குளங்கள் என்று ஒரு குறையும் இல்லாத அளவிற்கு காண்டவப்பிரஸ்தம் சொர்க்கம் போல ஜொலித்தது.

அந்த நகருக்கு ‘இந்திரப்பிரஸ்தம்’ என்று கிருஷ்ணன் பெயர் சூட்டினான்.

பாண்டவர்கள் இந்திரப் பிரஸ்தத்திலிருந்தே தங்கள் ராஜ்ஜியத்தை ஆளத் தொடங்கினார்கள்.

குடிமக்களிடம் மிகுந்த அன்பு செலுத்தினார்கள்.

நியாயமான வரியை வசூலித்தார்கள்.

மக்களுக்குத் தேவையானவற்றை செய்தார்கள்.

நீதி தவறாத வகையில் ஆட்சி நடத்தினார்கள்.

குடிமக்கள் நிம்மதியாகவும், மகிழ்வாகவும் எவ்வித பயமுமின்றியும் கவலை இன்றியும் சுகமாக வாழ்ந்து வந்தனர்.

இந்தச் சமயத்தில்தான் கிருஷ்ணனின் தங்கையான சுபத்திரையைக் காதலித்து அர்ஜுனன் மணமுடித்தான்.

சுபத்திரை கர்ப்பமுற்று அபிமன்யூவை பெற்றெடுத்தாள். அதேசமயத்தில் பாண்டவர்கள் ஐவருக்கும் ஐந்து பிள்ளைகளைப் பெற்றெடுத்துக் கொடுத்தாள் திரௌபதி.

இந்தச் சூழ்நிலையில் ஒரு நாள் மூவுலக வலம் வாசியான நாரதர் இந்திரப்பிரஸ்தத்துக்கு வந்தார்.

ஜராசந்தன் வதம்

நாரதரின் வருகையைக் கண்டதும், தானே எழுந்து போய், எதிர்கொண்டு வரவேற்றான் தருமன்.

‘சுவாமி! தங்களின் வருகையினால் இந்த ‘இந்திரப் பிரஸ்தம்’ புனிதமடைந்தது. அதன் மூலம் நானும் புண்ணியனானேன்’ என்றான்,

“நலம் உண்டாகட்டும்” என்று வாழ்த்தினார் நாரதர். உபசரிப்புக்குப் பின்னால், ‘சுவாமி! தாங்கள் இங்கு வந்ததின் நோக்கத்தை நான் அறிந்து கொள்ளலாமா? என்று பணிவுடன் கேட்டான்.

‘தருமா! நான் விண்ணுலகிலிருந்து உனக்கோர் தகவலைக் கொண்டு வந்திருக்கிறேன்’ என்றார் நாரதர்.

‘சொல்லுங்கள் சுவாமி!’

‘விண்ணுலகில் உள்ள உன் தந்தை பாண்டு தான் என்னை அனுப்பி வைத்தார்.

‘என்ன சொன்னார் என் தந்தை?’

‘யாகங்களில் சிறந்ததான ராஜசூய யாகத்தை நடத்த வேண்டும் என்று சொன்னார்.’

“இதன் மூலம் என்ன பலன் இருக்கிறது?’

‘உன் தந்தை பாண்டுவுக்கு இந்திர சபையில் இடம் கிடைக்கும்’

‘அப்படியென்றால் நான் யாகத்தைத் தொடங்குகிறேன்.’

‘தருமா! நீ எளிதாக சொல்லிவிட்டாய். இந்த யாகமானது அவ்வளவு சுலபத்தில் செய்யக் கூடியதல்ல. பல இடையூறுகளும், சிக்கல்களும் ஏற்படும். அதனால் யோசித்துச் செய்’ என்று கூறிவிட்டுக் கிளம்பினார் நாரதர்.

தருமன் இது சம்மந்தமாக கிருஷ்ணனிடம் ஆலோசனை கேட்டான்.

‘தருமனே! ராஜசூய யாகம் நடத்த உனக்கு எல்லாத் தகுதிகளும் இருக்கிறது. ஆனாலும்...’

‘சொல்லுங்கள் கிருஷ்ணரே!’

‘சத்திரிய வம்சத்தினர் மிகப்பெரிய சிக்கலில் இருக்கிறார்கள். அதற்கு காரணமாக இருப்பவன் ஜராசந்தன்.’

‘அவனால் என்ன சிக்கல்...’

“மகத நாட்டு மன்னனான அவன், இதுவரை எண்பத்தாறு நாட்டு அரசர்களை வென்று சிறைப்படுத்தி வைத்திருக்கிறான். இன்னும் பதினான்கு அரசர்களை வென்று சிறைப்பிடிக்கவும் திட்டமிட்டுள்ளான்.

அது மட்டும் நடந்து விட்டால் ஜராசந்தனை யாராலும் வெல்ல முடியாது. அவன் இதுபோல் நூறு அரசர்களை சிறைப்பிடித்து வைத்திருப்பது எதற்குத் தெரியுமா?”

‘அவர்களின் ராஜ்ஜியங்களை அபகரிக்கத்தானே’

‘இல்லை! அவன் நரமேதம் என்கிற யாகத்தைச் செய்ய நிச்சயித்திருக்கிறான். நூறு அரசர்களை ஜெயித்தவுடன் ரூத்திரருக்குப் பலிகொடுத்து அவர்களுடைய தலையை வெட்டி ஹோமத் தீயில் போட்டு, யாகத்தை நிறைவு செய்ய முடிவெடுத்திருக்கிறான்.

‘இத்தகைய கொடுமைக்காரனை இதுவரை யாருமே எதிர்க்கவில்லையா?’

‘அவன் பேராற்றல் மிக்கவன். அவனைக் கண்டு சத்திரியர்கள் பயந்து பணிந்து கிடக்கிறார்கள். சிசுபாலன் போன்ற மாபெரும் வீரர்கள் கூட அவனை ஆதரிக்கிறார்கள்.

இதற்கெல்லாம் மேலாக யாதவர்களாகிய எங்களையே ஊரை விட்டே விரட்டினான் என்றால் பாருங்களேன்.’

“என்ன! அவன் உங்களையும் எதிர்த்தானா?’

‘கொடியவனான சம்சனை நான் கொன்றேன். அந்த கம்சன் ஜராசந்தனின் மகளை மணந்தவன். சும்மா விடுவானா ஜராசந்தன்? எங்களுக்குத் தொல்லைக்கு மேல் தொல்லைகளைக் கொடுத்து வந்தான். அவனது தொல்லைகளைப் பொறுக்க முடியாமல்தான் நாங்கள் மதுராவிலிருந்து துவாரகாபுரிக்குப் போய்ச் சேர்ந்தோம்.’

‘அவனுக்கு இத்தனை பேராற்றல் எப்படி வந்தது... கிருஷ்ணா’ என்று ஆர்வத்துடன் கேட்டான் பீமன்.

‘சொல்கிறேன் பீமா’ என்று மகதநாட்டு மன்னன் ‘பிருகத்ரதன்’ கதையைச் சொல்லத் தொடங்கினான்.

‘பிருகத்ரதன்’ வலிமை மிகுந்த மூன்று சேனைகளை வைத்திருந்தான். காசி ராஜனுக்குப் பிறந்த இரட்டைப் பெண்களை மணமுடித்துக் கொண்டான்.

பல ஆண்டுகள் அவனுக்குக் குழந்தைப்பேறு ஏற்படவில்லை. அதனால் தனது இராஜ்ஜியத்தை மந்திரிகளிடம் ஒப்படைத்துவிட்டு, இரு மனைவிகளையும் அழைத்துக் கொண்டு வனத்திற்குச் சென்றான்.

அங்கே தவமிருந்து வரும் நாளில், கௌதம வம்சத்தைச் சேர்ந்த சண்ட கௌசிகர் என்ற முனிவரைச் சந்தித்து தனது மனக்குறையை கூறினான்.

அவன் மீது கருணை கொண்டு ஒரு கணம் தியானத்தில் ஆழ்ந்தார். அப்போது அவரது மடியில் ‘மாங்கனி’ ஒன்று விழுந்தது.

அக்கனியை எடுத்த முனிவர், பிரகத்ரதனிடம் கொடுத்து ‘பிருகத்ரதா! இக்கனியில் உன் மனக்குறை நீங்கும். பெற்றுக்கொள்’ என்று கூறியருளினார்.

கனியைப் பெற்றுக்கொண்ட மன்னன் தனது இரு மனைவியருக்கும் இரு பங்காகப் பங்கிட்டுக் கொடுத்து உண்ணச் செய்தான்.

கனியை உண்ட சில மாதங்களிலே கர்ப்பம் அடைந்த பெண்களுக்கு, குறித்த காலத்தில் குழந்தை பிறந்தது. இதிலே ஒரு ஆச்சரியம் என்னவென்றால் இருவருக்கும் தனித்தனியாக பிண்டங்களின் வலப்பகுதி ஒரு பெண்ணுக்கும், இடப்பகுதி இன்னொரு பெண்ணுக்குமாக பிறந்தது.

அருவருப்படைந்த மன்னன். அக்குழந்தையினை துணி ஒன்றில் கட்டி, வனத்தில் போட்டு வரச் சொன்னான்.

அவ்விதம் போடப்பட்ட குழந்தையின் உடல் வாடையினை அப்பகுதியில் வாழ்ந்து வந்த அரக்கி இரு துண்டங்களாக இருந்த உடலை ஒன்றாக வைத்து சாப்பிட நினைத்தாள்.

அப்போது ஒன்றாக இணைக்கப்பட்ட பிண்டங்கள், ஒன்றாக இணைந்து உயிர் பெற்று ஓர் குழந்தையாக உருவெடுத்து அழத் தொடங்கியது.

"இத்தகைய அபூர்வ குழந்தையினை தான் கொல்லலாகாது' என்று எண்ணிய அரக்கி அந்த அழகான ஆண்குழந்தையை எடுத்துப் போய் பிருகத்ரதனிடம் கொடுத்தான்.

அதைக் கண்டு அவன் மகிழ்ந்தான். அக்குழந்தையினை இரு மனைவிகளிடமும் கொடுத்து வளர்க்கச் சொன்னான்.

அப்படி வளர்க்கப்பட்ட குழந்தையே "ஜராசந்தன்" ஆவான். முனிவரின் அருளால் பிறந்ததினால் உடல் வலிமை அதிகம் பெற்றிருந்தது.

அத்தகைய உடல் கொண்ட ஜராசந்தன் வளர்ந்து ஆளாகி மகதநாட்டின் பொறுப்பினை ஏற்று, எண்ணற்ற அரசர்களை வென்று தன் வலிமையைப் பெருக்கிக் கொண்டான்.

அவனது உற்ற துணைவர்களாக விளங்கிய ஹம்சன், இடும்பகன், கம்சன் என அனைவரும் ஒவ்வொருவராக மடிந்து போயினர்.

வலிமை பெற்ற ஜராசந்தன், இப்போதும் 'அவனுடைய உடல் இரண்டாகப் பிரியும் தன்மையோடுதான் இருக்கிறது' என்று ஜராசந்தன் பிறப்பைப் பற்றி சொல்லி முடித்தான் கிருஷ்ணன்.

தருமன் மனம் சோர்ந்து போனான்.

'கிருஷ்ணா! உங்களாலேயே வெல்ல முடியாத ஜராசந்தனை வேறு யார் தான் வெல்ல முடியும்? வேண்டாம். இந்த ராஜசூய யாகத்தைக் கைவிட்டு விடுவோம்' என்றான்.

'தருமா! நம்பிக்கையிழக்காதே! கொடியவனான ஜராசந்தன் விரைவில் கொல்லப்பட வேண்டியவன்தான். அதை நாமே செய்வோம்.

பீமனும் அர்ஜுனனும் சம்மதம் தெரிவித்தால், நானும் அவர்களுடன் சேர்ந்து மூவருமாகச் சென்று அவனை எந்த விதத்திலாவது வதம் செய்து விட்டுத் திரும்புகிறோம்' என்று தைரியம் கூறினான் கிருஷ்ணன்.

இருவருடைய சம்மதத்தின் பேரில் மூவரும் உற்சாகமாக ஜராசந்தனது இருப்பிடத்தை நோக்கிப் புறப்பட்டார்கள்.

அழகானதும், செழிப்பானதுமான மகத நாட்டை அடைந்த மூவரும் வேதியர்களைப் போலவே வேடம் தரித்துக் கொண்டனர்.

'கிருஷ்ணா! எதற்காக இந்த வேதியர் வேடம்? என்று கேட்டான் பீமன்.

'பீமா! படைகளோடு வந்து போரிட்டு ஜரா சந்தனை வெல்வது என்பது முடியாத காரியம். அவனை தனிச் சண்டையில்தான் வெல்ல வேண்டும்.'

'எந்த சண்டைக்கு அவனை அழைப்பது.'

'மல்யுத்தம் செய்ய அழைக்கலாம்...!'

'வருவானா!'

'உறுதியாக வருவான். ஏனெனில் அதுதானே சத்திரிய தர்மம்.'

'அவன் அரண்மனையை விட்டு எப்படி வெளியே வருவான்?'

'நாம் அரண்மனைக்குள் செல்வோம்' என்று சொன்ன கிருஷ்ணன், இருவரையும் அழைத்துக் கொண்டு அரண்மனைக்குள் நுழைந்தான்.

வேதியர் வேடத்தில் சென்ற மூவரையும் ஜராசந்தன் அன்புடன் வரவேற்றான்,

மூவரையும் இருக்கைகளில் அமருமாறு சொன்னான்.

அமர்ந்தவர்களிடம் தங்களுக்கு என்னிடத்தில் என்ன வேண்டும் என்று கேட்டான்.

‘இரவில் நாங்கள் தனிமையில் சந்தித்து நாட்டு நலன்பற்றி உங்களிடம் சொல்ல வேண்டும். அப்போது எங்களுக்கு என்ன வேண்டும் என்பதையும் சொல்லுகிறோம்’ என்றான் கிருஷ்ணன்.

அதன்படியே நள்ளிரவில் நந்தவனத்திற்கு வந்து அவர்களைச் சந்தித்தான் ஜராசந்தன்.

‘சரி! இப்போது சொல்லுங்கள். உங்களுக்கு என்ன வேண்டும்!’ என்று கேட்டான் ஜராசந்தன்.

‘ஜராசந்தா! நாங்கள் மூவரும் உன் பகைவர்கள். நான் கண்ணன். இவர்கள் பாண்டு புத்திரர்கள். இவன் பீமன். அவன் அர்ஜுனன். உன்னிடம் நாங்கள் மல்யுத்தத்தை வேண்டுகிறோம். எங்களில் யாருடனும் உன் விருப்பப்படி சண்டையிடலாம்.’

கிருஷ்ணன் சொன்னதைக் கேட்டு பூமி அதிரச் சிரித்தான் ஜராசந்தன்.

‘வா! கண்ணா வா! என் மருமகனைக் கொன்ற உன்னை பழி தீர்த்துக் கொள்ளத்தான் காத்திருக்கிறேன். முதலில் மல்யுத்தத்தில் எனக்குச் சமமானவனை ஜெயித்துக் கொன்றுவிட்டு, பிறகு இருவரையும் கொல்கிறேன். கிருஷ்ணா! நீ இடையர் குலத்தில் பிறந்தவன். அர்ஜுனனோ சிறுவனாக இருக்கிறான். மல்யுத்தத்தில் எனக்குச் சமமாக சண்டையிடத் தகுந்தவன் பீமன்தான். எனவே நான் பீமனுடனே, யுத்தம் செய்கிறேன்’ என்றான்.

பீமனும் மல்யுத்தத்திற்குத் தயாரானான்.

நந்தவனத்திலே மல்யுத்தம் ஆரம்பமானது.

இருவரும் வெறும் கைகளாலேயே கட்டிப்பிடித்து நசுக்கியும் தாக்கியும் குத்திக் கொண்டும் சண்டையிட்டுக் கொண்டார்கள்.

கடைசியில் ஜராசந்தன் களைப்படைந்தான்.

உடனே பீமன், ஜராசந்தனை தலைக்குமேல் தூக்கி நூறு முறை சுற்றி கீழே போட்டு, கால்களைப் பிடித்து உடலை இரண்டாகக் கிழித்து வீசியெறிந்தான்.

ஆனால் என்ன ஆச்சரியம்!

கிழிபட்ட உடல்கள் தானாகவே மீண்டும் ஒன்று சேர்ந்து கொண்டன. ஜராசந்தன் மீண்டும் உயிர்பெற்று எழுந்து பீமனுடன் யுத்தமிடத் தொடங்கினான்.

இதைப் போலவே பலமுறை நடந்தது.

பீமனுக்கு இவனை எப்படிக் கொல்வது என்றே தெரியவில்லை. விழித்துக் கொண்டிருந்தான்.

அந்த நேரத்தில் கிருஷ்ணன் ஒரு தர்ப்பைப் புல்லை இரண்டாகக் கிழித்து, அவைகளை தலைமாற்றிப் போட்டான்.

பீமன் அந்தக் குறிப்பைப் புரிந்து கொண்டான்.

இம்முறை ஜராசந்தனின் உடலைக் கிழித்தவுடன் அந்த இரண்டு பாகங்களையும் அப்படியே வீசாமல் கால் மாற்றிப் போட்டான்.

உடல் பாகங்கள் ஒன்று சேரமுடியாமல் முதுகோடு முதுகு முட்டிக் கொண்டு ஜராசந்தன் மடிந்து போனான்.

அவனால் சிறைப்பிடித்து வைக்கப்பட்டிருந்த அரசர்கள் அனைவரும் விடுவிக்கப்பட்டு அவரவர் நாடு சென்று சேர்ந்தனர்.

ராஜசூய யாகத்தைப் பொறுத்தவரை ஜராசந்தன் வதம் முக்கிய இடம் பெறுகிறது.

யாகம் நிறைவேறியது

ராஜசூய யாகம் செய்ய இடையூறாக இருப்பான் என்று கருதப்பட்ட ஜராசந்தன் இறந்து போனதால் தருமன், தான் விரும்பியபடியே ராஜசூய யாகம் செய்ய நிச்சயித்தான்.

அக்காலத்தில் மன்னர்கள் பலர் சுதந்திரமாக ஆட்சிபுரிந்து வந்தனர்.

தர்மம், பண்பாடு என அனைத்தையும் மன்னர்கள் அனைவரும் ஒரே மாதிரியாகப் பின்பற்றி வந்தாலும், ஒரு மன்னரது ஆட்சிக்கு உட்பட்ட நாட்டில் மாற்றரசன் நுழையமாட்டான்.

ஆனாலும் அவ்வப்போது வெகு பராக்கிரம சாலியாக உள்ள மன்னன், மற்ற நாட்டு அரசர்களிடம் தூது அனுப்பித்தான் இராஜாதி இராஜனாக இருந்திட அனுமதி கோரிப் பெறுவான்.

பெரும்பாலும் இந்த அனுமதியை அம்மன்னன் யுத்தம், கலவரம் என ஏதுமின்றியே பெறுவான்.

அவ்வாறு பிற மன்னர்களிடம் அனுமதி பெற்றபின் மாபெரும் ஓர் இராஜசூய யாகத்தை வெகு விமரிசையாக அம்மன்னன் நடத்துவான்.

அந்த யாகத்திற்கு அனைத்து மன்னர்களும் வந்து பேரரசனின் ஆட்சியை மனதார ஏற்றுத் தத்தம் நாட்டிற்குத் திரும்பிச் சென்றிடுவர்.

இவ்வழக்கப்படி ஜராசந்தனின் வதத்திற்குப் பின் பாண்டவர்கள், மன்னர்கள் அனைவரையும் வரவழைத்து இராஜசூய யாகத்தை நடத்தினர்.

அப்போது தங்களது அழைப்பிற்கு இணங்கி அவைக்கு வந்திருப்போருக்கு மரியாதை செய்யும் சமயமும் வந்தது.

"எவருக்கு முதல் மரியாதை செய்வது?' என்ற கேள்வி எழுந்தது.

அப்போது கங்கையின் மைந்தரான பீஷ்மரிடம் சென்ற தருமன், 'ஐயா பிதாமகரே! எல்லோருக்கும் மரியாதை செய்வதற்கு முன்பாக அவர்களுள் முதல் மரியாதையை நான் யாருக்குச் செய்வது?' என்று கேட்டான்.

'தருமனே! நம் முன்னே தெய்வமாக நிற்பவன் கிருஷ்ணனே! அவனே எல்லா வகையிலும் வழிபடத் தகுந்தவன். அவனுக்கே முதல் மரியாதை செய்வது நல்லது' என்றார்.

இதை ஏற்றுக் கொண்ட தருமன், முறைப்படி கிருஷ்ணனை வழிபட்டு, அவனுக்கே முதல் மரியாதை செய்தான்.

இதை அங்கிருந்த மற்ற மன்னர்கள் எல்லோருமே ஏற்றுக்கொண்டபோதிலும், சேதி நாட்டு அரசனான "சிசுபாலன்" மட்டும் ஒப்புக்கொள்ள மறுத்தான்.

கோபத்துடன் எழுந்தவன்,

'சபையோர்களே! இந்த சபையில் குருகுல கிருபாச்சாரியார், ஆசிரியரான துரோணர், கங்கையின் மைந்தன் பீஷ்மர் என எத்தனையோ மூத்தோர்கள் இருக்க, மாடுகள் மேய்க்கிற குலத்தில் பிறந்தவனுக்கு ஏன் முதல் மரியாதை' என்று படபடவென்று பொறிந்து தள்ளியவன், கிருஷ்ணன் பக்கம் திரும்பி மீண்டும் பேசலானான்:

'கிருஷ்ணா! பாண்டவர்கள் சுயநலத்துடன் உனது தயவை எதிர்பார்த்து உனக்கு முதல் மரியாதையை செய்துவிட்டார்கள்.

ஆனால் இந்த மரியாதை, உனக்குத் தகுதியானதா! என்று நீயாவது யோசித்திருக்க வேண்டாமா?

பூஜைக்கான நெய் சிந்தி கிடந்தால் புனிதம் தெரியாத நாய் அதை நக்கிச் சாப்பிடுவது போல, தருமன் செய்த பூஜையை

ஏற்றுக்கொண்டு விட்டாயே' என்று கேவலமாகப் பேசி திட்டிக் கொண்டே இருந்தான்.

பாவம்! பேசியது அவனல்ல. அவனைப் பேச வைத்தது அவனது விதி. இத்தனைக்கும் சிசுபாலன், பலராமன், கிருஷ்ணன் ஆகியோரின் சகோதரியின் மகன்.

தாய்மாமன் என்றும் பார்க்காமல் இழிவான வார்த்தைகளால் சிசுபாலன் திட்டிக் கொண்டேயிருந்தான்.

இவ்வளவு இழிவாக சிசுபாலன் பேசும்போது கிருஷ்ணன் ஏன் இன்னும் பொறுமை காத்துக் கொண்டிருக்கிறான் என்று தான் பாண்டவர்களுக்கு ஒன்றும் புரியவில்லை.

பீமனும் அர்ஜுனனும் கொந்தளித்துப் போனார்கள். நகுல சகாதேவர்கள் ஆயுதங்களுடன் சிசுபாலனைத் தாக்கத் தயாரானார்கள்.

அவர்களை தடுத்த பீஷ்மர் 'அவசரப்படாதீர்கள்! இது கிருஷ்ண, காரியம். கிருஷ்ணன் தான் கொடுத்த வாக்குறுதியைக் காப்பாற்றிக் கொண்டிருக்கிறான்' என்றார்.

'என்ன எண்ணிக்கை? என்ன வாக்குறுதி! பொறுமையிழந்து கேட்டார்கள் பாண்டவர்கள்.

மீண்டும் பீஷ்மர் சொல்லத் தொடங்கினார். 'சேதி தேசத்து மன்னனின் மனைவி, கிருஷ்ணனின் சகோதரி ஆவாள்.

அவருக்கு ஒரு மகன் பிறந்தான். அவன் பெயர்தான் சிசுபாலன். அவன் பிறக்கும் போதே மூன்று கண்களும் நான்கு கைகள் கொண்டவனாக இருந்தான். இதைக் கண்டு சேதி தேசத்து மன்னனும் அவன் மனைவியும் கண்டு பதறிப் போனார்கள்.

அப்போது அசரிரீ ஒலித்தது.

"மன்னனே! உன் குழந்தையைக் கண்டு மனம் கலங்க வேண்டாம். இவன் பிற்காலத்தில் பெரும் வீரனாகவும், புகழ்மிக்கவனாகவும் விளங்குவான்.

இவனுடைய கூடுதலான ஒரு கண்ணும், இரண்டு கைகளும் யார் தொடுவதனால் மறைகிறதோ, அவன் கையினாலேயே இவன் கொல்லப்படுவான் என்றது.

அதன் பிறகு பல தேசத்து மன்னர்கள் வரவழைக்கப்பட்டு, தொட்டிலில் இட்டு விழா நடத்தினார்கள்.

ஒவ்வொருவரின் மடியிலும் சாத்திரப்படி போட்டுப் பார்த்தனர். இயற்கைக்கு விரோதமான குழந்தையின் அங்கங்கள் மறையவில்லை.

கடைசியில் தாய் மாமனாகிய கிருஷ்ணனை ஆசிர்வதிக்குமாறு சொல்லி, அவனுடைய மடியில் தனது குழந்தையைப் போட்டாள் சகோதரி.

அப்போது அந்தக் குழந்தையின் நெற்றிக்கண்ணும் இரண்டு கைகளும் மாயமாக மறைந்தன.

கிருஷ்ணனின் சகோதரி திடுக்கிட்டுப் போனாள்.

'கிருஷ்ணா! உன்னால் தான் எனது பிள்ளைக்கு மரணமா?' என்று மனம் கலங்கினாள் சகோதரி.

'கிருஷ்ணா! நீ எனக்கு ஒரு வரம் தருவாயா!' என்று கேட்டாள்.

"கேளு சகோதரி...'

'என்னுடைய மகன் சிசுபாலன் செய்யும் நூறு குற்றங்களையும் நீ பொறுத்துக் கொள்ள வேண்டும். அதுவரை அவனுக்கு உன்னால் எந்த ஆபத்தும் வரக் கூடாது' என்று வரம் கேட்டாள்.

"அப்படியே ஆகட்டும்" என்று வரம் அளித்தான் கிருஷ்ணன்,

ஆனால் அந்த வரத்தின் எல்லைக்கோட்டை தனது ஆணவத்தால் சிறுகச் சிறுக அழித்து வந்தவன், அவதார புருஷனான கிருஷ்ணனை சாதாரண மனிதனென்றே வசைபாடி வருகிறான். இவைகளையெல்லாம் பார்க்கும்போது, அவனுக்கு முடிவுக் காலம் நெருங்கிவிட்டது என்றுதான் எனக்குத் தோன்றுகிறது' என்று சொன்னார் பீஷ்மர்.

அப்போது சிசுபாலன் மற்ற மன்னர்களைப் பார்த்து, "குருடன் கையிலே ஓவியத்தைக் கொடுத்தது போல ஆண்மை இல்லாதவனுக்குத் திருமணம் செய்து வைத்தது போல, ராஜ்ஜியமில்லாத இந்தக் கிருஷ்ணனுக்கு மன்னனுக்குரிய முதல் மரியாதையைச் செய்கிறார்கள்.

இனியும் நாம் இங்கிருந்து அவமானப்பட வேண்டாம். வாருங்கள் வெளியேறுவோம்" என்றான்.

சிசுபாலனைத் தொடர்ந்து சில மன்னர்கள் எழுந்து சென்றார்கள்.

கிருஷ்ணன் அவர்களிடம் கூறலானான்.

'மன்னர்களே! நான் இந்த யாகத்துக்கு வரும்போது மனதில் இரண்டு உறுதிகளுடன் வந்தேன்.

முதலாவது, யாகத்துக்குக் குறுக்கீடு செய்து குழப்பம் விளைப்பவர்களைக் கொல்வது.

மற்றொன்று, பாண்டவர்களுக்கு விரோதிகளே இல்லாமல் செய்வது!

அதேபோல் இதோ இந்த சிசுபாலன் நூறு பிழைகளுக்கு மேல் செய்துவிட்டான். மேலும் யாகத்துக்கு இடையூறு செய்து பாண்டவர்களையும் விரோதித்துவிட்டான்.

இவ்விதம் கிருஷ்ணன் பேசிக் கொண்டிருக்கும்போதே இடைமறித்த சிசுபாலன், 'ஆம், உன்னை அவமதித்தேன். யாகத்தைக் கெடுத்தேன். பாண்டவர்களை விரோதித்தேன். அப்படிப்பட்ட என்னை உன்னால் எதுவும் செய்ய முடியாது. நெஞ்சில் துணிவிருந்தால் வந்து என்னுடன் போரிடு' என்று வில்லை எடுத்து கிருஷ்ணனுக்கு எதிராக அதில் அம்பைப் பூட்டினான்.

அதற்கு மேலும் பொறுக்க முடியாத கிருஷ்ணன் போருக்குத் தயாரானாள்.

இருவருக்கும் இடையில் பலத்த யுத்தம் நடைபெற்றது.

சிசுபாலனின் அம்புகளால் கிருஷ்ணன் பலமாகத் தாக்கப்பட்டான். உடலெல்லாம் ரத்தம் வழியக் காட்சி தந்தான்.

பாண்டவர்கள் அதைக் கண்டு பதறிப் போனார்கள்.

இனியும் பொறுக்க முடியாது என்ற நிலையில் கிருஷ்ணன், தன் கையிலிருந்த சக்ராயுதத்தை எடுத்து சிசுபாலனின் மேல் ஏவினான்.

வேகமாகச் சென்ற சக்ராயுதம் சிசுபாலனின் தலையைத் துண்டித்து தரையில் வீழ்த்தியது.

சிசுபாலன் மடிந்தான்.

இதன் பிறகு ராஜசூய யாகம் சிறப்பாக நடந்து முடிந்தது.

திரௌபதியின் கேலிச் சிரிப்பு

ராஜசூய யாகம் சிறப்பாக நடந்து முடிந்தபோதிலும், தருமனுக்கு சிறிய அளவில் கவலை இருந்து வந்தது.

கவலையைத் தீர்த்துக் கொள்ளும் பொருட்டு வியாச மகரிஷியிடம் சென்று விஷயத்தைச் சொல்லலானான்.

'சுவாமி! இங்கே பலவிதமான அபசகுணங்கள் தோன்றியதே, அது சிசுபாலனின் மரணத்துக்காகத்தானே! அவன் மடிந்தவுடன் எல்லா அபசகுணங்களும் தீர்ந்துவிட்டதா? சொல்லுங்கள்? என்று கவலையுடன் கேட்டான்.

'இல்லை. தருமா! இந்த அபசகுணங்கள் சிசு பாலனுக்கானது மட்டுமல்ல...'

"வேறு எதைச் சார்ந்தது?"

'சத்திரியர்களின் அழிவைக் குறிப்பதாகவும் உள்ளது.'

'கொஞ்சம் விளக்கமாகச் சொல்லுங்கள் சுவாமி!'

'இந்த அபசகுணங்களின் பலன்கள் பதின்மூன்று ஆண்டுகள் வரை நீடித்து இருக்கக்கூடியது. பதின்மூன்றாவது ஆண்டின் முடிவில், சத்திரிய குலம் பெரும் நாசத்தைச் சந்திக்கும்.

'நாசத்தை சந்திக்குமா!'

'அதுவும் உன்னால்...'

'என்னால் சத்திரிய குலம் அழியுமா?'

'ஆம் தருமா! அதிலே மாற்றமில்லை...'

இவ்விதமான ஒரு பகீர் தகவலை சொல்லிவிட்டுப் போனார்.

ஏற்கனவே நாரதர் வந்தபோதும் இதையே சொல்லியிருந்ததால், தருமன் கவலையில் ஆழ்ந்தான். தன் பொருட்டு எந்த அழிவும் நேரக்கூடாது என்று தீர்மானித்தான்.

அதன் பொருட்டு, இன்றிலிருந்து நான் எவரையும் பகைக்கவும் மாட்டேன், எதிர்க்கவும் மாட்டேன்! மறுத்துப் பேசவும் மாட்டேன். யார் என்ன சொன்னாலும் ஏற்றுக் கொள்வேன்! என்று முடிவெடுத்தான்.

இதற்கிடையில் யாகத்திற்கு வந்திருந்த மன்னர்களையும் கிருஷ்ணரையும் வழியனுப்பி வைத்தவன், துரியோதனனையும், அவனுடைய சகோதரர்களையும் சில நாட்கள் அரண்மனையில் தங்கிச் செல்லுமாறு கேட்டுக் கொண்டான்.

அதற்கு உடன்பட்ட துரியோதனர்கள் விண்ணுலகச் சிற்பியால் கட்டப்பட்டிருந்த மாளிகையினைச் சுற்றிப் பார்ப்பதற்காகச் சென்றனர்.

பாண்டவர்களுக்குச் சொந்தமான அந்த மாளிகை ஒரு வினோதமான அதிசய மாளிகையாகவே வடிவமைக்கப்பட்டிருந்தது.

துரியோதனன் அதைப் பார்த்து மிக ஆச்சரியமடைந்தான்.

பளிங்குக் கற்களால் பளபளவென்று மின்னிய தரையை, தண்ணீர் என்று நினைத்து தனது உடையைத் தூக்கிப் பிடித்துக் கொண்டு நடந்தான்.

நிஜமாகவே தண்ணீர் நிரம்பியிருந்த இடத்தை வெறும் தரை என்று நினைத்து நீரில் விழுந்தான்.

கண்ணாடியில் வரையப்பட்டிருந்த, வாசலை உண்மையென்று நினைத்து அதில் சென்று மோதிக் கொண்டான்.

திறந்திருந்த வாசலை கண்ணாடி என்று எண்ணி தடவிப் பார்த்து தடுக்கி விழுந்தான்.

இதைப் பார்த்த பீமனும், திரௌபதியும் அங்கிருந்த மற்றோர்களும் வாய் விட்டுச் சிரித்தனர்.

துரியோதனன் வெட்கத்தில் தலை குனிந்தான். மனம் கூசிப்போய் குனிந்த தலையுடன் வெளியேறினான்.

திரௌபதியின் கேலிச் சிரிப்பை அவன் மனத்தை அரிக்கத் தொடங்கியது.

அஸ்தினாபுரம் திரும்பிய பிறகும், திரௌபதியின் கேலிச் சிரிப்பு திரும்பத் திரும்ப அவன் கண்முன் வந்து இம்சை செய்தது. மேலும் மேலும் மனத்தில் கோபத்தைத் தூண்டிக் கொண்டேயிருந்தது.

துரியோதனனின் இந்தக் கோபம் தான், திரௌபதியின் வாழ்க்கையில் மிகப் பயங்கரமாக எதிரொலிக்கத் தொடங்கியது.

எந்தப் பெண்ணும் அடையாத அவமானங்களையெல்லாம் அவள் பின்னாளில் அனுபவிக்க அந்த சம்பவம் ஒரு முன்னோட்டமாக அமைந்தது.

சகுனியின் சூது

துரியோதனன் சில நாட்களாகவே விரக்தியின் விளிம்பில் இருந்தான். அதனைக் கவனித்த சகுனி,

“துரியோதனா! நீ இந்திரப் பிரஸ்தத்திலிருந்து திரும்பி வந்ததிலிருந்து ஒரு மாதிரியாக இருக்கிறாயே... உன்னிடம் செல்வம் குவிந்திருக்கிறது. ராஜ்ஜியமும் உன் காலடியில் கிடக்கிறது. உனது சொல்லுக்கு அடிபணியும் சகோதரர்கள் இருக்கிறார்கள். மன்னர்கள் எல்லோரும் உன்னை மதிக்கிறார்கள். அப்படியிருக்கையில் ஏன் கவலை தோய்ந்த முகத்துடன் இருக்கிறாய்?”

“மாமா! யுதிஷ்டிரன் சகோதரர்கள் சூழ இந்திரன் போல ஆட்சி புரிந்து வருகிறான். கிருஷ்ணனின் முதல் மரியாதையைத் தட்டிக் கேட்ட சிசுபாலன் கொல்லப்பட்டான். அதற்குப் பழிவாங்க எந்த சத்திரியனும் முன் வரவில்லை. ராஜகுலத்தவர் ரத்தினங்களையும், தனங்களையும் யுதிஷ்டிரனுக்குக் காணிக்கையாக செலுத்தினார்கள்.

இவைகளையெல்லாம் பார்க்கையில் என்னால் எப்படி மகிழ்ச்சியுடன் இருக்க முடியும்?”

‘துரியோதனா! கவலையை விடு, துரோணரும், அசுவத்தாமரும் கர்ணனும் உன் பக்கத்தில் இருக்கிறார்கள். பீஷ்மரும், கிருபரும், ஜயக்ரதனும், சோம தத்தனும், நானும் உனக்குத் துணையாக இருக்கும்போது இந்தப் பூலோகத்தையே நீ ஜெயிக்கலாம். வருத்தப்படாதே...?’ என்றான் சகுனி.

‘சகுனி மாமா! நீங்கள் சொல்வது போன்று மேற்கண்டவர்கள் துணைவர்களாக இருப்பார்களேயானால், யுத்தம் செய்து இந்திரப் பிரஸ்தத்திலிருந்து பாண்டவர்களை நாம் துரத்தலாமல்லவா!’

‘வேண்டாம்! இது அபாயகரமான வேலை. யுத்தமின்றி வேறு ஏதேனும் வழியில் யுதிஷ்டிரனை வெல்ல யோசிக்கலாம்.’

‘காலம் கடத்தாமல் யோசித்து சொல்லுங்கள்’ என்று அவசரப்படுத்தினான்.

சிறிது நேர யோசனைக்குப் பின்பு, ‘எளிதில் வெல்லும் யோசனை ஒன்று உண்டு. இந்த யுத்தத்தில் எந்த உயிரும் சேதமடையாது.’

‘மாமா! உயிர் சேதமின்றி பாண்டவர்களை வெல்ல முடியுமா!’ அப்படியென்றால் அதற்கு ஏதாவது வழி உண்டா! சொல்லுங்கள்’ என்று வெகு ஆவலுடன் துரியோதனன் கேட்டான்.

'துரியோதனா! தருமன் சூதாட்டத்தில் மிகுந்த விருப்பம் கொண்டவன். ஆனால் அவனுக்குத் திறமையாக ஆடத் தெரியாது.

நானோ சூதாட்டத்தில் கைதேர்ந்தவன். இந்திரப் பிரஸ்தத்திலிருந்து அவனை இங்கே வரவழைப்போம்.

சூதாட்டத்தின் மூலம் அவனுடைய சொத்து, சுகம், சாம்ராஜ்யம் சகல ஐஸ்வரியங்களையும் பறித்து விடுவோம். அதன் மூலம் பாண்டவர்களை பஞ்சைப் பராரிகளாக்கி வீதியில் அலைய விடுவோம். இப்போது உனக்குச் சந்தோஷம்தானே...'

'மாமா! அற்புதமான யோசனையைச் சொல்லி என் மனத்தில் பாலை வார்த்து விட்டீர்கள்' என்றவன் அளவில்லாத மகிழ்வுடன் சகுனியைக் கட்டியணைத்துக் கொண்டான்.

அடுத்த கணத்தில் "ஆமாம் துரியோதனா! இந்த ஆட்டத்திற்கு உன் தந்தை ஒப்புக்கொள்ள வேண்டுமே... என்ன செய்யலாம்' என்றான் சகுனி.

'மாமா! இந்தக் கவலை உனக்கு வேண்டாம். இப்போதே என்னுடன் வாருங்கள்.' உற்சாகமாக எழுந் தான் துரியோதனன்.

சூதாட்டத்திற்கு அழைப்பு

துரியோதனனும், சகுனியும் திருதராஷ்டிரனின் மாளிகைக்குச் சென்றார்கள்.

'சகுனி' என்ன விஷயம்? என்று கேட்டான் திருதராஷ்டிரன்.

'அரசே! துரியோதனன், இந்திரப்பிரஸ்தம் சென்று வந்தது முதல் அவன் துயரத்துடனேயே இருக்கிறான். சரியாக உண்பதுமில்லை. உறங்குவதும் இல்லை. மன வேதனையால் உடல் இளைத்துப்போய் எப்போதும் வாடிய முகத்துடனே காணப்படுகிறான்' என்றான்.

'என்ன! துரியோதனன் வருத்தத்தில் இருக்கிறானா! எனக்குத் தெரியாதே. துரியோதனா வா இங்கே! இப்படி உட்கார். சகல சுகபோகங்களும் பெற்றவன் நீ! அப்படியிருக்கையில் எதற்காகத் துயரப்படுகிறாய்? உனது குறையைச் சொல். நான் தீர்த்து வைக்கிறேன்.'

இவ்விதம் பாசம் ததும்பிய குரலில் கேட்டான் திருதராஷ்டிரன். 'தந்தையே! நீங்கள் சொல்லும் அனைத்து ஐஸ்வரியங்கள் இருந்தாலும் என் மனதில் நிம்மதியில்லை.'

"அதுதான் ஏனென்று கேட்கிறேன்.'

"தந்தையே! தருமனுடைய அதிசய மாளிகையில் ஒரு சாதாரண அற்ப மனிதன் போல நடத்தப்பட்டேன். நீரில் விழுந்து நனைந்தேன். கண்ணாடியில் மோதிக் கொண்டேன். வாயிலில் தடுக்கி விழுந்தேன். அந்தப் பாண்டவர்களின் பத்தினியான பாஞ்சாலி என்னைப் பார்த்து கேலியாகச் சிரித்தாள். பாதி உயிர் அங்கேயே போய்விட்டது' என்று கதறினான்.

'துரியோதனா! உன் துக்கம் எனக்குப் புரிகிறது. நானும் வருத்தப்படுகிறேன். ஆனால் பாண்டவர்களை விரோதித்துக் கொள்வது சரியல்ல மகனே! எதற்கு அவர்கள் மீது பொறாமைப்படுகிறாய்? உனக்கென்ன இல்லை? அவர்களைப் போலவே உனக்கும் ராஜ்ஜியம் இருக்கிறது. பொன்னும், பொருள், செல்வங்களும் குவிந்து கிடக்கின்றன. அதை அனுபவி!' என்றான்.

திருதராஷ்டிரனின் புத்திமதிகள் துரியோதனனின் மனத்தினை திருப்திப்படுத்தவில்லை.

'தந்தையே! பாண்டவர்களின் ராஜ்ஜியத்தை நான் திரும்ப அடைய வேண்டும். இல்லையென்றால் மரணத்தை நான் தழுவ வேண்டும். இரண்டில் ஒன்றினை நீங்கள் தான் தீர்மானிக்க வேண்டும்.'

மகனது உச்சகட்ட வார்த்தைகள் திருதராஷ்டிரனை உலுக்கிடச் செய்தன. வேறு வழியில்லாமல், பாசத்தின் வசம் கட்டுப்பட்டவன், 'என்னை என்னை செய்யச் சொல்கிறாய் துரியோதனா!' என்று திருதராஷ்டிரனை கேட்க வைத்தது.

'தந்தையே! போரில்லாமலேயே பாண்டவர்களை வெற்றி கொள்ள ஒரு நல்ல யோசனை கிடைத்திருக்கிறது. தருமனை இங்கே வரவழைத்து சூதாட வைக்கலாம். அதன் மூலம் அவர்களுடைய சகல சொத்துக்களையும் நாம் கவர்ந்து விடலாம்.

அதை எனக்காக சூதாட்டத்தில் சகுனி மாமா வென்று தருவார். அதற்கான ஏற்பாடுகளை நீங்கள் செய்தால் போதும்.

'ஆம் அரசே! பாண்டவர்களை மிகச் சுலபமாக நான் ஜெயித்து விடுவேன். நீங்கள் பாண்டு புத்திரனான தருமனை

சூதாட்டத்தில் வந்து கலந்து கொள்ளுமாறு அழைப்பினை விடுங்கள் அது போதும். மற்றதை நாங்கள் பார்த்துக் கொள்கிறோம். வெற்றி நம்பக்கம்தான்' என்று முத்தாய்ப்பாகச் சொன்னான் சகுனி.

'இது சரியென்று எனக்குத் தோன்றவில்லை. எதற்கும், தம்பி விதுரனிடம் கேட்கலாமே துரியோதனா!' என்று திருதராஷ்டிரன் தயங்கியபடி சொன்னான்.

"தந்தையே! சிறிய தந்தை விதுரரிடம் கேட்டால் தருமம், நீதி, நேர்மை என்று ஒப்பாரி வைப்பார். அதுவும் தவிர, பாண்டவர்களின் நலனையே பெரிதும் விரும்புபவர். அவரிடம் இதைப் பற்றி ஆலோசிப்பது சரியாக இருக்காது. அதனால் நீங்களே இது சம்பந்தமாக ஆவன செய்யுங்கள் போதும்' என்றான்.

மகனது பேச்சில் தனது மனத்தினைச் செலுத்திய திருதராஷ்டிரன், அக்கணமே, மந்திரிகளை அழைத்தான்.

'அமைச்சர்களே! சூதாட்டம் நடத்துவதற்கு ஏற்றவாறு, புதிதாக சபாமண்டம் ஒன்றினை, ஆயிரக்கணக்கானோர் அமர்ந்து பார்க்கும்படி கட்டுங்கள்' என்று ஆணையிட்டான்.

இந்தச் செய்தியை கேள்விப்பட்ட விதுரன், திருதராஷ்டிரனிடம் ஓடோடி வந்தான்.

'அண்ணா! இதென்ன விபரீத விளையாட்டு! பாண்டவர்களை சூதாட்டத்துக்கு அழைப்பதா! சகோதரருக்குள் பகடையாடுவது என்பது விஷப் பரீட்சையாகும். ஆட்டத்தில் எவர் தோற்றாலும் அதனால் வீண் பகைதான் ஏற்படும்.

இதனால் பெரிய விபரீதம் ஏற்படவும் வாய்ப்பு உண்டு. அதனால் இந்த யோசனையை கைவிட்டு விடுங்கள்' என்று கெஞ்சினான் விதுரன்.

'தம்பி விதுரா! பகடை என்பது அதிர்ஷ்டத்தின் கையில் உருளக் கூடியது. அதில் பாண்டவர்களும் வெல்லலாம் அல்லவா. விதி என்ன முடிவெடுக்கிறதோ அதன்படி ஆகட்டும். என் மகன்கள் தோற்றால் அது அவர்களுக்குப் பாடமாகட்டும். நான் மன்னன், நீ மந்திரி, என் கட்டளையை நிறைவேற்றக் கடமைப்பட்டவன் நீ. இப்போதே இந்திரப்பிரஸ்தம் சென்று, தர்மனை சூதாட்டத்துக்கு அழைத்ததாகச் சொல்லி கூட்டி வா...' என்று தீர்மானமாகச் சொன்னான் திருதராஷ்டிரன்.

மன்னனின் கட்டளையை மீற முடியாமலும், அவனது மனத்தினை மாற்ற முடியாமலும் மிகுந்த வேதனையுடன் இந்திர பிரஸ்தம் புறப்பட்டான் விதுரன்.

திருதராஷ்டிரனின் கட்டளைப்படி விதுரன் இந்திரப் பிரஸ்த நகரத்துக்குச் சென்று யுதிஷ்டிரனைச் சந்தித்தான்.

'சிறிய தந்தையே' ஏன் கவலையோடு வருகிறீர். "அஸ்தினாபுரத்தில் உள்ளோர் அனைவரும் நலம்தானே! அரசனும், அரசகுமாரர்களும் நலமாக இருக்கிறார்களா!" என்று கேட்டான் யுதிஷ்டிரன்.

'அஸ்தினாபுரத்தில் உள்ள அனைவரும் நலமாக இருக்கிறார்கள். நீங்கள் நலமாக இருக்கிறீர்களா?'

'நலமாக இருக்கிறோம். தாங்கள் வந்த விஷயத்தைத் தெரிந்து கொள்ளலாமா?'

'அரசனின் சார்பில் உங்களை அழைக்க வந்துள்ளேன்.'

"என்ன விஷயம்?"

"விளையாட்டு மண்டபத்தை அரசர் கட்டியுள்ளார். அந்த மண்டபத்தைப் பார்த்துவிட்டுப் போகச் சொல்லி உங்களை அழைத்து வருமாறு என்னை அனுப்பியுள்ளார்.

'விளையாட்டு மண்டபத்தைப் பார்க்கலாம்... ஆனால் என்னென்ன விளையாட்டுகள் அந்த மண்டபத்தில் நடைபெறவுள்ளன' என்று எதேச்சையாக தருமன் கேட்டான்.

'சூதாட்டமும் அங்கு உண்டு. அதனை மையமாகக் கொண்டுதான் உங்களை அழைத்து வரச் சொன்னார்' என்ற விபரத்தினை விதுரன் எடுத்துச் சொன்னான்.

'விதுரரே! விதியின் போக்கை நம்மால் தடுத்து நிறுத்திவிட முடியாது என்றுதான் தோன்றுகிறது. திருதராஷ்டிர மன்னரே சூதாட்டத்துக்கு வரச் சொல்லி உத்திரவிட்ட பிறகு, என்னால் அதை மீறி இங்கிருக்க முடியாது. வர மறுத்தால் வீண் பகை ஏற்படும். அதன் பொருட்டு கலகம் உண்டாகி விடக்கூடாது என்றுதான் யார் மனத்தையும் நோகச் செய்வதில்லை என்று சபதம் எடுத்திருக்கிறேன். நடப்பது நடந்தே தீரும்! வாருங்கள் எல்லோரும் அஸ்தினாபுரம் செல்வோம்' என்றான் தருமன்.

அவனது சொல்லுக்குக் கட்டுப்பட்டு தாய் குந்தி தேவி, மனைவி பாஞ்சாலி, சகோதரர்களான பீமன், அர்ஜுனன்,

நகுலன், சகாதேவன் அனைவரும் சூதாட்டக் களம் நோக்கிப் புறப்பட்டனர்.

சூதாட்டமும் பந்தயமும்

சூதாட்டத்துக்காகவே கட்டப்பட்டிருந்த அந்தச் சபாமண்டபம் மன்னர்கள், வீரர்கள், குடி மக்கள் என்று பாகுபாடு இல்லாமல் நிரம்பி வழிந்திருந்தன.

அந்தப் பளிங்கு மண்டபத்தில், நடு நாயகமாக மன்னன் திருதராஷ்டிரன் அமர்ந்திருந்தான்.

அவனது முகத்தில் ஆர்வம், பதட்டம், திகில் என எல்லா உணர்வுகளும் கலந்து பிரதிபலித்துக் கொண்டிருந்தன.

அவனைச் சுற்றிலும், பீஷ்மர், துரோணர், கிருபர், விதுரர் போன்ற பெரியவர்கள் சங்கட உணர்வுகளுடன் ஆசனங்களில் அமர்ந்திருந்தனர்.

வீரமும் விவேகமும் கொண்ட கர்ணன் போன்ற புகழ்பெற்ற அரசர்கள் ஒருபுறமும்,

துரியோதனன் முதலான கௌரவர்கள் நூறுபேரும் அர்ஜுனன், பீமன், நகுலன் சகாதேவனாகிய பாண்டவர்களும் மற்றொரு புறத்தில் படபடத்த மனத்துடன் அடுத்து நடக்கப்போவதை கவனிக்கக் காத்திருந்தனர்.

இன்னொருபுறம் அமர்ந்திருந்த சகுனி, தருமனிடம் திரும்பிப் பார்த்துப் பேசலானான்.

'தருமனே! கட்டங்கள் வரையப்பட்ட துணி நமக்காகவே காற்றில் படபடத்துக் கொண்டிருக்கிறது. பகடை பதட்டத்தோடு காத்திருக்கிறது. ஆட்டத்தைத் தொடங்கலாமா!' என்று பேசிக்கொண்டே கள்ளப் பார்வையுடன் சபை அதிரச் சிரித்தான்.'

'சகுனி மாமா! சூதாட்டம் தவறானது என்று சாஸ்திரத்தில் சொல்லப்பட்டிருக்கிறது. வீரத்தினால் ஒருவரை வெல்ல வேண்டுமே தவிர, சூதில் வெல்வது எந்தப் பொருளையும் தராது. இதுவும் ஒருவகை மோசம்தான். அப்படிப்பட்ட சூதாட்டத்தை நாம் ஆடுவது தேவைதானா?

'தருமா! ஆடுவதில் உனக்குப் பயமிருந்தால் நீ ஆட்டத்துக்கு வரவேண்டாம். அதைவிட்டு சாக்கு போக்கு சொல்லாதே.'

கள்ளிப்பட்டி சு. குப்புசாமி | 89

சகுனி இப்படிச் சொன்னதுமே, ஆமாம்! சூதாட்டத்தில் எனக்கு விருப்பமில்லை என்று சொல்லி எழுந்து போவதற்குப் பதிலாக, ஆனால் சூதாட்டத்தில் மீது சிறிது சபலம் ஏற்பட்டது.

அந்த சபலத்தின் வாயிலாக 'யார் என்னுடன் ஆட வருகிறார்கள்' என்ற கேள்வியினைக் கேட்கச் செய்தது.

'பணயம் வைக்க நான் தனமும், ரத்தினமும் தருவேன். அதே நேரத்தில் எனக்குப் பதிலாக என் மாமா சகுனி ஆடுவார்' என்றான்.

துரியோதனனை ஆட்டத்தில் தோற்கடிக்கலாம் என்று எண்ணியிருந்த தருமனுக்கு, அது சரியெனப் படவில்லை. அதற்காக, ஒருவனுக்காக, மற்றொருவன் ஆடுவது முறையல்ல என்றான் தருமன்.

'ஓ! இதை வேறு விதமாக எடுக்கிறாயோ...' என்று சகுனி ஏளனமாகக் கேட்டான்.

'அப்படியொன்றுமில்லை. ஆட்டத்தைத் தொடங்கலாம்' என்று கூறியவன், தனது கழுத்திலிருந்து முத்து மாலையை கழற்றி வைத்தான்.

'தருமா! இதோ உன் கழுத்து மாலையை இப்போதே வெல்கிறேன் பார்' என்று கூறியவாறு பகடையை உருட்டினான்.

சொன்னது போன்றே பகடையில் அதை வென்றான்.

அடுத்து, தான் அணிந்திருந்த ஆபரணங்கள் அனைத்தையும் இழந்தான் தருமன்.

இதற்கு அடுத்தபடியாக பொன், பொருள், பணியாட்கள், யானைகள், குதிரைகள், வீரர்கள், குடிமக்கள் என்று ஒவ்வொன்றையும் பந்தயமாக வைத்து ஆடி எல்லாவற்றையும் தோற்றான்.

நாட்டையும் இழந்தான்.

அடுத்து தனது தம்பிகள் அணிந்திருந்த ஆபரணங்களையும் வைத்து விளையாடித் தோற்றான்.

அதைப் பார்த்து சகிக்க முடியாத விதுரன் திருதராஷ்டிரனிடம் தனது எண்ணத்தைத் தெரிவிக்கலானான்.

'அரசே! போதும் விளையாட்டு, இதற்குமேல் ஆட்டம் தொடர்ந்தால் விளையாட்டு வினையாகி விடும் என்று எனக்குத் தோன்றுகிறது. மது போதையும், சூதாட்டமும் ஒன்றுதான்.

ஆரம்பித்தால், அதை நிறுத்த முடியாது. ஆபத்தில் போய்தான் அது முடியும். எனவே நிறுத்தச் சொல்லி கட்டளையிடுங்கள்' என்று கேட்டுக் கொண்டான்.

துரியோதனன் பக்கம் வெற்றிகள் குவிந்து வந்ததினால் திருதராஷ்டிரனுக்கு, சூதாட்டத்தை நிறுத்த மனமில்லாததினால் மௌனமாக இருந்தான்.

தந்தை மௌனம் சாதித்ததைத் தனக்குச் சாதகமாக்கிக் கொள்ள நினைத்த துரியோதனன் விதுரனைப் பார்த்துச் சீறிக் கொண்டு பேசலானான்.

'விதுரரே! நீர் ஒரு துரோகி என்பது எங்களுக்குத் தெரியும். பணிபுரியும் எஜமானிடம் விசுவாசம் காட்டுவதற்குப் பதிலாக, எதிராளிகளுக்கு விசுவாசம் காட்டுகிறீரே! பாண்டவர்கள் மீதுதான் உமக்குப் பாசம் அதிகமென்றால், அவர்களுடனே செல்ல வேண்டியதுதானே, ஏன் எங்களுடன் இருந்து உயிரை வாங்குகிறீர்கள்.'

துரியோதனனின் கொடூரமான சொற்களைக் கேட்டு, சவுக்கால் அடிக்கப்பட்டவனைப் போல துடித்துப் போனான் விதுரன்.

'துரியோதனா! ஒரு அமைச்சனுக்கு உண்டான கடமையைத்தான் நான் செய்கிறேன். நாட்டுக்கு எது நன்மையோ அதைச் சொல்வதுதான் எனது பணி.

ஆனால் நீயோ, உண்மைகளைச் சொல்பவனை எதிரியாகக் கருதுகிறாய். உன்னுடன் இருந்து உனக்குப் பிடித்தமான அதே நேரத்தில் கெடுதல்களை செய்பவனை நீ விரும்புகிறாய்.

நான் என் மனசாட்சிப்படி சொல்ல வேண்டியவைகளைச் சொல்லிவிட்டேன். இனி உங்கள் விருப்பம்.' மனம் சலித்தவனாக உட்கார்ந்து விட்டான் விதுரன்.

மீண்டும் சூதாட்டம் தொடங்கியது.

'என்ன தருமா! இன்னும் வேறு எதையாவது பந்தயத்தில் வைத்து ஆடினால் அதிர்ஷ்டம் உன்பக்கம் இருந்தால், இழந்தவைகளை நீ மீட்டு விடலாம்' என்று ஆசையை காட்டி ஆடத் தூண்டினான்.

இழந்தவைகளை மீட்கவேண்டும் என்கிற வெறி தருமனுடைய எண்ணத்தில் அலைகளாக மோதிக் கொண்டிருந்தது.

எதை வைத்து ஆடுவது? இம்முறை நாம் ஜெயித்துவிடலாம். ஒவ்வொரு முறையும் சகுனியே ஜெயித்துக் கொண்டிருக்க முடியுமா? நாம் ஜெயிப்பது நிச்சயம். ஆனால் பொருளாக வைக்க என்னிடம் ஒன்றுமில்லையே! வேறு எனக்குச் சொந்தமானது என்ன இருக்கிறது' சகோதரர்களைப் பார்த்த தருமன், சகுனியைப் பார்த்து 'சகுனி இதோ என் தம்பி நகுலனை பந்தயப் பொருளாக வைக்கிறேன்' என்றான்.

'அப்படிச் சொல் தருமா! இதோ நகுலனை நான் ஜெயிக்கிறேன் பார்' என்று கூறியபடியே பகடையை உருட்டினான்.

சொன்னபடியே ஜெயித்தும் விட்டான்.

'அடுத்து தம்பி சகாதேவனை பந்தயப்பொருளாக வைக்கிறேன்.

தருமன் சொல்லி முடிக்கும் முன் உருண்டது பகடை சகாதேவனையும் வென்றான் சகுனி.

சூழ்ச்சிக்கார சகுனி, சாதுரியமாக தருமனை மேலும் தூண்டினான்.

'தருமா! நீ குந்தியின் மைந்தன் என்பதினால், மாத்ரியின் புத்திரர்கள் என்பதால் நகுல சகாதேவனை வைத்து ஆடினாயா?

பீமனும், அர்ஜுனனும் உனது உடன்பிறந்தவர்கள் என்பதால் அவர்களை வைத்து ஆடமனம் வரவில்லையா?' என்று கேட்டான் சகுனி.

'சகுனியே! உன் வஞ்சகப் பேச்சினால் எங்களுக்குள் பிரிவினை செய்யாதே! இதோ அர்ஜுனனை பந்தயமாக வைக்கிறேன். பகடையை உருட்டு' என்றான் தருமன்.

சகுனி உருட்டினான். அவன் பக்கமே பகடை நின்றது.

அடுத்து பீமனை பந்தயமாக வைக்கிறேன் என்றான்.

பகடையை உருட்டி பீமனையும் வென்றான் சகுனி.

'அடுத்து யாரை பணயம் வைக்கப் போகிறாய் தருமா!'

'என்னையே வைக்கிறேன்'

தருமன் சொன்னவுடனே, 'இதோ உன்னையும் ஜெயித்து விட்டேன் பார்' என்று பகடையை உருட்டி வென்றான் சகுனி.

அவ்வளவுதான். துரியோதனர்கள் எல்லையற்ற மகிழ்வுடன் சபாமண்டபமே அதிரும்படியாக சிரித்தனர்.

அடுத்தகட்டமாக துரியோதனன் இருக்கையைவிட்டு எழுந்து, பாண்டவர்களின் பெயர்களை வரிசையாகச் சொல்லி இந்த ஐந்து பேரும் இனி என் அடிமைகள்! என்று சபையில் சத்தமாக அறிவித்தான்.

'துரியோதனா பொறு! தருமன் இன்னும் முழுமையாகத் தோற்கவில்லை' என்றான், சகுனி.

'தருமா! உன்னிடம் இன்னும் ஒருபொருள் மிச்சமிருக்கிறது. நீ அதைப் பந்தயம் வைத்து ஆடி உன் அதிர்ஷ்டத்தைப் பரிசோதிக்கலாம். இழந்தவைகளைக்கூட மீண்டும் அடைந்துவிடலாம். ஆம்! உன் மனைவி பாஞ்சாலியை பந்தயப் பொருளாக வைப்பதென்றால் இன்னும் ஒரு ஆட்டத்தை, ஆடிப்பார்த்து விடலாம். என்ன சொல்கிறாய்? என்று கேட்டான்.

தருமன் சிறிதும் யோசிக்காமல் 'சரி அவளையும் பந்தயமாக வைக்கிறேன்' என்று சொன்னான்.

சகுனி, சபையில் இருந்தோர்களையெல்லாம் ஒரு கணம் பார்த்தான். அத்தனை பேரும் ஸ்தம்பித்துப் போய் உட்கார்ந்திருந்தார்கள். ஆணவச் சிரிப்புடன் பகடையை வீசினான்.

கடகடவென்று உருண்டு நின்றது பகடை.

வழக்கம்போல வெற்றியைக் கண்டான்.

அதைக் கண்ட துரியோதனன், தலைகால் புரியாத மகிழ்வுடன் சகுனியை இறுகத் தழுவிக் கொண்டான்.

பின்னர் இறுகிய குரலில், விதுரனைப் பார்த்து கட்டளையிட்டான்.

'விதுரரே! பஞ்ச பாண்டவர்களின் பத்தினியான பாஞ்சாலி இனி என் அடிமை. நீங்கள் சென்று அவளை இங்கே அழைத்து வாருங்கள். அவள் என் அரண்மனையைப் பெருக்கி சுத்தம் செய்யட்டும்' என்றான்.

'துரியோதனா! நீ சொல்வதோ, செய்வதோ எதுவும் முறையல்ல. ஆணவத்தால் ஆட்டம் போட்டு உனது அழிவை நீயே தேடிக் கொள்ளாதே. இந்தச் சபையில் நீதி சீர் குலைந்து போய் அநீதிதான் தலை விரித்தாடுகிறது. தருமன் தன்னையே வைத்து இழந்தபின், பாஞ்சாலியை பந்தயம் வைக்க அவனுக்கு எந்த உரிமையும் இல்லை.

எனவே, அவன், பாஞ்சாலியை வைத்துச் சூதாடியது செல்லாது என்றான் விதுரன்.

துரியோதனன் விதுரனின் வார்த்தைகளை உதாசீனப்படுத்திவிட்டு, தனது தோட்டியான பிரதிகாமியைக் கூப்பிட்டான்.

'பிரதிகாமியே! நீ போய் பாஞ்சாலியை இங்கே அழைத்து வா' என்று ஆணையிட்டான்.

பிரதிகாமி, அரண்மனைக்குச் சென்று பாஞ்சாலியிடம் நடந்ததைத் தெரிவித்தான்.

'சகுனியின் தூண்டுதலால் தருமன் எல்லாவற்றையும் இழந்து கடைசியில் உங்களையும் பந்தயப் பொருளாக வைத்து ஆடித் தோற்றுப் போனார். அதனால் கல் மனம்கொண்ட துரியோதனன், அவனது அந்தப்புரத்தில் வேலை செய்ய தங்களை அழைத்து வரச் சொன்னான்' என்றாள்.

பாஞ்சாலி மனம் கூசி துடிதுடித்துப் போனாள்.

"என்ன அக்கிரமம் இது! எந்த மன்னனாவது தனது மனைவியைப் போய் பந்தயம் வைப்பானா! தேரோட்டியே! நீ போய் அந்த தருமரிடமே கேள். அவர் தன்னைத் தோற்ற பிறகு என்னைத் தோற்றாரா? அல்லது என்னைத் தோற்றபின் அவரைத் தோற்றாரா? என்று கேட்டுக் கொண்டு வா" என்றாள்.

சூதாட்ட சபாமண்டபத்துக்குத் திரும்பிய தேரோட்டி, பாஞ்சாலி சொன்னதை தருமனிடம் கேட்டான். கேள்விக்குப் பதிலே இல்லாமல் தருமன் சிலைபோல் நின்றான்.

அதைக் கண்ட துரியோதனன், 'தேரோட்டியே! அந்தக் கேள்வியை இங்கே வந்து கேட்கச் சொல். மறுபடியும் அவளிருக்கும் இடம் சென்று அவளை இங்கே கூட்டி வா' என்று மீண்டும் தேரோட்டியை அனுப்பி வைத்தான்.

பாஞ்சாலி வரமறுத்தாள்.

'தருமர் பதில் சொல்லாவிட்டால் பரவாயில்லை. இதே கேள்வியை சபையில் இருக்கும் நீதி, தெரிந்த பெரியோர்களிடம் கேட்டு பதில் பெற்று வா' என்று தேரோட்டியை திருப்பி அனுப்பினாள்.

தேரோட்டி, பாஞ்சாலியை அழைத்துக் கொண்டு வராமல், தனியே வந்ததைக் கண்டதும் துரியோதனன் கோபம் கொண்டான்.

இனி, தேரோட்டியை அனுப்பி பலனில்லை என்று நினைத்த துரியோதனன் தம்பி துச்சாதனனை அழைத்தான்.

துச்சாதனனும் உற்சாகமாக அண்ணன் துரியோதனனிடம் போனான்.

'துச்சாதனா! நீ போய் அந்த ஆணவக்காரி பாஞ்சாலியை இழுத்து வா' என்றான்.

அண்ணனது வாக்கினைக் காப்பாற்றும் பொருட்டு அரண்மனைக்குச் சென்றவன், பாஞ்சாலியைப் பார்த்து கேலியாக 'பாண்டவர் பத்தினியே! நீ இப்போது எங்கள் அடிமை. வா. வந்து நாங்கள் சொல்லும் வேலையைச்

அன்று உனது பளிங்கு மாளிகையில் என் அண்ணனது வெகுளித்தனமான செயல்பாடுகளைப் பார்த்து கேலியாகச் சிரித்தாய் அல்லவா...

இன்று கௌரவர்களின் வேலைக்காரியான உன்னைப் பார்த்து சபையில் உள்ளவர்கள் சிரிக்கட்டும்' என்று சொல்லியபடி, அவளைத் தொட்டு இழுக்க போனான்.

அவனிடமிருந்து தப்பித்து அந்தப்புரத்துக்குள் ஓடினாள். அவளைத் துரத்திச் சென்ற துச்சாதனன், பாஞ்சாலியின் தலைமுடியைப் பிடித்தவன், அப்படியே அவளை வீதி வழியே தரதரவென்று இழுத்துச் சென்றான்.

பாஞ்சாலி சபதம்

துச்சாதனன், பெண்ணென்றும் பாராமல் கொடூரத்தனமாக பாஞ்சாலியின் தலை முடியைப் பிடித்து இழுத்து வந்தான்.

சபைக்குள் வந்ததும், கோபக்கனல் தெறிக்கும் விதத்தில் சபையிலிருந்தோரை உற்று நோக்கினாள்.

பின்னர் மனம் பொறுக்க முடியாது, சபையில் நின்று கதறத் தொடங்கினாள்.

'சூதில் கை தேர்ந்தவர்களும் அயோக்கியவர்களும் ஒன்று சேர்ந்து மோசமாகச் சூழ்ச்சி செய்து, அரசனை ஏமாற்றி, என்னை பந்தயப் பொருளாக வைத்து ஆடியதை எவ்விதம் ஒப்புக் கொண்டீர்கள்?

அடிமை எப்படித் தன் மனைவியை பந்தயம் வைத்து ஆடித் தோற்கமுடியும்! மனைவிகள், பெண்கள், மருமகள்கள் என

அனைத்துப் பெண்களைப் பெற்றுள்ள கௌரவ குலத்தவர்களே... என் கேள்விக்கு என்ன பதில் சொல்கிறீர்கள்!' என்று அழுதாள்.

சபையில் இருந்த பீஷ்மர், துரோணர் உட்பட பலரும் அவருக்குப் பதில் சொல்ல முடியாமல் வெட்கத்துடன் தலை குனிந்தனர்.

ஐவர் கணவர்களாக இருந்தும், தன்னைக் காப்பாற்ற ஒருவர் கூட வரவில்லையே! என்று ஏக்கத்துடன் பரிதவித்துக் கொண்டிருந்தாள்.

இதைப் பார்த்துக் கொண்டிருந்த பீமனுக்குப் பொறுக்க முடியாத கோபம் எழுந்தது. 'தருமரே! சூதாட்டமே தொழிலாகக் கொண்ட நிகர்சரும், தங்களோடு வாழும் விபச்சாரிகளைக் கூடப் பந்தயம் வைக்க மாட்டார்கள்.

அப்படியிருக்கையில், துருபதனின் மகளை நீங்கள் பந்தயம் வைத்ததை என்னால் பொறுத்துக் கொள்ளவே முடியாது.

இந்தக் கொடிய கௌரவர்களின் கையில் அருமைப் பாஞ்சாலி வதைபடுவதற்கு நீங்களே காரணம்! தம்பி சகாதேவா! போய் நெருப்பைக் கொண்டுவா... சூதாடிய இவரின் கைகளைக் கொளுத்தி விடுகிறேன்' என்று கொந்தளித்தான்.

பீமன் பொங்கி எழுந்ததைக் கண்ட அர்ச்சுனன் அவனைத் தடுத்து 'அண்ணா! என்ன காரியம் செய்யத் துணிந்து விட்டீர்? இதற்கு முன் எப்போதும் இவ்வாறு பேசியது கிடையாதே! நம்முடைய பகையாளிகளால் செய்யப்பட்ட சூழ்ச்சி நம்மையும் கூடப் பாவம செயயத தூணடுகிறது. அநதச சூழசசி வலையில் நாம் விழக்கூடாது.

நமக்குள் விரோதத்தை ஏற்படுத்த நினைக்கும் அவர்களின் சூழ்ச்சி வலைக்குள் நாம் விழுந்து விடக் கூடாது. அவ்வாறு வீழ்ந்தால் நம் பகைவர்களது எண்ணம் தான் நிறைவேறும். எச்சரிக்கையோடு நாம் இருக்க வேண்டும்.'

இவ்விதம் அர்ஜுனன் கூறியதைக் கேட்ட பீமன், தன்னுள் பொங்கிய சினத்தை அடக்கிக் கொண்டான் பீமன்.

பாஞ்சாலியின் பரிதாபத்தைப் பார்த்து அதைச் சகிக்க முடியாதவனாகத் திருதாஷ்டிரனின் புத்திரரான விகர்ணன் இருக்கையிலிருந்து எழுந்து நின்று பேசலானான்.

"சத்திரிய வீரர்களே! நீங்கள் என்ன காரணத்தால் பேசாமலிருக்கிறீர்கள்? நான் வயதில் சிறியவன். ஆனால்

மூத்தோர்களாகிய நீங்கள் அனைவரும் மௌனம் சாதிப்ப தால் என் கருத்தை நான் கூறப் போகிறேன்.

தயவு செய்து கேளுங்கள். வஞ்சகமாக அழைக்கப்பட்டுக் சூதாட்டத்தில் சிக்கிக்கொண்ட தருமன் இவளைப் பந்தயமாக வைத்தது ஒரு போதும் செல்லாது.

தவிரவும் இவள் தருமருக்கு மட்டும் சொந்தமானவனல்ல. ஐவருக்கும் சொந்தமானவள். அதனாலும் பந்தயம் செல்லாது.

மேலும் அவன் தன்னை இழந்து, அடிமையானவன். அப்படிப்பட்டவனுக்கு இவளைப் பந்தயத்தில் வைத்துக் கவறாட்டம் ஆட இவருக்கு உரிமை ஏது?

மேலும் இன்னொரு ஆட்சேபணையும் உண்டு. சகுனி மாமாவே, முதலில் இவனது பெயரைச் சொல்லி பந்தயமாக வைத்து விடச் சொன்னார்.

இவ்விதம் ஆடுவது என்பது சத்திரியர்கள் ஆடும் கவறாட்ட முறைக்கு முரண்பட்டதாகும்.

குறிப்பிட்ட பொருளை பந்தயம் வைக்கச் சொல்லி எதிராளி சொல்லக்கூடாது.

இவற்றையெல்லாம் யோசித்தால் பாஞ்சாலி நிச்சயமாக, ஜெயிக்கப்படவில்லை என்பதே எனது கருத்தாகும் என்று சொன்னான்.

அந்த சமயத்தில் கர்ணன் சட்டென எழுந்து ‘விகர்ணா! சபையில் பெரியவர்கள் இருக்கும்போது சிறிய வயதினான நீ எழுந்து எதிர்வாதம் செய்வது சரியானதல்ல.

நெருப்பை உண்டாக்கும் அரணிக்கட்டையை அந்த நெருப்பே பற்றி அழிப்பது போல, நீ அறியாமையினால் அவசரப்பட்டு, பிறந்த வீட்டுக்கே துரோகம் செய்கிறாய்.

மேலும் துச்சாதனன், பாஞ்சாலியின் முடியைப் பிடித்து இழுத்து வந்ததை நீ அநீதி என்று நினைக்கிறாய். நான் அப்படி நினைக்கவில்லை!

‘ஒருவனுக்கு ஒருத்தி’ என்ற பண்பாட்டை மீறி, இவள் ஐந்து பேருக்கு மனைவியானவள். அப்படிப்பட்டவள் தாசிக்கு நிகராகத்தான் மதிக்கப்படுவாள். எனவே, இவள் துச்சாதனனால் இழுத்து வரப்பட்டது தவறே இல்லை!’ என்றவன் தொடர்ந்து பேசலானான்.

‘தனக்குச் சொந்தமான அத்தனைப் பொருளையும் தருமன் முதலிலேயே பந்தயம் வைத்து இழந்தான்.

அதேபோன்று இவளை முந்தியே சகுனிக்கு இழந்துவிட்டான். அப்படியிருக்கையில் வேறு என்ன கேள்வி. கருத்து வேண்டியிருக்கு’ என்றவன் துச்சாதனைப் பார்த்துச் சொல்லலானான்.

‘துச்சாதனா! பொருள்களை எல்லாம் இழந்த இவர்களுக்கு ஆடைகளும் சொந்தமல்ல. அதனால் ஐவரின் ஆடைகளை மட்டுமின்றி பாஞ்சாலியின் ஆடையினையும் அவிழ்த்து அதைச் சகுனியிடம் கொடு என்றான்.

கர்ணனின் இரக்கமற்ற பேச்சைக் கேட்டதும், தருமத்தின் பரீட்சை, கடைசி வரையில் நடைபெற வேண்டியுள்ளது என்று நினைத்தவர்கள் எதற்கும் தயார் என்பவர்களைப் போன்று, உடனே தாங்கள் அணிந்திருந்த ஆடைகளைக் கழற்றி சபையில் வீசி எறிந்தார்கள்.

பாஞ்சாலி மட்டும் அப்படியே நின்றாள்.

அவளைக் கண்ட துச்சாதனன், பாஞ்சாலியின் அருகே சென்று, ‘நீயே ஆடையைக் கழற்றுகிறாயா! இல்லை நான் கழற்றவா’ என்று கேட்டான்.’

சபையில் அடுத்தடுத்து நடக்கும் அநாகரீகச் செயல்களைப் பார்த்து அவமானத்தால் பிதாமகன் பீஷ்மர், கண்ணெதிரில் நடந்த காட்சிகளை நம்ப முடியாதவராக அப்படியே உறைந்து போனார். எலலை மீறி நடைபெற்ற சம்பவங்கள், அவருடைய கண்களில் நீரை வரவழைத்தது.

‘அநியாயம்... இது அநியாயம்...’ இப்படிச் செய்யும் கௌரவர்கள் அழிவினை நோக்கிச் சென்று கொண்டிருக்கின்றனர் என்று அவருடைய இதயம் துடிக்கத் தொடங்கியது.

பொறுமையிழந்த துச்சாதனன் பொறுமையுடன் நின்றிருந்த பாஞ்சாலியின் புடவையை பிடித்திழுக்கத் தொடங்கினான்.

இனிமேல் பகவான் ஒருவன் தான் நமக்குத் துணை என்று நினைத்தவள், “பகவானே! பரந்தாமா! கிருஷ்ண பரமாத்மா! எனக்கு, இனி நீயே கதி! ஆதரிப்பார் யாருமில்லாத இந்த அபலைப் பெண்ணின் மானத்தைக் காப்பாற்று’ என்று அலறினாள்.

அப்போது அதிசயமான நிகழ்வொன்று நடந்தது.

தன்னை நம்பியவர்களைக் கைவிடாத கிருஷ்ணனின் கருணை அந்த அற்புதத்தை நிகழ்த்தியது.

துச்சாதனன் பாஞ்சாலியின் ஆடையைப் பற்றி இழுக்க இழுக்க, கிருஷ்ணனின் அருளால் அவளின் புடவை வளர்ந்து கொண்டேயிருந்தது. நேரம் போகப்போக பெருங்குவியலாகப் புடவைகள் குவிந்தன.

அதே நேரத்தில் புடவையை இழுத்துக் கொண்டிருந்த துச்சதானன் களைத்துப் போய்த் தரையில் விழுந்தான்.

சபையில் இருந்த அனைவரும் பாஞ்சாலியின் பெருமையினை உணர்ந்து, துரியோதனனைத் திட்டித் தீர்த்தார்கள்.

பீஷ்மர், துரோணர், கிருபர் ஆகியோர் பாஞ்சாலியைக் கைகூப்பி வணங்கினர்.

துரியோதனனோ, அவளை விடுவதாக இல்லை. கீழே விழுந்த துச்சாதனனை எழுப்பி, 'துச்சாதனா! அவள் ஏதோ மந்திரம் போட்டு புடவையை வளரச் செய்துள்ளாள். அதற்காக அவளை விட்டு விடக் கூடாது. நீ அவளை மறுபடியும் இழுத்து வந்து, என் தொடையில் அமரச் செய்' என்று தொடையைக் காட்டினான்.

அதைக் கேட்ட பாஞ்சாலி, கோபத்தின் உச்சத்தை அடைந்தாள். அவளது கண்களில் தீப்பொறி பறக்கத் தொடங்கியது.

'துரியோதனா! எந்தத் தொடையைக் காட்டி தகாத வார்த்தைகளைச் சொன்னாயோ, அந்தத் தொடை முறிந்து, அந்த பிளவின் வழியாகத்தான் உயிர் போகும்' என்று சாபமிட்டாள்.

அத்துடன் அவள் அமைதியடையாமல், சீற்றத்துடன் மேலும் சொல்லலானாள்.

'துரியோதனா! நான் எடுத்த சபதத்தின் மூலம் நீ மட்டுமின்றி உன்னைச் சேர்ந்தவர்களும் யுத்தத்தில் மாளத்தான் போகிறீர்கள். அப்போது உங்களின் ரத்தத்தில் என் கூந்தலை நனைத்துக் குளித்த பின்பு தான் அவிழ்ந்து கிடக்கும் என் கூந்தலை அள்ளி முடிப்பேன் இது நிச்சயம் நடக்கும்.'

பாஞ்சாலி சபதம் எடுத்து முடித்ததுமே, பீமன் தனது திரண்ட உடலை முறுக்கி, ராட்சதன் போல் நின்று ஆவேசமாக முழக்கமிடலானான்.

'துரியோதனா! இதுவரை எந்த சத்திரியனும் செய்யாத சபதத்தை நான் செய்கிறேன் கேட்டுக் கொள்.

'பாஞ்சாலியைக் கொடுமைப்படுத்தி, ரசித்துச் சிரித்த மகாபாவி உனது தம்பி துச்சாதனனின் மார்பைப் பிளந்து அவன் ரத்தத்தைக் குடிப்பேன். இதற்கெல்லாம் காரணமான உனது தொடைகளைப் பிளந்து கொல்வேன். மற்றும் உன்னுடைய சகோதரர்கள் நூறு பேரையும் யுத்தத்தில் கொன்றே தீருவேன். இது சத்தியம்.'

பீமனின் இந்தக் கொடூரமான சபதத்தைக் கேட்டு துச்சாதனன் நடுநடுங்கிப் போனான். சபையினரின் மனதில் திகில் மூண்டது.

அர்ஜுனனும் தன் பங்குக்கு சபையினர் அறியும்படியாக 'பாஞ்சாலியைக் கேவலமாகப் பேசிய கர்ணனை நானே கொள்வேன் இது சத்தியம்' என்றான்.

அடுத்து சகாதேவன் நான் சகுனியைக் கொல்வேன் என்று சபதம் செய்ய, 'நான் சகுனியின் மகனையும் மற்றும் இந்தத் தீயவர்களுக்குத் துணைபோகும் அத்தனை பேரையும் யுத்தத்தில் கொன்று குவிப்பேன்' என்று நகுலன் சொல்லி முடித்தான்.

பாண்டவர்கள் இவ்விதம் சபதம் செய்தபோது பூமி நடுங்குவது போன்றிருந்தது. நரிகள் ஊளையிட்டன. ஆயிரக்கணக்கான கழுகுகள் நகரத்தின் மீது பறந்து விபரீதமாகக் கத்தின.

இந்த அறிகுறிகளையெல்லாம் கண்ட திருதராஷ்டிரன திடுக்கிட்டுப் போனான். சபையில் நடந்த நிகழ்வுகள் மிகப்பெரிய அழிவுக்குக் காரணமாக அமைந்து விடுமோ' என்று பயந்தான்.

அரியணையிலிருந்து நின்று பாஞ்சாலியை நோக்கி வணங்கினான்.

'அம்மா பாஞ்சாலி! பொறுத்துக் கொள்! நடந்த தவறுக்கெல்லாம் நான் மன்னிப்புக் கேட்டுக் கொள்கிறேன். உனக்கு ஏதேனும் வேண்டும் என்றால் கேள்' என்று வேண்டினான்.

'பாண்டவர்கள் அடிமைத்தளையிலிருந்து விடுபட வேண்டும்' என்று கேட்டாள் பாஞ்சாலி.

'அப்படியே ஆகட்டும் பாஞ்சாலி' என்றவன் தருமரை அழைத்தான்.

'என்ன பெரியப்பா' என்று குரல் கொடுத்து வந்தான்.

'தரும புத்திரா! துரியோதனன் செய்த தீமையை தயவு செய்து மனதில் வைத்துக் கொள்ளாதே.

அவர்கள் என்ன குற்றம் செய்திருந்தாலும், பார்வை தெரியாத இந்தப் பெரியப்பாவை நினைத்து என் மகன்களை மன்னித்துவிடு. நீ இழந்தவைகளை மீண்டும் உனக்கே அளிக்கிறேன்.

அனைத்தையும் மறந்து விட்டு, 'இந்திரப்பிரஸ்தம்' சென்று முன்பு போலவே உங்கள் ராஜ்ஜியத்தை ஆண்டு வாருங்கள்' என்றான்.

திருதராஷ்டிரன் சொன்னதற்கு மதிப்பு கொடுத்த பாண்டவர்கள் சபையிலிருந்த அனைவரையும் வணங்கி விடைபெற்றுக் கொண்டு புறப்படத் தயாரானார்கள்.

அதைப் பார்த்து ஏமாற்றம் கொண்ட துரியோதனன் தன் தந்தையிடம் சென்று கோபங்கலந்த குரலில்,

'தந்தையே! நீங்கள் பெரும் தவறு செய்துவிட்டீர்கள். நாம் பாண்டவர்களிடம் எதையும் ஏமாற்றிப் பிடுங்கவில்லை. மாமா சகுனி தன்னுடைய திறமையினாலே இவர்களைத் தோற்கடித்துள்ளார்.

தோற்றுப்போன கோபத்தில் உள்ள இவர்கள் நமக்குத் தீமையே செய்வார்கள். முயற்சித்து வெற்றி பெற்றதை, மீண்டும் இவர்களுக்குத் தானம் தருவதில் எனக்கு உடன்பாடில்லை' என்றான்.

இவ்விதம் தந்தையிடம் சொன்ன துரியோதனன் பின்னர் தருமனிடம் திரும்பியவன் 'தருமா! ஒரு பெண்ணின் தயவில் தப்பிப் பிழைக்க நினைக்கிறாய்?' இது உனக்கு அவமானமாக இல்லையா! என்று கேலியாகக் கேட்டான்.

'அதற்காக நீ என்ன சொல்ல வருகிறாய்?' என்று எரிச்சலுடன் கேட்டான் தருமன்.

'நடந்ததை விட்டுவிட்டு மீண்டும் ஒருமுறை சூதாட்டம் நடத்துவோம். அதில் நீ ஜெயித்தால் நாடு நகரத்தை வைத்துக் கொண்டு ஆட்சி செய். இல்லை நீ மீண்டும் தோற்றுவிட்டால் பன்னிரண்டு ஆண்டுகள் வனவாசம் செல்ல வேண்டும். முதல் மூன்றாவது ஆண்டு யாரும் கண்டுபிடிக்க முடியாதபடி தலைமறைவாக மறைந்து வாழவேண்டும். அப்படி மறைந்து

வாழும்போது நீங்கள் அடையாளம் கண்டுபிடிக்கப்பட்டால் மறுபடியும் பன்னிரண்டு ஆண்டுகள் வனவாசமும், ஓராண்டு அஞ்சாத வாசமும் செய்ய வேண்டும் இதுதான் பந்தயம் நீ ஆடத் தயாரா!' என்று கேட்டான்.

நாட்டினை மீட்டிட இதைவிட வேறு வழியொன்றும் தெரியவில்லை. ஒப்புக் கொண்ட தருமன், அந்தக் கடைசி பந்தயத்தையும் ஆடினான். அதிலும் தோற்றுப் போனான்.

நிபந்தனைப்படி பாண்டவர்கள் ஐவரும் வனவாசம் செய்ய காட்டுக்குப் புறப்பட்டார்கள்.

மகன்களுக்கு விதி ஏற்படுத்திய சதியினை எண்ணி குந்தி தேவி கண்ணீரில் மூழ்கிக் கொண்டிருந்ததைக் கண்ட விதுரன், தன் மனைக்கு அழைத்துச் சென்றான்.

அர்ஜுனன் பெற்ற பாசுபதம்

வனவாசம் சென்ற பாண்டவர்கள், முதல் நாள் கங்கைக் கரையை அடைந்து அங்கிருந்த பெரிய ஆலமரத்தின் கீழ் தங்கினார்கள்.

பாண்டவர்கள் அவ்விதம் வனத்தில் இருந்தபோது ஒரு நாள் அவர்களின் மேல் அன்பு கொண்ட போஜர்களும், சேது தேசத்து மன்னனான திருஷ்ட கேதுவும், கேகயர்களும், துருபதனும், திருஷ்டத்யும்னனும், விராடனும், கிருஷ்ணனும் இவர்களைச் சந்திக்க காட்டுக்கு வந்தனர்.

பாண்டவர்களின் நிலை வந்தவர்களுக்குக் கவலையளிப்பதாக இருந்தது. ஆறுதல் கூறினார்கள்.

அதில் கிருஷ்ணன் எல்லோரிடமும் 'இந்த சூதாட்டக் காரியங்கள் நடக்கும்போது நான் துவாரகையில் இல்லை. இருந்திருந்தால் தடுத்திருப்பேன். இருந்தாலும் நடந்தவைகள் எதையும் மாற்றி விட முடியாது. விதி போகும் போக்கில்தான் நாம் போக வேண்டும்' என்று வருத்தங் கலந்த குரலில் சொன்னான் கிருஷ்ணன்.

கிருஷ்ணனைப் பார்த்ததுமே, பாஞ்சாலிக்கு மனத்துக்குள் இருந்த துக்கம் பீறிட்டுக் கொட்டியது.

‘அண்ணா! என்னைப் போல ஒரு துரதிஷ்டமான பெண் இந்த உலகத்திலேயே இருக்க முடியாது. இப்போது நினைத்தாலும் நெஞ்சே வெடித்துவிடும் போலிருக்கிறது.

அன்று சூதாட்ட மண்டபத்தில் நான் கௌரவர்களால் மிகவும் மோசமான நிலையில் அவமதிக்கப் பட்டேன்.

என்னை தாசி என்று கேலி செய்து சிரித்தார்கள்.

ஐந்து கணவர்கள் இருந்தும், என்னைக் காப்பாற்ற யாரும் முன்வரவில்லை.

பெரியோர்களான பீஷ்மர், கிருபர், துரோணர் போன்றோரும் கூட எனக்கு உதவி புரிய முன்வரவில்லை. உங்கள் கருணையாலேயே என்னுடைய மானம் போகாமல் காக்கப்பட்டேன்.

இதற்கு காரணமாக இருந்த துரியோதனன் போன்ற துஷ்டர்களுக்கு அழிவு காலம் வராதா?’ என்று அழுதவாறே கேட்டாள்.

‘பாஞ்சாலி! எந்த ஒரு உத்தமப் பெண் பாதிக்கப்பட்டாலும் அவளது வேதனை வீண் போவதில்லை.

உன்னை யாரெல்லாம் துன்புறுத்தினார்களோ அவர்களின் உடல் ரத்தத்தில் நனைந்து உயிரில்லாமல் கிடக்கப்போவதை நீ பார்க்கத்தான் போகிறாய்.

இப்போது நான் உனக்கு வாக்குறுதி தருகிறேன். பாண்டவர்களை நான் எப்போதும் கைவிடமாட்டேன். அவர்களுக்குத் தேவையானதை சமயம் அறிந்து செய்வேன்.

அதேபோன்று உன்னை மீண்டும் பெரிய சாம் ராஜ்ஜியத்தின் பட்டத்தரசியாக சிம்மாசனத்தில் அமரவைப்பேன் இது சத்தியம்’ என்று வாக்களித்தான்.

அதன் பின்னர் அர்ஜுனனின் மனைவியான தன் தங்கை சுபத்திராவையும், அவளுடைய மகன் அபிமன்யுவையும் அழைத்துக் கொண்டு துவாரகைக்குப் புறப்பட்டுப் போனான்.

துருபதனும் திருஷ்டத்யும்னனும் பாஞ்சாலியின் பிள்ளைகளைக் கூட்டிக் கொண்டு பாஞ்சாலம் திரும்பினார்கள்.

வனவாசத்துக்கு வந்து சில ஆண்டுகள் ஆனபோதிலும் பீமனுடைய மனதிலிருந்த கோபம் தணியவேயில்லை.

அதன் பொருட்டு அவனுக்கும் தருமனுக்கும் பல முறை வாக்குவாதம் நடந்தது.

துரியோதனனின் நிபந்தனையை ஏற்றுக்கொண்டு பதின்மூன்று ஆண்டுகள் வனவாசம் இருப்பது கோழைத்தனம் என்று தருமனிடம் சொல்லி வந்தான்.

அதற்கு தருமன் "பீமா! கோபத்தை முதலில் கட்டுப்படுத்து, பொறுமையே தர்மம். நான் எந்த நிலையிலும் எப்போதும் தர்மத்தைக் கைவிடமாட்டேன்.

சூதாட்டத்தில் கலந்து கொண்டபோது, எல்லாவற்றிற்கும் சம்மதித்துத்தான் ஆடினேன். தோற்றேன். அந்த நிபந்தனையை நிறைவேற்றுவது எனது கடமை. அதுவே தர்மம்" என்று உறுதியாகச் சொன்னான் தருமன்.

தருமனின் இந்த சாத்வீக குணம் பாஞ்சாலிக்கும் பிடிக்கவில்லை.

'கோபப்படாதவன் சத்திரியனே இல்லை. துரியோதனனும் அவனைச் சார்ந்தவர்களும் மேலும் மேலும் நமக்கு பல தீமைகளைச் செய்து வருகிறார்கள். வஞ்சகமே உருவான அவர்கள் சந்தோஷமாக காலம் கழிக்கும்போது, தருமம் நீதி, நேர்மை என்று சொல்லிக் கொண்டு நீங்கள் காட்டில் கஷ்டப்படுகிறீர்கள். இது உங்களுக்கு அநீதியாகத் தெரியவில்லையா?'

உங்கள் தம்பிகளின் நிலைமையைப் பார்த்தும், 'எனது வேதனையைக் கண்டும் கூட உங்களுக்குக் கோபம் வரவில்லையா? பொறுமை காத்தது போதும். உங்கள் தம்பி சொல்வது போல செயலில் இறங்குங்கள்.

அவர்களைக் கொன்று பழி தீர்த்து நமது சத்திரிய தர்மத்தைக் காப்பாற்றுங்கள்' என்று கொந்தளிப்போடு சொன்னாள் பாஞ்சாலி.

'பாஞ்சாலி! உனக்கும், பீமனுக்கும் உண்டாகின்ற கோபம் உங்கள் கண்களை மறைக்கிறது. அதனாலேயே நமது எதிரியின் பலத்தைப் புரிந்து கொள்ள மறுக்கிறீர்கள்,

துரியோதனனும் அவன் சகோதரர்களும் நம்மைப்போலவே யுத்த பயிற்சி பெற்றவர்கள், நம்மைவிட எண்ணிக்கையில் அதிகமானவர்கள்.

அத்துடன் அசுவத்தாமன், பூரிசிரவசு போன்ற மாவீரர்கள் அவனுக்குப் பக்கபலமாக இருக்கிறார்கள்.

துரியோதனன் செய்வது நியாயமில்லை என்று தெரிந்தாலும், யுத்தம் என்று வந்து விட்டால் அவன் பக்கத்திலிருந்து அவனுக்காக உயிரையும் கொடுக்க பீஷ்மர், துரோணர், கிருபர் போன்றோர் இருக்கிறார்கள்.

இதற்கும் மேலாக அஸ்திர வித்தையில் தேர்ச்சி பெற்றவன் கர்ணன், துரியோதனனுக்காக எந்த அபாயத்திலும் தலைகொடுக்கும் தைரியசாலி.

இவர்களை எதிர்த்து யுத்தம் செய்தால், வெற்றி நமக்குத்தான் என்பது நிச்சயமில்லை.

எனவே அவசரப்படுவதிலோ, ஆவேசப்படுவதிலோ அர்த்தமில்லை. எந்த ஒரு காரியத்திலும் ஆலோசிக்காமல் இறங்குவது, ஆழம் தெரியாமல் காலை விடுவதற்குச் சமம் ஆகும். காலம் வரும் வரை பொறுமையைக் கடைப்பிடிப்போம்' என்று கூறி அவர்களைக் கட்டுப்படுத்தினான்.

அந்தச் சமயத்தில் வியாச மகிரிஷி அங்கு வந்தார்.

'தருமா! என்ன உங்களுக்குள் ஒரே வாக்குவாதமாக இருக்கிறது?' என விசாரித்தார்.

'சுவாமி துரியோதனனுடன் யுத்தத்துக்குச் செல்ல வேண்டும் என்று பீமன் துடிக்கிறான். அதற்கு பாஞ்சாலியும் ஒத்துப் பாடுகிறாள். அவர்களை ஜெயிப்பது மிகக் கடினம்' என்று சொன்னே. அது தப்பா?

'தப்பில்லை. அதைப் பற்றிய கவலையும் உனக்கு வேண்டாம். அதற்குப் பதிலாக நான் ஒரு வழி சொல்கிறேன்.'

'சொல்லுங்கள் சுவாமி...'

'மகாருத்திரனான சிவபெருமானையும் மற்ற தேவர்களையும் வேண்டி அர்ஜுனனை தவம் இருக்கச் சொல். அப்படி தவமிருக்கும்போது என்ன வரம் வேண்டும்' என்று அவர்கள் கேட்டார்களேயானால், 'தேவா ஸ்திரங்களைக் கேட்கச் சொல். அவ்விதம் அந்த ஆயுதங்களைப் பெற்றுவிட்டால், பிறகு உங்களுக்கு எதிரிகளின் பயம் இருக்காது' என்று சொல்லிவிட்டு விடைபெற்றுச் சென்றார்.

'வியாசர் சொன்னதை அர்ஜுனனிடம் சொல்லப்பட்டது. அதற்கு அர்ஜுனனும் சம்மதம் தெரிவித்ததோடு, சகோதரர்கள் அனைவரிடமும் விடைபெற்றுக் கொண்டு தவம் செய்யச் சென்றான்.

அடர்ந்த காட்டின் மத்தியில், இந்திர மலையின் மீது ஆழ்ந்த தவத்தினை மேற்கொண்டான்.

இதைக் கண்ட இந்திரன் அவனுடைய வலிமையைச் சோதிப்பதற்காக ரம்பை, ஊர்வசி, மேனகை போன்ற தேவகன்னிகைகளை அனுப்பி அர்ஜுனனின் மனத்தைக் கலைக்க முயன்றான்.

தேவகன்னியர்கள் எவ்வளவோ முயற்சித்தும், அர்ஜுனனின் தவத்தை கலைக்க முடியவில்லை.

இதைக் கண்டு மகிழ்ந்த இந்திரன், அர்ஜுனன் முன்பு தோன்றினான்.

'அர்ஜுனா! உனக்கு என்ன வேண்டும்?' என்று கேட்டான் இந்திரன்.

'இந்திர தேவரே! எனக்கு தேவாஸ்திரங்கள் வேண்டும்' என்று கேட்டான்.

"அர்ஜுனா! உன்னுடைய மன உறுதியினால் நீ நிச்சயம் சிவதரிசனம் பெறுவாய். அப்போது ஈடு இணையில்லாத தேவாஸ்திரங்கள் கிடைக்கும்' என்று வாழ்த்திவிட்டுப் போனான்.

அதன் பிறகு அர்ஜுனன் நீண்ட காலம் தவமிருந்தான்.

இவனது தவத்தைக் கண்டு அருள்பாலிக்க தீர்மானம் கொண்டார் சிவன்.

அதன் பொருட்டு பரமசிவன் - பார்வதி இருவரும் வேடன் - வேடுவச்சி போல உருமாறி, அர்ஜுனன் தவம் செய்து கொண்டிருந்த காட்டுக்குச் சென்றனர்.

அந்த சமயத்தில், கோரமான வடிவம் கொண்ட காட்டுப் பன்றி ஒன்று தவக்கோலம் பூண்டிருந்த அர்ஜுனனைக் கொல்வதற்காகப் பாய்ந்து வந்தது.

அந்த கணத்தில் தவத்திலிருந்து கலைந்த அர்ஜுனன் தனது காண்டீபத்தை வளைத்து அம்பை விட்டான்.

அடுத்த கணத்தில் அங்கே வேடனாக வந்த பரமசிவனும் பன்றி மீது அம்பைச் செலுத்தினார்

இரண்டும் ஒரே சமயத்தில் பன்றியைத் தாக்கியது. பன்றி செத்து விழுந்தது.

வேடனாகிய சிவபெருமான் மிகுந்த கோபம் கொண்டவர்போல 'ஏய் முட்டாளே! தவக்கோட்டத்தில்

இருக்கிறீர், நான் அம்பால் கொன்ற பன்றியை எப்படித் தாக்கலாம்? ஒரு விலங்கை இருவர் தாக்குவது நியாயமா? அறிவில்லையா உனக்கு?' என்று கேட்டார்.

'வேடனே! நாவை அடக்கிப் பேசு! என்னைத் தாக்க வந்ததாலேயே பன்றியின் மீது அம்பை எய்தினேன். அந்த அம்புதான் பன்றியினைக் கொன்றது.

ஆனாலும் இந்தப் பன்றி எனக்குத் தேவை இல்லை. நீயே எடுத்துப்போ! அதோடு இனியாவது யாரிடம் பேசினாலும் கொஞ்சம் மரியாதையாகப் பேசக் கற்றுக் கொள்' என்றான் அர்ஜுனன்.

'ஓ! நாக்கை அடக்கிப் பேசவில்லை என்றால் அறுத்து விடுவாயோ? நீ சரியான வீரனாக இருந்தால் என்னோடு போரிடு பார்க்கலாம்' என்று போருக்கு அழைத்தார் சிவபெருமான்.

இருவருக்குள்ளும் சண்டை மூண்டது. இருவரும் வில்லில் அம்பு பூட்டி ஒருவர் மீது ஒருவர் சரமாரியாக எய்து கொண்டிருந்தனர்.

அர்ஜுனன் எத்தனையோ அஸ்திரங்கள் விட்டும் அவைகள் வேடனை எதுவும் செய்ய முடியாமல் வீணானது.

வேடன் தனது பாணத்தால், அர்ஜுனனின் காண்டீப நாணை அறுத்தெறிந்தான்.

கோபம் கொண்ட அர்ஜுனன் வில்லின் நுனியாலேயே வேடனைக் குத்தி அடித்தான்.

வேடனோ அதை வெகு அலட்சியமாகப் பிடுங்கி ஒடித்து எறிந்தான். அதன்பின் இருவரும் வெறும் கைகளாலேயே அடித்து மல்யுத்தமும் செய்தார்கள்.

அர்ஜுனனின் இரு கைகளையும் பிடித்து இறுகக் கட்டி அசையக்கூட முடியாமல் செய்தான். எதுவும் செய்ய முடியாமல் அர்ஜுனன் தவித்தான்

தேவர்களாலும் வெல்ல முடியாதவன் என்று புகழ்பெற்ற தன்னை, ஒரு சாதாரண வேடன் தோற்கடித்து விட்டானே என்று மனம் வருந்திக் கலங்கினான்.

அதற்கு மேலும் அர்ஜுனனைச் சோதிக்க விரும்பாத சிவபெருமான் அவன் முன் தரிசனம் தந்தார்.

அதைக் கண்ட அர்ஜுனன் சாஷ்டாங்கமாக சிவனின் கால்களில் விழுந்து வணங்கினான்.

'உலகைக் காக்கும் பரம்பொருளே! உங்களுடனா நான் போரிட்டேன், ஐயோ! மன்னிக்க முடியாத தவறையல்லவா செய்துவிட்டேன்.'

இந்தப் பாவியின் குற்றத்தைப் பொறுத்தருளுங்கள் இறைவா என்று கதறியழுதான்.

'அர்ஜுனா! மனம் வருந்தத் தேவையில்லை. நான் விரும்பியே உன்னுடன் விளையாடினேன். உன்னுடைய வீரம் என்னை மகிழ்வித்தது. அதனால் நீ வேண்டும் வரம் கேள்.'

'பரமேஸ்வரா! இந்த எளியவனுக்கு தாங்கள் பாசுபத அஸ்திரத்தை வழங்கி அருள வேண்டும்' என்பதே நான் வேண்டும் வரம்...

'அப்படியே ஆகட்டும்! அர்ஜுனனுக்கு அருள்பாலித்த சிவபெருமான் வலிமைமிக்க பாசுபத அஸ்திரத்தை அவனுக்கு அளித்தார்.

பாசுபத அஸ்திரத்தை அர்ஜுனன் பெற்றதோடு, வர்ணபகவானிடமிருந்தும் எமன், மற்றும் குபேரனிடமிருந்தும் மேலும் பல சிறந்த அஸ்திரங்களைப் பெற்றான்

அப்போது விண்ணிலிருந்து இந்திரனுடைய தேர்ப் பாகனான மாதவி, தேருடன் அர்ஜுனனிடம் வந்து இறங்கினான்.

'அர்ஜுனா! இந்திரலோகத்தின் அதிபதியான இந்திரன், தங்களை அவருடைய அமராவதிப் பட்டணத்துக்கு அழைத்து வரும்படி என்னை அனுப்பி வைத்துள்ளார். வாருங்கள் செல்வோம்' என்று அர்ஜுனனை தேரில் ஏற்றிக் கொண்டு புறப்பட்டான்.

இந்திரலோகத்தை அடைந்த அர்ஜுனனை, அன்புடன் வரவேற்ற இந்திரன்.

'அர்ஜுனா! விடாமுயற்சியால் உனது விருப்பப்படியே ஈடு இணையில்லாத தேவாஸ்திரங்களைப் பெற்றுவிட்டாய். இனி, உன்னை வெல்ல யாராலும் முடியாது.

அதைப் பாராட்டவே உன்னை இங்கு வரவழைத்தேன், இதோ என் சார்பாக இதையும் பெற்றுக்கொள்!' என்றவன், வஜ்ராஸ்திரம் மற்றும் பல கலைகளையும் தந்து ஆசீர்வதித்தான்.

இந்திரலோகத்தில் அர்ஜுனன் இன்னொரு இந்திரன் போலவே உபசரிக்கப்பட்டான்.

சில நாட்கள் இந்திரனின் விருந்தாளியாக தங்கியவன், சித்திரசேனன் என்ற கந்தர்வனிடம் நடனக்கலையையும், இசையின் நுணுக்கங்களையும் கற்றுக்கொண்டான்.

வாயுபுத்திரர்கள் சந்திப்பு

இந்திரலோகத்தில் அர்ஜுனன் இருந்து வரும் நாளில் ஊர்வசி அவனிடம் சென்றாள்.

'அர்ஜுனரே! உமது அழகு எம்மைக் கவர்ந்துவிட்டது.

அதனால் உம்மை என் கண் தேடுகிறது. மனம் உங்களை அடையத் துடிக்கிறது. அதற்காக என்னை ஏற்றுக் கொள்ளுங்கள்' என்று கெஞ்சத் தொடங்கினாள்.

பதறிப்போன அர்ஜுனன்! 'ஊர்வசியே, நான் உங்களை தாயாக பாவிக்கிறேன். தயவு செய்து என்னைச் சோதிக்காதீர்கள். மோகத்தில் மூழ்கடித்து பாவியாக்க நினைக்காதீர்கள். என்னை மன்னித்து விடுங்கள்' என்றான்.

ஊர்வசி அவனை திரும்பத் திரும்ப வற்புறுத்தினாள், கெஞ்சினாள். 'அர்ஜுனா! விரக தாபத்தால் தவிக்கிறேன். என்னை வாட்டாதே. ஒரே ஒரு முறை என்னைப் பஞ்சணையில் ஏற்றுக்கொள்' என்று அவனை இழுத்தாள்.

அவனோ ஒதுங்கினான்.

கோபம் கொண்ட அவள் ஒரு பெண்ணின் உணர்ச்சிகளைப் புரிந்து கொள்ளாமல் புறக்கணித்த அற்பனே! நீ ஆண்மையற்ற அலியாகத் திரிவாய் என்று சாபமிட்டாள்.

அர்ஜுனன் திடுக்கிட்டான். மனம் உடைந்து போனான். இதைக் கேள்விப்பட்ட இந்திரன்.,

'அர்ஜுனா! இந்த சாபத்தால் நீ மனம் வருந்தத் தேவையில்லை. இதுவும் உன் நன்மைக்கே ஏற்பட்டது. நீங்கள் பன்னிரண்டாண்டு காலம் வனவாசம் முடிந்து ஓராண்டு அஞ்சாத வாச காலத்தில் இந்தச் சாபம் உனக்குப் பேருதவியாக இருக்கும். அந்த ஓராண்டு காலம் முடிந்ததும் ஊர்வசியின் சாபம் நீங்கி விடும். அதேபோல, இங்கு நீ சித்ரசேனனிடம் கற்றுக் கொள்ளும் இசையும் நடனமும்கூட அஞ்ஞாத வாசத்தில் பயன்படும்' என்றான்.

அதன் பின்னர் அர்ஜுனன் மனம் வருத்தம் நீங்கி மகிழ்வு கொண்டான்.

இந்திரலோகத்தில் அர்ஜுனன் இருந்த சமயத்தில் கங்கைக் கரையில் இருந்த பாண்டவர்கள், அர்ஜுனனை நினைத்து, வருத்தப்பட்டார்கள். அஸ்திரங்களைப் பெறுவதற்காக தவம் செய்யச் சென்றவன் வெகுநாட்களாகியும் ஏன் வரவில்லை என்று கவலை கொண்டிருந்தார்கள்.

அந்த நேரத்தில் லோமச முனிவர் அங்கு வந்தார்.

அவரை வரவேற்ற பாண்டவர்கள் அர்ஜுனனைப் பற்றிக் கேட்டனர்.

அர்ஜுனன் தவத்தில் ஈடுபட்டது முதல் சிவனிடமும், இந்திரனிடம் அஸ்தாஸ்திரங்களைப் பெற்று, இந்திரனுடைய விருந்தாளியாக அவன் நலமாக இருப்பதையும் கூறி, அவர்களின் கவலையைப் போக்கினார்.

அத்துடன் 'தருமா! ஒரே இடத்தில் இருந்தால் சரிப்பட்டு வராது. அதனால் என்னுடன் வாருங்கள். நானே உங்களை தீர்த்த யாத்திரை கூட்டிச் செல்கிறேன்' என்று கூறினார்.

அதன்படியே அனைவரும் உடன்பட்டு தீர்த்த யாத்திரைக்குப் புறப்பட்டனர்.

புண்ணிய யாத்திரைப் பயணமானது ஆண்டுக் கணக்கில் நடந்தது. அவர்கள் பாரததேசத்தின் அனைத்து புண்ணிய சேத்திரங்களுக்கும் சென்றனர்.

லோமச முனிவர் அந்தந்த ஸ்தலங்களின் பூர்வ புண்ணிய கதைகளைச் சொல்லியபடியே அவர்களை வழிநடத்திச் சென்றார்.

காடு, மேடு, கரடுமுரடான பாதைகளில் பயணத்தை மேற்கொண்டவர்கள் சிரமப்பட்டனர். பாஞ்சாலியோ மிகவும் சிரமப்பட்டாள்.

அதைக் கண்ட தருமன், தம்பி பீமனிடம், 'பீமா! நீ பாஞ்சாலியையும் நகுலனையும் தூக்கிக் கொண்டு கங்கா நதி தீர்த்தக் கரைக்கு முதலில் செல். நாங்கள் அங்கு வந்து சேர்கிறோம்.

இவ்விதம் தருமன் சொன்னதை பீமன் ஏற்றுக் கொள்ளவில்லை. எல்லோரும் சேர்ந்தே செல்வோம்' என்று கூறி மறுத்துவிட்டான்.

அதன் அடிப்படையில் தீர்த்த யாத்திரையின் ஒரு பகுதியாக பாண்டவர் குழுவினர் இமயமலைப் பிரதேசத்தை அடைந்தனர். அங்கு நாராயணசிரம வனத்தில் சில நாட்கள் தங்கினர்.

ஒருநாள்,

மலரின் மனம் பாஞ்சாலியின் மூக்கினைத் துளைத்தது. அதே நேரத்தில் காற்றில் வந்த அந்த மலர் அவளின் முன் விழுந்தது.

அந்த மலர் எங்கிருந்து வந்தது என்று தெரியவில்லை.

அதை எடுத்துக் கொண்டு பீமனிடம் ஓடினாள்.

'பீமரே! இந்த அழகான மலரைப் பாருங்கள் எனக்கு இந்த மலர் பிடித்துவிட்டது. அதனால் எனக்காக இன்னும் கொஞ்சம் மலர்களைப் பறித்துக் கொண்டு வாருங்கள்' என்று கொஞ்சலாகக் கேட்டாள்.

அவள் கேட்டு முடித்த அடுத்த விநாடியே, பீமன் மலரைத் தேடிக் கொண்டு பாதி தூரம் சென்றிருந்தான்.

வழியில் ஓரிடத்தில் ரம்மியமான பழச்சோலை இருந்தது. அதில் விதவிதமான பழமரங்கள் இருந்தன.

அதைத் தாண்டிச் சென்று மலரைப் பறிக்க உத்தேசித்தபோது பாதையில் ஆளுயரக் குரங்கு ஒன்று படுத்திருந்தது.

அதைப் பார்த்து சற்று தயங்கினான்.

பின்னர் அதை எழுப்புவதற்காக கர்ஜனைக் குரல் கொடுத்தான். அதைக் கேட்டு அலுப்புடன் கண்களைத் திறந்து பார்த்தது குரங்கு.

'மானிடனே! உடல் நலமின்றி படுத்திருக்கிறேன். என்னை ஏன் எழுப்புகிறாய், உனக்கு என்ன வேண்டும்' என்று கேட்டது குரங்கு.

'நான் பாதையைத் தாண்டிச் செல்ல வேண்டும். வழிவிட்டு விலகிப் படு' என்று அதட்டலாகச் சொன்னான் பீமன்.

'மானிடனே! இதற்கு மேல் மனிதர்கள் போக முடியாது. இது தேவர்கள் செல்லும் பாதை. வந்தது வந்தாய். சோலையில் இருக்கும் பழங்களைச் சாப்பிட்டு விட்டு, வந்த வழியே திரும்பிப் போய் விடு' என்றது குரங்கு.

பீமன் கோபம் கொண்டான், நீ யார் என்னைத் தடுக்க? நான் யார் தெரியுமா? பரத வம்சத்தில் வந்த சத்திரியன். குந்தி

மைந்தனான வாயு புத்திரன். என்னைத் தடுத்து துன்பத்தைத் தேடிக் கொள்ளாதே! மரியாதையாக வழியை விட்டு ஒதுங்கிப் போ' என்று எச்சரித்தான்.

'அப்படியா! சரி. நீ கட்டாயம் போக வேண்டுமானால், என்னைத் தாண்டிக் கொண்டு போ!'

இவ்விதம் சலிப்புடன் சொன்ன குரங்கு திரும்பிப் படுத்துக் கொண்டது.

'அடடா! உன்னோடு பெரிய தொல்லையாகப் போய்விட்டதே!'

'பிராணிகளுக்குள்ளும் பரமாத்மா இருப்பதினால் தாண்டிச் செல்லக்கூடாது என்பது சாத்திரம். அதனால் தான் உன்னைத் தாண்டிச் செல்லாமல் தயங்கிக் கொண்டிருக்கிறேன்.

இல்லாவிட்டால் அனுமான் கடலைத் தாண்டியதுபோல, எப்போதோ உன்னையும், இந்த மலையையும் ஒரே தாவாக தாவிச் சென்றிருப்பேன்.'

'அடடே! அப்படியா? யார் அந்த அனுமான்? எதற்காக கடலைத் தாண்டினான்?'

'அனுமான் ஒரு சஞ்சீவி. ஶ்ரீராமரின் பக்தன். சீதையைத் தேடுவதற்காக ஒரே மூச்சில் கடலைத் தாண்டி இலங்கைக்குச் சென்றார். வாயு புத்திரனான அவர் எனக்கு அண்ணனும் ஆவார்.

தேகபலத்தில் நானும் அவருக்குச் சமமானவன் தான். சரி, சரி எழுந்து வழியை விடு. இல்லாவிட்டால், இப்போதே உன்னை எமலோகத்துக்கு அனுப்பிவிடுவேன்' என்று பயமுறுத்தினான் பீமன்.

'வீரனே' கோபப்படாதே. 'எனக்கு எதற்கு உன்னோடு வீண் வம்பு? எனக்கு உடல் சரியில்லை. எழுந்து கொள்ளவும் சக்தியில்லை. அப்படியிருக்கையில் என்னைத் தாண்டிடச் செல்லவும் தயங்குகிறாய். ஆனாலும் பரவாயில்லை. நீ போக எனது வாலை நகர்த்தி ஒதுக்கி வைத்துவிட்டு வழியை ஏற்படுத்திக் கொண்டு நீ போ...' என்றது குரங்கு.

'ம்... அப்படியா சங்கதி' என்றவன், அலட்சியமாகச் சிரித்தபடியே, ஒரு கையால் குரங்கின் வாலைப் பிடித்து நகர்ந்த முயற்சித்தான்.

நகர்த்த முடியாமல் திகைத்தான். பின்னர் இரு கைகளாலும் வாலைப் பிடித்து தூக்க முற்பட்டான். ஹூம்... முடியவில்லை. மறுபடியும் பலம் கொண்ட மட்டும் நகர்த்திப் பார்த்தான். திரும்பத் திரும்ப முயற்சித்தும், வாலை அசைக்கக்கூட முடியாமல் தோற்றுப் போனவன். வெட்கத்தில் தலைகுனிந்தான்.

அதற்கான காரணம் என்னவென்று அந்தக் குரங்கிடம் கேட்டான் பீமன்.

அதைக் கேட்ட குரங்கு புன்சிரிப்புடன் எழுந்து நின்று, "பீமா! கலக்கம் கொள்ளாதே. நானும் வாயு புத்திரன் தான் உன் அண்ணன் அனுமான்.

இது தேவலோகம் செல்லும் வழி. மானிடர்கள் செல்லக்கூடாது. அதனாலேயே உன்னைத் தடுத்தேன். நீ அங்கு போகத் தேவையில்லை. அதோ கௌகந்திக ஓடையில் தென்படுகிறது பார், நீ தேடி வந்த பூக்கள். வேண்டிய மட்டும் பறித்துக் கொண்டு செல்" எறு கூறி ஓடையைச் சுட்டிக் காட்டினான் அனுமான்.

பரவசமடைந்த பீமன் 'அண்ணா! இராமதாசனான தங்களைக் கண்டதால், நான் மிகவும் புண்ணியம் பெற்றவனானேன். எனக்குத் தாங்கள் ஒரு வரம் அருள வேண்டும்' என்று கேட்டான்.

'வேண்டுவன கேள் பீமா' என்றான் அனுமான்.

'தாங்கள், கடலைத் தாண்டிச் செல்லும் வலிமை பெற்றவர். அப்படியிருக்கையில் எங்களுடைய வனவாசமும் அஞ்ஞான வாசமும் முடிந்தபின் நாடு திரும்பும்போது துரியோதனனுடன் போரிட வேண்டியிருக்கும். அப்போது தாங்கள் எங்களுக்கு உதவ வர வேண்டும்' என்று கேட்டுக் கொண்டான்.

'தம்பி பீமா! போர்க்களத்தில் எப்பொழுதெல்லாம் நீ வீர கர்ஜனை செய்கிறாயோ, அப்பொழுதெல்லாம் உனது குரலுடன் எனது குரலும் சேர்ந்து பகைவர்களை நடுங்க வைக்கும்.

வரப்போகும் பாரதப் போரில் அர்ஜுனனின் தேரில் கொடியாக நான் படபடப்பேன். வெற்றி உங்களுக்கே' என்று வாழ்த்தினான் அனுமான்.

பாஞ்சாலி பிரியமோடு கேட்ட பூக்களுடன் பீமன் வந்து சேரவும், அர்ஜுனன் இந்திரலோகத்திலிருந்து வெற்றி வீரனாக வந்து சேரவும் சரியாக இருந்தது.

கள்ளிப்பட்டி சு. குப்புசாமி | 113

சகோதரர்கள் தாங்கள் சென்று வந்த இடங்களைப் பற்றிப் பேசி பகிர்ந்து கொள்ளலானார்கள்.

தருமர் தாங்கள் சென்று வந்த தீர்த்த யாத்திரையைப் பற்றி அர்ஜுனனிடம் விபரமாக எடுத்துச் சொன்னான்.

அர்ஜுனன் தான் அஸ்திரங்கள் அடைந்த கதையைச் சொன்னான்.

எல்லோரும் பேசிப் பேசி மகிழ்ந்து போனார்கள்.

இவ்விதம் பாண்டவர்கள் தாங்கள் படும் அத்தனை கஷ்டங்களுக்கு நடுவிலும் ஒற்றுமையாக சந்தோஷமாக நாட்களைக் கழித்து வந்தார்கள்.

ஆனால், சகல சுக போகங்கள் பெற்றிருந்தும் அஸ்தினாபுரத்தில் துரியோதனன் மனநிம்மதியில்லாமல் இருந்தான். அவனது எண்ணமெல்லாம் பாண்டவர்களை தீர்த்துக் கட்டுவதிலே இருந்ததே அதற்கான காரணம்.

அவன் ஒன்று நினைக்க நடப்பது வேறாக இருந்து வந்தது.

துரியோதனன் அடைந்த அவமானம்

பிறரை இம்சித்து, அதன் மூலம் இன்பத்தைக் காண்பவன் துரியோதனன்.

அந்த வழியில் பாண்டவர்கள் கானகத்தில் துன்பப்பட்டு வருவதைக் கண்டு பார்த்து மகிழ வேண்டும் என்ற எண்ணத்தில் பெரிய சேனையையும், பரிவாரத்தையும் கூட்டிக் கொண்டு துவைத வனம் சென்றார்கள், துரியோதனன், கர்ணன், சகுனி போன்றவர்கள்.

பாண்டவர்கள் தங்கியிருந்த இடத்துக்கு அருகிலேயே தங்களது பரிவாரங்களுக்கு இடம் பார்த்து தங்குவதற்கான விடுதிகளை அமைப்பதற்கான ஏற்பாடுகளை செய்தனர்.

அதனை அறிந்த துவைத வனத்து அரசன் கந்தர்வராஜன் துரியோதனுடைய உத்தியோகஸ்தர்களிடம் இவ்விடங்களில் உங்கள் படையினர் தங்கக் கூடாது என்று சொன்னார்கள்.

அந்த விஷயத்தை துரியோதனனிடம் உத்தியோகஸ்தர்கள் சொல்லிவிட்டனர்.

அதைக் கேட்ட துரியோதனன் கோபங்கொண்டான். ‘என் உத்தரவைத் தடுக்கும்படியான அரசன் யார்? நீங்கள் தைரியமாகப் போய் அந்த ‘தடாகத்தண்டை‘ என்ற இடத்தில் விடுதிகளைக் கட்டுங்கள்’ என்று அனுப்பி வைத்தான்.

அவ்வாறே வேலைக்காரர்கள் தடாகத் தண்டை போய் விடுதிகள் கட்டத் தொடங்கினார்கள்.

உடனடியாக கந்தர்வராஜன், தனது படையை அனுப்பி, அவர்களை விரட்டி அப்புறப்படுத்தி விட்டான்.

இந்த விஷயம் துரியோதனனுக்குத் தெரிய வரவே, பெருங்கோபங்கொண்டு பெரும் சேனையுடன் சென்று கந்தர்வர்களை ஒழித்துக் கட்ட வேண்டும் என்று சண்டைக்கு ஆயுத்தமானான் துரியோதனன்.

அதனை அறிந்த கந்தர்வர்களும், பெரும்படையினை துரியோதனனின் படைக்கு முன்பாக நிறுத்திப் போரிடலானார்கள்.

முதலில் சாதாரண முறையில் யுத்தம் நடந்தது. அதில் கந்தர் வர்களை துரியோதனனின் படையினர் வெற்றி கொண்டனர்.

இந்த விஷயம் கந்தர்வ ராஜனான சித்திரசேனனுக்குத் தெரிய வரவே, கோபங்கொண்டவன், தன்னுடைய மாய அஸ்திரங்களைப் பிரயோகித்தான்.

அதில் சிக்குண்ட கர்ணன் உள்பட கௌரவ வீரர்கள் அனைவரும் ஆயுதங்களை இழந்து ஓட வேண்டிய நிலைக்கு ஆளானார்கள்.

துரியோதனன் ஓடாமல் யுத்தக் களத்தில் நின்றான்.

சித்திரசேனன் அவனை உயிருடன் பிடித்துக் கயிற்றால் கட்டித் தன் ரதத்தில் தூக்கிப் போட்டுக் கொண்டு சங்கநாதம் செய்தான்.

கௌரவ வீரர்களில் முக்கியமானவர்கள் பலரைக் கந்தர்வர்கள் சிறைப்படுத்தினார்கள்.

கௌரவ சேனை சிதறடிக்கப்பட்டுச் சிலர் பாண்டவர்களுடைய ஆசிரமத்துப் பக்கம் ஓடிப்போய், அவர்களிடம் முறையிட்டார்கள்.

அதைக் கேட்ட பீமனுக்கு மகிழ்வு பொங்கியது. ‘நாம் செய்ய வேண்டியதை இந்த கந்தர்வர்கள் செய்தார்கள். நம்மைப் பார்த்து ஏளனம் செய்ய வந்த இந்த துரியோதனனுக்கு தகுந்த பாடம் கற்பிக்கப்பட்டது.

அவர்களுக்கு நாம் நன்றி செலுத்துவோம் என்று பீமன் தனக்கேற்பட்ட மகிழ்வினை தருமனிடம் தெரிவித்தான்.

அதைக் கேட்ட தருமன், 'தம்பி பீமா! நீ மகிழ்ச்சி கொள்வது சரியானதல்ல. மற்றவர்களிடம் நம்முடைய குலத்தவர்கள் சிறைப்பட்டிருப்பது எனக்கு வருத்தத்தை அளிக்கிறது. அதனால் நாம் இனியும் சும்மா இருக்கக்கூடாது. அதனால் உடனே போய் துரியோதனனை விடுவித்து வா' என்றான்.

தருமன் இவ்விதம் சொன்னது பீமனுக்குப் பிடிக்கவில்லை.

'அண்ணா! நீங்கள் சொல்வது கொஞ்சம்கூட பொருத்தமில்லை. சிறு வயதில் என்னைக் கொல்ல முயன்றான். அரக்கு மாளிகையிலோ அனைவரையும் கூண்டோடு அழிக்க நினைத்தான். பாஞ்சாலியை சபையில் அனைவரின் முன்பாக நிற்க வைத்து அவமானப்படுத்தினான்.

இத்தனையையும் மீறி பகைவனான துரியோதனனுக்கு உதவச் சொல்லுகிறீர்கள். இப்படிச் சொல்லும் உங்களை அண்ணனாக அடைந்ததற்குப் பெருமைப்படுவதா? இல்லை வருத்தப்படுவதா? என்றே தெரியவில்லை! சரி உங்கள் உத்திரவுப்படியே செய்கிறேன்' என்று சலித்துக் கொண்டே புறப்பட்டான் பீமன்.

அவனுடன் அர்ஜுனன், நகுல, சகாதேவனையும் அனுப்பி வைத்தான் தருமன்.

நால்வரும் ஒன்று சேர்ந்து சிதறி ஓடிப்போன கௌரவப்படையை மீண்டும் ஒன்று திரட்டிக் கொண்டு சென்று கந்தர்வர்களுடன் யுத்தம் செய்யச் சென்றனர்.

ஆனால் பாண்டவர்களைக் கண்டதும், போரினை நிறுத்தி விட்டு மகிழ்வு கொண்டான் இந்திரசேனன். தேவலோகத்தில் அர்ஜுனனுக்கு இசையும் நடனமும் கற்றுக் கொடுத்தவன் என்பதினால் இருவரும் கட்டிச் சேர்ந்து பிடித்துக் கொண்டனர்.

அதன் பின்னர் பாண்டவர்களுடனே சென்று தருமனைச் சந்தித்தான். அவனிடம் 'தருமரே! கெடுமதி கொண்ட இந்தத் துரியோதனர்கள் கூட்டத்துக்கு பாடம் போதிக்கவே இவர்களை சிறைப்பிடித்தேன். நீங்கள் அவர்களுக்காக பரிந்து பேச வந்ததினால் இப்போது உங்களிடம் ஒப்படைக்கிறேன். ஆனால் ஒன்று! நாய் வாலை நிமிர்த்த முடியாதது போல இவர்களுடைய கெட்ட குணத்தை உங்களால் மாற்ற முடியாது. அவ்வளவுதான் நான் சொல்வேன்' என்றவன் படைத்தளபதிகளை அழைத்தான்.

வந்த தளபதிகளிடம் முதலில் இவர்களின் கட்டுகளை அவிழ்த்து விடுங்கள் என்று சொன்னான்.

அவிழ்த்து விடப்பட்ட துரியோதனனிடம் சென்ற தருமன் 'துரியோதனா! எப்போதும் நல்லவர்களின் சேர்க்கையிலே இரு. வீணாக யாரையும் பகைத்துக் கொள்ளாதே. நடந்ததை மறந்து விட்டு நல்ல முறையில் நாட்டுக்குத் திரும்பிச் செல்' என்றான்.

பாண்டவர்களிடம் ஒரு வார்த்தைகூட சொல்லிக் கொள்ளாமல் புறப்பட்டவன், நேராகக் கர்ணனைச் சந்தித்தான்.

அவனிடம் 'கர்ணா! நான் அந்தக் கந்தர்வர்களால் கொல்லப்பட்டிருந்தாலும் மகிழ்வோடு மடிந்திருப்பேன். ஆனால் நான் யாரை வெறுத்து வருகிறேனோ, அந்தப் பாண்டவர்களின் தயவால் உயிர்ப்பிச்சை பெற்றிருக்கிறேன். இதைவிட எனக்கு வேறு என்ன அவமானம் வேண்டும்!

இனி நான் அஸ்தினாபுரம் திரும்பிப் போவதில்லை. பாண்டவர்கள் பிச்சையிட்ட உயிர் எனக்குத் தேவையில்லை. நான் இங்கேயே உபவாசம் இருந்து உயிர் துறக்கப்போகிறேன்' என்றவன் துச்சாதனிடம் திரும்பச் சொல்லலானான்.

'துச்சாதனா! நீயும் மற்ற சகோதரர்களும் அஸ்தினாபுரம் திரும்பிச் செல்லுங்கள். அங்கே நீயே பட்டம் சூட்டிக்கொண்டு ஆட்சியை நடத்து. என் முடிவை தாய் தந்தையரிடம் தெரிவித்துவிடு.'

இதைக் கேட்ட துச்சாதனன் கதறியழுதான்.

துரியோதனனைக் கர்ணன் தேற்றினான்.

'துரியோதனா! என்ன காரியம் செய்யத் துணிந்துவிட்டாய்? நான் சொல்வதைக் கேள். பாண்டவர்கள் உன்னைக் காப்பாற்றியதற்காக நீ ஒன்றும் வருத்தப்படத் தேவையில்லை. ஏனெனில் அவர்கள் உனது அடிமைகள். எஜமான் ஆபத்தில் இருக்கும்போது, அவனைக் காப்பாற்ற வேண்டியது அடிமைகளின் கடமை.

அவர்கள் அதைத்தான் செய்திருக்கிறார்கள். இன்னும் சொல்லப்போனால் அவர்கள் அடையாத அவமானத்தையா நீ பெற்று விட்டாய்? மானமிழந்த அவர்களே உயிருடன் இருக்கும்போது நீ மட்டும் ஏன் கோழைத்தனமான சாவைத் தேர்ந்தெடுத்தாய். வீணாக மனதைப் போட்டு குழப்பாதே. மனதைத் தேற்றிக் கொண்டு எழுந்து வா அஸ்தினாபுரம் போகலாம்.'

இவ்விதம் கர்ணன் கூறியதை ஆமோதிப்பது போல சகுனியும் பேசலானான்.

'மருமகனே! கர்ணன் சொல்வதைக் கேள். இன்பமோ, துன்பமோ இரண்டையும் சரிசமமாகப் பாவித்து அதை ஏற்றுக் கொள்பவன் தான் அறிவாளி.

அப்படி பாண்டவர்கள் செய்த உதவி உன் மனத்தினைப் பாதிக்கிறதென்றால், நடந்தவைகளுக்கு வருத்தம் தெரிவித்துவிட்டு, அவர்களுக்கு பாதி ராஜ்ஜியத்தை அவர்களுக்கு வழங்கிவிடு. இதனால் நீயும் நிம்மதியடையலாம்' என்றான்.

இவ்விதம் சகுனி சொன்னதைக் கேட்ட மாத்திரத்தில் துரியோதனன் பொங்கி எழுந்தான்.

'இல்லை மாமா! பாண்டவர்களை வெற்றிகொண்டு மண்ணைக் கவ்வச் செய்வேனே தவிர, ஒருபோதும் ராஜ்ஜியத்தை நான் தரமாட்டேன்' என்று கத்தினான்.

'சபாஷ் மருமகனே! நீ சொல்வது சரிதான். ஆனால் அதை மரணத்தின் மூலம் சாதிக்க முடியாது.'

'எழுந்து வா! உயிரோடு இருந்து பாண்டவர்களை வதம் செய்யலாம்' என்றான்.

இதனால் மனம் தேறிய துரியோதனன் அனைவருடனும், அஸ்தினாபுரம் திரும்பினான்.

ஆனாலும், பாண்டவர்களின் முன்னிலையில் நிகழ்ந்த அவமானத்தின் அடையாளம் மட்டும் அவன் உள்ளத்தில் உறுத்திக் கொண்டே இருந்தது.

அதேபோல பாண்டவர்களும் ஏதாவது ஒரு வகையில் சிக்கலில் மாட்டி துன்பப்பட வேண்டும். அதைப் பார்த்து தான் இன்பமடைய வேண்டும் என்று நினைத்த துரியோதனன் அதற்கான சந்தர்ப்பத்தை எதிர்நோக்கிக் கொண்டிருந்தான்.

கிருஷ்ணன் உண்ட சில பருக்கைகள்

கோபத்துக்கும் சாபத்துக்கும் பெயர்பெற்ற துருவாச முனிவர் ஒரு சமயம், தனது சீடர்களுடன் அஸ்தினாபுரம் அரண்மனைக்குச் சென்றார்.

அவரை வரவேற்ற துரியோதனன், வந்தவர்கள் அனைவருக்கும் விருந்து படைத்தான்.

விருந்துண்ட துருவாசர், துரியோதனனைப் பாராட்டியதோடு, 'துரியோதனா! நாங்கள் என்ன செய்ய வேண்டும் என்று விரும்புகிறாய்? சொல்லு' என்று கேட்டார்.

'சுவாமி! என்னிடம் வந்து உணவருந்தியது போன்று, காட்டில் வாழும் எனது சகோதரர்களான பாண்டவர்களின் இடத்துக்கும் போய் நீங்கள் உணவருந்த வேண்டும். அதைத்தான் நான் விரும்புகிறேன்' என்று சொன்னான்.

'அப்படியே ஆகட்டும்' என்று துரியோதனனிடம் சொல்லிவிட்டு அவனது வேண்டுகோளை ஏற்று' காட்டில் வாழும் பாண்டவர்களின் இடத்திற்குச் சென்றார் துருவாசர்.

மகரிஷியை பணிவுடன் வரவேற்றான் தருமன்.

வரவேற்பினை ஏற்ற துருவாசர் 'தருமா! உமது வரவேற்புக்கு மிக்க நன்றி. எனக்கும் என் சீடர்களுக்கும் ஒரு ஏற்பாடு செய்ய வேண்டுமே!

'சொல்லுங்கள் சுவாமி!'

'நாங்கள் அனைவரும் ஆற்றிற்குச் சென்று நீராடி விட்டு விட்டு வருகிறோம். அதற்குள் எங்களுக்கான உணவைத் தயாரித்து வையுங்கள்' என்று சொல்லி விட்டு, துருவாசர் தமது சீடர்களுடன் ஆற்றிற்குச் சென்றார்.

இந்த விஷயத்தை பாஞ்சாலியிடம் சொன்னான் தருமன்.

'இதைக் கேட்டு திடுக்கிட்ட பாஞ்சாலி அட்சய பாத்திரத்தினை எடுத்துப் பார்த்தாள். அன்றைய தினத்தில் எவ்வளவு உணவினை வழங்க வேண்டுமோ, அவ்வளவு உணவினை அளித்துவிட்டது. மறுபடியும் உணவு வேண்டும் என்றால், மறுநாள் வரும் வரை காத்திருக்க வேண்டும். துருவாச முனிவரும் அவரது சீடர்களும் காத்திருக்க மாட்டார்கள். என்ன செய்வது!'

'துருவாச முனிவர் கோபக்காரராச்சே. அவரது சொல்படி நடக்கவில்லையென்றால் சாபமிட்டு விடுவாரே! இந்த சாபம் கொடுக்காத அளவிற்கு தப்பிக்க யாது வழி!' என்று யோசித்தாள்.

அவளது யோசனையில் கிருஷ்ணன் நினைவுக்கு வந்தான். அவனை வேண்டுவதேயன்றி வேறு வழியில்லை என்று அவனை நினைத்து, கண்களை மூடிப் பிரார்த்தனை செய்யலானாள்.

'கிருஷ்ணா! ஆபதபாந்தவா! அனாதரட்சகா! கருணை உள்ளம் கொண்டவனே! நீ தான் எங்களுக்குக் கதி. துருவாசனின்

கோபம் எங்கள் மேல் பாயாம லிருப்பதற்கு நீ தான் எங்களைக் காப்பாற்றி அருள வேண்டும்.'

இவ்விதம் பிரார்த்தித்து முடித்து விட்டு கண்களைத் திறந்தபோது எதிரே கிருஷ்ணன் நின்றிருந்தான்.

'பாஞ்சாலி' நீ பிரார்த்தனை செய்ததினால் ஓடோடி வந்துள்ளேன். எதுவுமே சாப்பிடாமல் வந்ததினால், ஒரே பசியாக இருக்கிறது. போய் சாப்பிட ஏதாவது கொண்டு வா' என்றாள்.

பாஞ்சாலி கதி கலங்கிப் போனாள்.

'துருவாச முனிவர் போன்றவர்களுக்கு எவ்விதம் உணவளிப்பது என்று கவலைப்பட்டிருக்கும் இந்த நிலையில் நீயும் பசிக்கிறது என்று உணவு கேட்டால் நான் என்ன செய்வேன்' என்று கண்கலங்கினாள்.

பரிதாப நிலையில் பாஞ்சாலி சொன்னபோதிலும் நம்பிக்கையில்லாதவனைப் போன்று 'பாஞ்சாலி! எந்த சாக்குபோக்கும் சொல்லாமல், என் அகோர பசிக்கு சிறிதளவாவது உணவு வேண்டும். போ, அந்த அட்சய பாத்திரத்தைக் கொண்டு வா' என்றான்.

பாஞ்சாலியும் வேறு வழியில்லாமல், கவிழ்த்து வைக்கப்பட்டிருந்த அட்சய பாத்திரத்தைக் கொண்டு வந்து காட்டினாள்.

அந்தப் பாத்திரத்தை அவள் சரியாக சுத்தம் செய்யாததால் இரண்டொரு சோற்றுப் பருக்கைகளும், கீரைத் துணுக்குகளும் அதில் தென்பட்டன.

அந்த பருக்கைகைகளைத் திரட்டி எடுத்து கிருஷ்ணன் வாயில் போட்டுக் கொண்டான்.

அதைக் கண்டு வருத்தப்பட்ட பாஞ்சாலி, 'ஐயோ' நான் பாத்திரத்தை நன்றாக கழுவாததினால் அதில் ஒட்டிக் கொண்டிருந்த சோற்றுப் பருக்கையை எடுத்து கிருஷ்ணன் உண்டுவிட்டானே' என்று எண்ணினாள்.

கிருஷ்ணனும் வயிற்றுப் பசியை அடங்கியவனைப் போன்றும் பசியுடன் ஆற்றில் குளிக்கச் சென்றிருக்கும் துருவாசர் மற்றும் சீடர்களை, உணவுண்ண வருமாறு பீமனிடம் சொல்லி அனுப்பினான்.

பீமசேனன் விரைந்து சென்று துருவாசர் மற்றும் அவருடைய சீடர்கள் போன்றோரைச் சந்தித்து, அனைவரும் உணவு உண்ண வாருங்கள் என்று அழைத்தபோது எல்லோரும் ஏப்பம் விட்டுக் கொண்டிருந்தபடியால், 'பீமா! உங்கள் அண்ணன் தருமனிடம் எங்கள் அனைவருக்கும் உணவு தயாரிக்குமாறு சொல்லிவிட்டு வந்தோம்.

ஆனால் இப்போது எங்களுடைய வயிறு உணவு உண்டது போன்ற நிலையில் இருக்கிறது. அதனால் எங்களால் உணவினை உண்ண முடியாது. அதற்காக அண்ணன் தருமனிடம் இந்த விஷயத்தைச் சொல்லிவிடு. நாங்கள் இங்கிருந்தே எங்களுடைய இருப்பிடங்களுக்குச் செல்லுகிறோம்' என்று கூறினார் துருவாசர்.

அதன்படியே ஆசிரமம் வந்த பீமன், கிருஷ்ணரிடமும் அண்ணன் தருமனிடமும், பாஞ்சாலியிடமும் சொன்னான்.

'சரி! பாஞ்சாலி! இனி கவலைப்பட வேண்டாம்' என்றான் கிருஷ்ணன்.

அகிலமும் கிருஷ்ணனுக்குள் அடங்கியிருந்ததினால், அவன் உண்ட சில சோற்றுப் பருக்கைகள் துருவாச முனிவர் மற்றும் சீடர்களின் பசியினை எல்லாம் ஆற்றிவிட்டது.

நச்சுப் பொய்கை

பாண்டவர்களுடைய பன்னிரண்டு ஆண்டு வனவாசம் முடியும் காலம் நெருங்கிய நாளில் ஒருநாள்...!

வனத்தில் வசித்து வந்த ஓர் ஏழை பிராமணனுடைய அரணிக் கட்டையின் மேல் ஒரு மான் உடலை உரசியதில், அதன் கொம்பில் அரளிக்கட்டை மாட்டிக் கொண்டது.

'அரணி' என்பது தீக்குச்சியில்லாத அந்த நாட்களில் நெருப்பு உண்டாக்குவதற்காக ஆசிரமங்களில் வசிப்பவர்கள் வைத்துக் கொண்டிருந்த கடைக்கோலும், கீழ்க் கட்டையுமான ஒரு இயந்திரம்.

கொம்பில் அரளிக்கட்டை மாட்டிக் கொண்டதும் மான் மிரண்டு வேகமாக ஓடிற்று.

'ஐயோ! என் அரளிக் கட்டையைத் தூக்கிக்கொண்டு மான் போய்விட்டதே, நெருப்பினை உண்டாக்க நான் என்ன

செய்வேன்' என்று கத்திக் கொண்டே பக்கத்திலுள்ள குடிசையில் வசித்து வந்த பாண்டவர்களிடம் போய் முறையிட்டான்.

பிராமணனின் மீது இரக்கப்பட்ட பாண்டவர்களும் மானைப்பிடிக்க ஓடினார்கள்.

மானோ அவர்களுக்குப் போக்குக் காட்டி காட்டில் வெகு தூரம் அழைத்துச் சென்றது.

வெகுதூரம் ஓடிய பாண்டவர்கள் களைப்படைந்து ஓர் ஆலமரத்தடியில் உட்கார்ந்தார்கள்.

அப்போது அவர்களுக்கு தாகம் எடுக்கவே, நகுலனைப் பார்த்த தருமன், 'தம்பீ! அந்த மரத்தின் மீது ஏறிப் பக்கத்தில் ஏதாவது ஆறு, குளம் இருக்கிறதா? என்று பார்' என்றான்.

நகுலனும் மரத்தின் மீதேறி பார்த்தான். சற்று தூரத்தில் அடர்ந்த மரங்களும், நடுவிலே கொக்குகள் பறப்பதையும் கண்டான்.

அவ்விதம் இருக்குமிடத்தில் எப்படியாவது தண்ணீர் இருக்கும் என்று அறிந்த நகுலன் மரத்தைவிட்டு இறங்கினான்.

'என்ன தம்பி! தண்ணீர் தெரிகிறதா? என்று கேட்ட தருமனிடம், அண்ணா! சற்று தூரத்தில் நீர் நிலைகள் இருப்பது போல் தெரிகிறது. நீங்கள் எல்லோரும் இங்கேயே இருங்கள். நான் போய் தண்ணீர் கொண்டு வருகிறேன்' என்று புறப்பட்டான்.

சிறிது தூரம் சென்றதும் அவன் நினைத்தபடியே ஓர் அழகிய குளம் ஒன்று கண்ணில் தென்பட்டது.

தனது அம்பாரத்தூணியில் அனைவருக்கும் தண்ணீர் பிடித்துக் கொண்டு செல்லலாம் என்ற எண்ணத்தில் குளத்தில் இறங்கினான். முதலில் நீரினை அள்ளிப் பருகப் போனான். அப்போது திடீரென்று ஆகாயத்திலிருந்து ஓர் அசரீரியின் குரல் கேட்டது.

'நகுலா! இந்தக் குளம் என் வசத்தில் இருக்கிறது. அதனால் முதலில் நான் கேட்கின்ற கேள்விகளுக்குப் பதில் சொல்லிவிட்டு பிறகு தண்ணீர் அருந்து' என்றது.

சுற்றும் முற்றும் பார்த்தான் நகுலன். எதுவும் தெரியவில்லை. குரல் எங்கிருந்து வருகிறது என்று காதினைத் தீட்டிக் கொண்டு கேட்டான். எதுவுமே கண்ணுக்குத் தென்படவில்லை. அதனால் யாரோ தன்னிடம் விளையாடுகிறார்கள் என்று எண்ணியவன், அதிக தாகத்தினால், அந்தக் குரலை உதாசீனப் படுத்திவிட்டு,

குளத்து நீரினை அள்ளிக் குடித்தான். அக்கணமே கரை மீது சுருண்டு விழுந்தான்.

தண்ணீர் கொண்டுவர போன நகுலன் வரவில்லையே என்ன காரணமாக இருக்கும் என்று அறிந்து வர சகாதேவனை தருமன் அனுப்பினான்.

சகாதேவனுக்கும் நகுலனுக்கு ஏற்பட்ட நிலைதான்.

இருவரின் நிலையும் என்ன ஆனது என்று பார்த்து வர அர்ஜுனனை அனுப்பினான் தருமன்.

இருவரையும் தேடிக் கொண்டு போன இடத்தில், குளக்கரையில் இருவரும் மயங்கிக் கிடந்தனர். 'இதைச் செய்தவன் யாரானாலும் அவனைக் கொல்வேன், என்று கோபம் கொண்டவன் சுற்றிலும் பார்த்தான். எவரும் தென்படாததினால் குளத்தில் இறங்கி தாகத்தை தீர்க்க நீரினை அருந்தினான்.

அவனும் சுருண்டு விழுந்தான்.

கவலை கொண்ட தருமன், மூன்று சகோதரர்களும் ஏதோ வஞ்சனை வலையில் மாட்டிக் கொண்டார்கள் போலும். பீமா! நீ எச்சரிக்கையுடன் சென்று என்னவென்று பார்த்துவிட்டுவா! என்று அனுப்பி வைத்தான்.

குளக்கரையில் மயக்கத்தில் விழுந்து கிடந்த மூவரையும் பார்த்தவன், சுற்று முற்றும் பார்த்தான். அசிரீரியின் குரலைக் கேட்டுப் பதில் சொல்ல அவனுக்கு விருப்பம் இல்லாததினால் தாகம் மேலோங்கியதில், நீரினை அருந்தி அவனும் மயக்கமுற்றான்.

நால்வருமே திரும்பி வராதது தருமனுக்குப் புரியாத புதிராக இருந்தது.

'எல்லோரும் ஏதாவது ஆபத்தில் சிக்கிக் கொண்டார்களா? இல்லை தண்ணீர் கிடைக்காமல் ஆளுக்கொரு திக்கில் அலைகிறார்களா? ஒன்றும் புரியவில்லையே' என்று திகைத்தவன் தானும் அவர்களைத் தேடிப்புறப்பட்டான்.

குளத்தைக் கண்டான்.

நால்வரும் குளக்கரையில் மாண்டு கிடப்பதைக் கண்டான்.

போர் நடந்த சுவடோ, சண்டை நடந்ததற்கான அறிகுறியோ எதுவும் தெரியவில்லையே. பின்னர் எவ்விதம் மாண்டு இருப்பார்கள். ஒருவேளை குளத்தின் நீர் நச்சுத்தன்மை கொண்டதாக இருக்குமோ என்று சந்தேகித்தான்.

ஆனாலும் தனது தம்பிகள் இறந்தது போலவே, தானும் குளத்து நீரைக் குடித்து தம்பிகள் மாண்டதைப்போலவே, மாண்டு விடுவோம் என்று நினைத்து குளத்தில் இறங்கி நீர் குடிக்க முனைந்தான்.

அப்போது 'தருமா! உனது தம்பிகள் நால்வரும் என்னுடைய பேச்சை மீறி தண்ணீர் குடித்ததினால்தான் மாண்டு போனார்கள். நீயும் அப்படிச் செய்யாதே. இது என் பாதுகாப்பில் இருக்கும் குளம்.

எனவே, முதலில் நான் கேட்கும் கேள்விகளுக்குப் பதில் சொல்லிவிட்டு அதன்பிறகு குளத்தில் இறங்கி உன் தாகத்தைத் தீர்த்துக் கொள்' என்றது, அசரீரி.

'அது சரி', "நீ யார்? என்று தருமன் கேட்டான்."

'நான் ஒரு யட்சன்' என்று பதில் அளித்த அசரீரி கேள்விகளைக் கேட்கத் தொடங்கியது.

'சூரியனை தினமும் உதிக்கச் செய்வது எது?'

'பிரம்மம்...'

'மனிதனுக்கு எது துணையாக உள்ளது?'

'தைரியம்'

'பூமியை விடக் கனமானது எது?'

'தாய்'

'ஆகாயத்தைக் காட்டிலும் உயர்ந்தவர் யார்?'

'தந்தை'

'காற்றை விட வேகமானது எது?'

'மனம்'

'புல்லைவிட அற்பமானது எது?'

'கவலை'

'தேசாந்திரம் போகிறவனுக்கு எது தோழன்?'

'அவன் கற்ற வித்தை'

'வீட்டிலிருப்பவனுக்கு யார் தோழன்?'

'அவனுடைய மனைவி'

'சாகப் போகும் நிலையிலிருப்பவனுக்கு யார் தோழன்?'

'வைத்தியன்'

'மரணமடைகிறவனுக்குத் தோழன் எது?'

'அவன் செய்த தானதர்மம்.'

'எது சுகம்?'

'நல்லொழுக்கமே சுகம்.'

'சுகங்களில் மிக உயர்ந்தது எது?'

'மனதிருப்தி'

'எது சிறந்த தர்மம்?'

'அஹிம்சை '

'ஒருவன் மற்றவர்களுக்குப் பிரியமானவனாக இருக்க எதை இழக்க வேண்டும்?'

'தான் என்ற கர்வத்தை விட வேண்டும்.'

'எதை இழந்தால் துயரம் இல்லை?'

'கோபத்தை இழந்தால் துயரம் இல்லை.'

'மனிதனால் ஜெயிக்க முடியாத பகைவன் யார்?"

'கோபம்'

'முடிவே இல்லாத வியாதி எது?'

'பேராசை'

'மனிதன் செல்வந்தனாக எதை இழக்க வேண்டும்'

'ஆசையை இழக்க வேண்டும்'

'உலகில் தினமும் நடக்கும் நிகழ்ச்சி எது?'

'மரணம்'

'உலகத்தில் ஆச்சரியமான விஷயம் எது?'

'பிறப்பு என்ற சொல்லுக்குள் இறப்பு என்ற சொல் மறைந்திருந்தும், நிரந்தரமாக வாழ்பவர்களைப் போன்று மற்றவர்களுக்கு கெடுதல் செய்பவர்கள். செல்வத்தைத் தேடிக் கொண்டிருப்பவர்கள். உன்னுடையது? என்னுடையது என்று சொல்லுபவர்கள் வாழ்கிறார்களே... அதுதான் ஆச்சரியமான விஷயம்.'

இப்படி பல கேள்விகளைக் கேட்ட யட்சனுக்கு அனைத்துக் கேள்விகளுக்கும், கூர்மையான அறிவுத் திறனுடன் பதில் சொன்னான், தருமன்.

'தருமனே! நான் கேட்ட கேள்விகளுக்கெல்லாம் அறிவுப் பூர்வமான பதில்களைச் சொல்லி தெளிவு படுத்தி விட்டாய். அதனால் உனக்கு நான் ஒரு உதவி செய்ய விரும்புகிறேன். இங்கே இறந்து கிடக்கும் உன் தம்பிகளுள் ஒருவரை மட்டும் உயிர்ப்பித்து தருகிறேன். அதற்கு நீ யாரை விரும்புகிறாயோ சொல்' என்று கேட்டான் யட்சன்.

'எனது அழகிய தம்பி நகுலனை உயிர்ப்பித்துத் தா' என்று கேட்டான் தருமன்.

இதைக் கேட்ட யட்சன்,

'மகா பலசாலியான பீமனல்லவா உனக்குப் பிரிய மானவன் என்கிறார்கள். அப்படியிருக்கையில் நகுலனின் உயிரைக் கேட்க காரணம் என்ன!'

'யட்சனே! ஒரு மனிதனை தர்மமே எப்போதும் காப்பாற்றுகிறது. எனது தந்தைக்கு குந்தியும், மாத்ரியும் இரண்டு மனைவிகள். குந்திக்கு நான் ஒரு பிள்ளை உயிரோடு இருக்கிறேன். அதுபோல மாத்திரியின் பிள்ளைகளுள் ஒருவனும் உயிர்பிழைப்பதுதானே தர்மம். அதுதான் நியாயமாகவும் இருக்கும். அதற்காகத்தான் நகுலனை உயிர்ப்பித்துத் தருமாறு கேட்டேன்' என்றான் தருமன்.

'தருமா! உன்னுடைய தர்ம நீதியினைப் பாராட்டி, உன்னுடைய தம்பியர் நால்வரையும் எழுப்பித் தருகிறேன்' என்று யட்சனான தருமதேவன் தனது சுய ரூபத்தோடு தருமனுக்குக் காட்சி தந்தான்.

'மகனே தருமா! நானே உன் தந்தை தருமதேவன், உன் தர்ம நெறியை சோதிக்கவே மானாகவும், யட்சனாகவும் வந்தேன். எந்த இக்கட்டிலும் தருமம் தவறாத நீ, மேன்மேலும் சிறப்புப் பெறுவாய்.

உங்களுடைய பன்னிரண்டு ஆண்டுகால வனவாசம் இன்னும் முடிய சில தினங்களே இருக்கின்றன.

இதற்கடுத்து வரும் ஒரு ஆண்டு தலைமறைவு வாழ்க்கையும் மிகச் சரியாகவே பூர்த்தியாகும்.

அஞ்ஞாத வாசத்தில் உங்களை யாரும் கண்டுபிடிக்க முடியாதபடி நிபந்தனையை வெற்றிகரமாக நிறைவேற்றி முடிப்பீர்கள்! என்று ஆசீர்வதித்து மறைந்தான்.

தலைமறைவு வாழ்க்கை அடிமைத் தொழில்...!

பாண்டவர்கள் காட்டிற்கு வந்து பன்னிரண்டாண்டுகள் முடிந்து பதின்மூன்றாவது ஆண்டு ஆரம்பிக்கும் நாள் வந்தது.

முன்பு தீர்த்த யாத்திரையின் போது பிரிந்து சென்றவர்களைத் தவிர எஞ்சியிருந்தவர்களைப் பார்த்த தருமன்.

'பெரியோர்களே! அந்தணர்களே! இப்போது நாம் பிரிந்து வாழும் காலம் வந்து விட்டது. யாரும் கண்டு கொள்ளாத விதத்தில் நாங்கள் 'அஞ்ஞாத வாசம்' மேற்கொண்டு வாழ வேண்டிய காலம். அதனால் எங்களை வாழ்த்தி விடை கொடுங்கள்' என்றான்.

பல முனிவர்களும், அந்தணர்களும் அவ்வாறே வாழ்த்திட, கண்ணீர் சிந்திய வண்ணம் பாண்டவர்கள் விடைபெற்றனர். உடன் தௌமிய முனிவர் மட்டும் சென்றார்.

தருமன், தன் தம்பியரிடம் எங்கே போய், எப்படி மறைந்து வாழ்வது என்று கலந்தாலோசித்தான்.

"அண்ணா! நாம் அனைவரும் தலைமறைவு வாழ்க்கை வாழ்ந்திட ஏற்ற இடம் விராடமன்னனின் அரண்மனையேயாகும். அந்த அரண்மனையில் நிறைய வேலையாட்கள் வாழ்ந்து வருகின்றனர். அவர்களுடன் ஊடுருவி வாழ்வதே நமக்கு பாதுகாப்பானது" என்று ஆலோசனை கூறினான் அர்ஜுனன்.

அனைவரும் அதை ஒப்புக்கொண்டனர்.

ஆனால் யார்? யார்? என்ன வேலை செய்வது? என்ன வேடம் தரிப்பது? என்று ஒவ்வொருவரிடமும் ஆலோசனை கேட்டான் தருமன்.

முதலில் பீமன்: அண்ணா! அரண்மனைச் சமையல்காரனாக வல்லவன் என்ற பெயருடன் மாறுகிறேன் என்றான்.

இரண்டாவதாக அர்ஜுனன்: 'அண்ணா! நான் ஊர்வசியிடம் சாபம் பெற்று வந்த 'அலி' உருவத்தில் அந்தப்புரத்தில் உள்ள பெண்களுக்கு இசையும், நாட்டியமும்

கற்றுக் கொடுத்து பெண்களோடு பெண்களாகவே வாழ்வேன்' என்றான்.

மூன்றாவதாக நகுலன்: 'அண்ணா! தாமக்கிரந்தி என்ற பெயரில் மன்னரின் குதிரை லாயத்தில் பணி புரிவேன்' என்றான்.

நான்காவதாக சகாதேவன்: அண்ணா! நான் தந்திரி பாலன், என்ற பெயரில் பசுக்களை மேய்ப்பவனாக அரண்மனை ஆயர்களுடன் சேர்ந்து வாழ்வேன் என்றான்.

ஐந்தாவதாக பாஞ்சாலி: அரசே! 'சைரந்தரி' என்ற பெயரில் அரண்மனையில் விராட மன்னனின் அரசிக்கும், மற்றுமுள்ள அரச குலப் பெண்டிர்க்கும் அழகு புனைந்து விடும் வண்ணமகளாகப் பணிபுரிவேன் என்றாள்.

தருமரும் தனது பணியினைச் சொல்லலானான்.

'நான் அந்தணத்துறவி வேடம் பூண்டு 'கங்கபட்டர்' என்ற பெயரில் சிறந்த ஆலோசகனாகப் பணிபுரிவேன்' என்றான்.

இவற்றையெல்லாம் துயரத்துடன் கேட்டுக் கொண்டிருந்த தௌமிய முனிவர், பாண்டவர்களுக்குப் பின்வருமாறு புத்திமதிகளைக் கூறலானார்.

- அனுமதியின்றி மன்னனை பார்க்கக்கூடாது.

- மன்னரின் பொருள்களின் மீது ஆசை வைக்கக் கூடாது.

- மன்னன் கேட்காதபோது வலியச் சென்று ஆலோசனையோ, அறிவுரையோ சொல்லக்கூடாது.

- மன்னனுக்குத் தெரிவிக்காமல் எந்தச் செயலையும் செய்யக்கூடாது.

- குளிர்காய்வது போல மன்னருடன் இருக்க வேண்டும்.

- மன்னரின் பார்வையில் எப்போதும் படும்படி இருக்கக்கூடாது.

- அறிவுள்ள மந்திரிகளையும், ஆற்றலுள்ள பிரதானிகளையும் மதித்து நடக்க வேண்டும்.

- எதற்கும் ஆத்திரம் கொள்ளக்கூடாது.

- அரண்மனை ரகசியத்தைக் காக்க வேண்டும்.

- அந்தப்புரப் பெண்களின் பார்வைக்கு ஆளாகக் கூடாது.

- ஆடம்பரமாக உடை உடுத்தக்கூடாது.

- மன்னரின் இளைய உறவினருடன் அந்தரங்கம் பேசக் கூடாது.

- சபையின் முன் உரக்கப் பேசுதல், வாய் விட்டுச் சிரித்தல், காரி உமிழ்தல், கொட்டாவி விடுதல் ஆகியவை கூடாது.

- தவறாக இருந்தாலும் உடனே தடுத்து மறுப்பு தெரிவிக்கக் கூடாது.

- மற்ற ஊழியர்களின் விருப்பு வெறுப்புகளில் நாம் பங்கெடுக்கக் கூடாது.

இவ்விதம் பல அறிவுரைகளைக் கூறிவிட்டு, பாண்டவர்களை ஆசீர்வதித்துவிட்டுப் பிரிந்து சென்றார் தௌமியர்.

பாண்டவர்களும், பாஞ்சாலியும் பல நாட்கள் நடந்து சென்று விராட நகரை நெருங்கினர்.

ஊரின் எல்லையில் இருந்த காளி கோயிலுக்குள் சென்று, 'ஏ காளி மாதா! நீயே எங்களுக்குத் துணையாக இருந்து, நாங்கள் செய்யவிருக்கும் தொழிலை காப்பாயாக' என்று வேண்டிக் கொண்டனர்.

'அப்படியே ஆகட்டும்! எந்தவிதத்திலும் உங்களுடைய வேடத்தை மற்றவர்கள் அறியமாட்டார்கள். மன்னனும் உங்களைப் பகைத்து வெளியே உங்களை அனுப்பவும் மாட்டார். எல்லாமே நன்கு முடிந்த பின்னர் 'இந்திரப் பிரஸ்தம்' நாட்டைத் திரும்பப் பெறுவீர்' என்று காளி ஆசி கூறினாள்.

பிறகு அனைவரும் கங்கையில் நீராடி, மாறுவேடங்களைப் போட்டனர். ஒவ்வொருவரும் வெவ்வேறு திசைகளில் பிரிந்து சென்று வெவ்வேறு சமயங்களில் விராடனின் அரண்மனையை அடைந்தனர்.

பாண்டவர்கள் ஐவரும் பாஞ்சாலியும் ஒருவருக்கொருவர் சம்பந்தம் இல்லாதவர்கள் போல விராட மன்னனின் மனத்தில் இடம்பிடித்து விராடனின் அரண் மனையில் பணிபுரிந்து வரலானார்கள்.

கீசகன்வதம்

விராட மன்னன் வயது முதிர்ந்தவன். அதனால் தனது மனைவி சுதேஷ்ணையின் தம்பியான கீசகனைத் தன் நாட்டின்

காவலனாகவும் சேனைத் தலைவனாகவும் நியமித்து ஆட்சிபுரிந்து வந்தான்.

விராட நாட்டின் உண்மையான மன்னன் கீசகன் தான் என்று நம்பும்படியாகச் சர்வ சுதந்திரத்துடன் அனைத்துக் காரியங்களையும் நடத்தி வந்தான்.

மன்னன் விராடனும், அரசி சுதேஷ்ணையும் அவனுக்கு மிகவும் சலுகை கொடுத்து வந்தனர்.

கீசகன் தன்னுடைய அதிகார பலத்தினால் மமதை பிடித்து, கட்டுப்பாடற்று வாழ்ந்து வந்தான்.

பல தீய பழக்கங்களும் உடையவன். பெண்கள் என்றால் பித்துப்பிடித்தவன் போல நடந்து கொள்வான்.

ஒரு நாள் அவனது கழுகுப் பார்வையில் சைரந்திரி என்னும் பாஞ்சாலி பட்டாள்.

அவளது அழகில் மயங்கிய கீசகன், இவளை எப்படியும் அடைய வேண்டும் என்று ஆசை கொண்டான்.

அதிக மோகம் கொண்டவனாக அவள் பின்னாலே திரிந்து தொந்திரவு செய்யலானான்.

‘அன்பே சைரந்தரி! உன் அழகில் மோகங் கொண்டு பித்தாகித் தவிக்கிறேன். வா! வந்து என் ஆசையைப் பூர்த்தி செய். மகிழ்ச்சிப்படுத்து. உன்னை மகாராணிபோல் வைத்துக் கொள்கிறேன்’ என்று பிதற்றினான்.

‘இந்தா பார்! நீ நினைப்பது போல நான் ஆதரவற்றவள் இல்லை. ஐந்து கந்தவர்கள் என்னைப் பாதுகாக்கிறார்கள். அவர்களுக்குத் தெரிந்தால் உன்னைக் கொன்றே போட்டுவிடுவார்கள். அதனால் உன் கெட்ட எண்ணத்தைக் கைவிட்டுப் போய்விடு’ என்று எச்சரித்துவிட்டு விலகினாள்.

ஆனால் கீசகன் விடுவதாக இல்லை. தனது சகோதரி சுதேஷ்ணையிடம் தனக்கு சைரந்தரியிடம் இருக்கும் மோகத்தைச் சொல்லி அவளைத் தனது அறைக்கு அனுப்பி வைக்குமாறு கூறினான்.

முதலில் தயங்கிய சுதேஷ்ணை வேறு வழியின்றி அதற்கான முயற்சியில் ஈடுபடலானாள்.

ஒரு நாள் சைரந்திரியை அழைத்து “சைரந்திரி! எனது சகோதரன் சுவையான பண்டங்களை எனக்குக் கொடுத்து

அனுப்புவதாகக் கூறினான். நீ உடனே அவனுடைய அறைக்குச் சென்று அவைகளைப் பெற்றுவார் என்றாள்.

சைரந்திரி போகத் தயங்கினாள்.

ஆனால் சுதேஷ்ணையோ அவன் உன்னை ஒன்றும் விழுங்கி விடமாட்டான். போ... அவன் தரும் உணவுப் பண்டங்களை வாங்கிட்டு வா... இது என் கட்டளை" என்று கூறினாள்.

கட்டளையை மீற முடியாதவள், கீசகன் அறைக்குச் சென்றாள்.

அவள் சென்றவுடன், அவளது கையைப் பற்றியிழுத்து, அவளை பலாத்காரம் செய்ய முயன்றான்.

அவளிடமிருந்து தப்பித்த சைரந்திரி அரச சபை பக்கம் வந்தாள். அங்கு பலரும் கூடியிருந்தனர். அப்படியிருந்தும், அவர்களையெல்லாம் பொருட்படுத்தாத கீசகன், அவளைப் பிடித்து இழுத்து எல்லோர் முன்னிலையிலும் காலால் எட்டி உதைத்தான்.

மற்றவர்கள் அவனைக் கண்டிக்கப் பார்க்கவில்லை. ஏனெனில் கீசகனிடம் அவருக்கு இருந்த பயமே காரணம். ஏன் விராட மன்னன் கூட, கீசகா! எதை வேணுமென்றாலும் அப்புறம் பார்த்துக் கொள்ளலாம். இப்போது நீ அறைக்குச் செல் என்று நயமாகக் கூறினான்.

அவைகளையெல்லாம் பார்த்துக் கொண்டு எதுவும் செய்ய இயலாத நிலையிலிருந்த தருமன், சூசகமாக சிலவற்றை சொல்லலானான்.

'சைரந்திரி' கலகத்தை விடு. உனது கணவர்கள் கந்தர்வர்கள் என்று கேள்விப்பட்டேன். அவர்கள் தக்க சமயத்தில் வந்து உனக்கு உதவுவார்கள். அதுவரை பொறுமையைக் கடைப்பிடி என்று மறைமுகமாக வாக்குறுதியை கொடுத்தான்.

அதை அறிந்து கொண்டபோதிலும், அவள் மனம் பொறுக்காது. அன்றிரவு பீமனைத் தனியாகச் சந்தித்து விவரத்தைக் கூறினாள்.

அப்போது பீமன் அவளுக்கு ஒரு யோசனையை சொல்லிக் கொடுத்தான்.

மறுநாள் சைரந்திரி அதைச் செயல்படுத்தினாள்.

அடுத்தநாள் கீசகன் அவளிடம் தைரியமாக வந்து நேற்று உன்னை உதைத்தும், சபையிலிருந்த ஒருவரும் ஏனென்று கேள்வி

கேட்கவில்லை. உன்னைக் காப்பாற்ற யாருக்கும் தைரியமும் வரவில்லை. இப்போதாவது என் செல்வாக்கைப் புரிந்துகொள். இப்போதாவது எனது ஆசைக்கு இணங்குகிறாயா? உன்னை அடிக்கமாட்டேன். உதைக்கமாட்டேன். பூப்போன்ற நிலையில் உன்னை மகாராணியாக வைத்துக் கொள்கிறேன் என்றான்.

சைரந்திரி அவனது இச்சைக்குக் கட்டுப்படுபவள் போல நடித்தாள்.

அதை உண்மையென கீசகன் நம்பினான். அவளும் 'உங்கள் விருப்பப்படியே நடந்து கொள்கிறேன். ஆனால் நம் உறவு யாருக்கும் தெரியக்கூடாது. இன்று இரவு, நீங்கள் மட்டும் தனியாக நடனசாலைக்கு வாருங்கள் என்றாள்.

நள்ளிரவில் மிகுந்த உற்சாகத்துடன் நடனச் சாலைக்குள் நுழைந்தான் கீசகன்.

அங்கேயிருந்த கட்டிலில் ஓர் உருவம் படுத்திருப்பதைக் கண்டான். அது சைரந்திரியாகத்தான் இருப்பாள் என்று எண்ணி அப்படியே அள்ளி அணைத்தான்.

அவ்வளவுதான் இடி போன்ற அடி அவன் மீது இறங்கியது. அதை சமாளிக்க முடியாமல் தரையில் விழுந்தான் கீசகன்.

கட்டிலிலிருந்து இறங்கினான் பீமன். அதிர்ச்சியில் மூழ்கினான் கீசகன்.

இருட்டில் பீமனை, கீசகனுக்கு அடையாளம் தெரியவில்லை. இருந்தாலும் அவனும் பதில் தாக்குதலில் இறங்கினான்.

பீமனுக்கும் கீசகனுக்குமான மல்யுத்தம் கடுமையாக நடந்தது. மாறி மாறி அடித்துக் கொண்டார்கள். கடைசியாக பீமன், கீசகனைக் கொன்றுவிட்டு, மடப்பள்ளிக்குச் சென்று யாரும் அறியாமல் படுத்துக் கொண்டான்.

பீமன் போனதும், சைரந்திரி கத்திக் கூச்சலிட்டு சேவகர்களை அழைத்தாள்.

தலை எது, கால் எது என்று கண்டு கொள்ள முடியாமல் சதை மூட்டையாகச் செத்துக் கிடந்த கீசகனை அவர்களிடம் காட்டி, 'உங்கள் தளபதி மறுபடியும் என்னைத் துன்புறுத்த வந்தான். அதனால் கோபம் கொண்ட எனது கணவர்களான கந்தர்வர்கள் தளபதியைக் கொன்று சதைப் பிண்டமாக்கி விட்டார்கள்.

அடுத்தவன் மனைவி மீது ஆசை கொண்டதினால் உங்கள் தளபதி கீசகன் உயிர் பிணமாகக் கிடப்பதைப் பாருங்கள். இனிமேலாவது யாரும் என்னிடம் தகாத முறையில் நடந்து கொள்ள வராதீர்கள் என்று சொல்லிவிட்டு தனது அறைக்குப் போனாள்.

விராட தேசம் முழுவதும், கீசகன் கொல்லப்பட்ட பேச்சாகவே இருந்தது. அதேநேரத்தில் ஆண்கள் சைரந்திரியைப் பார்க்கவே பயந்தார்கள். பேசவும் அஞ்சினார்கள்.

தனது நாட்டு மக்கள் சைரந்திரியைப் பார்த்து அஞ்சுவதினால் அவளை தனது நாட்டைவிட்டே அனுப்பிவிடுவதுதான் நல்லது என்று விராட மன்னன் நினைத்தான்.

அந்த விஷயத்தை தனது மனைவி சுதேஷ்ணையிடம் சொன்னான்.

சைரந்திரியை உடனுக்குடன் அழைத்த சுதேஷ்ணை, "அம்மா சைரந்திரி உனது கணவர்களான கந்தர்வர்களால் மற்றவர்களின் உயிருக்கு ஆபத்து வருமோ என்று மன்னன் அஞ்சுகிறார். அதனால் இந்த நாட்டை விட்டு வேறு உனக்கு விருப்பமான இடத்துக்குச் சென்று விடு என்று தயங்கித் தயங்கிச் சொன்னாள்.

சைரந்திரியின் நிலைமை தர்ம சங்கடமானது.

அஞ்ஞாத வாசம் முடிவதற்கு இன்னும் ஒரு மாத காலமே இருந்தது. அதுவரை இங்கிருந்து செல்ல இயலாது என்று நினைத்தவள், வருத்தத்துடன் சுதேஷ்ணையிடம்,

'மகாராணி! என் மீது எந்தத் தவறும் இல்லை. குற்றமெல்லாம் உங்களுடைய சகோதரன் மீதுதான். அவரின் கெட்ட நடத்தையால் தான் இப்படியொரு முடிவை தேடிக் கொண்டார்.

தயவு செய்து என் மீது கோபம் கொள்ளாதீர்கள். இன்னும் முப்பது நாட்கள் மட்டும் இங்கே இருக்க அனுமதி கொடுங்கள்.

அதன் பிறகு என் கணவர்களான கந்தர்வர்கள் என்னை அழைத்துக் கொண்டு போய் விடுவார்கள். அவர்களால் இந்த நாட்டுக்கு எந்தக் கெடுதலும் ஏற்படாது. அவர்கள் உங்களுக்கு நன்மையே செய்வார்கள் என்றாள்.

மேலும் அவளை வற்புறுத்தினால் சைரந்திரிக்கு கோபம் வந்து அதனால் தீங்கு ஏற்படுமோ என்று எண்ணி சுதேஷ்ணை அவள் ஒரு மாதம் இருக்க ஒப்புக்கொண்டாள்.

துரியோதனனின் சதி

பன்னிரண்டாண்டுகள் முடிந்து, பதின்மூன்றாம் ஆண்டு தொடங்கியதுமே துரியோதனன் தன் ஒற்றர்களை ஏவி, மறைந்து வாழும் பாண்டவர்களைக் கண்டுபிடிக்க முயன்றான்.

பல்வேறு திசைகளிலும் ஒற்றர்கள் சென்று தேடினார்கள். வனம், மலை, காடு, நாடு, நகர, பட்டி தொட்டிகள் அனைத்திலும் தேடினார்கள். ஒன்றில் கூட அவர்கள் இருக்குமிடம் தெரியவில்லை.

இருப்பினும், விராட மன்னனின் தளபதியான கீசகன், ஒருநாள் இரவு யாரோ கந்தர்வர்களால் கொல்லப்பட்டு மாமிசப் பிண்டமாகக் கிடந்தது. அதுவும் ஒரு பணிப் பெண்ணால்தான் கொல்லப்பட்டான் என்பதைப் பார்க்கும்போது, ஒருவேளை பீமசேனனால் கொல்லப்பட்டிருக்கலாம் என்ற ஐயத்தை தோற்றுவிக்கிறதே ஒழிய, பாண்டவர்களைக் கண்டுபிடிக்க முடியவில்லை என்ற விபரத்தை துரியோதனனிடம் கூறினார்கள்.

துரியோதனனுக்கும் ஒற்றர்கள் கூறியது உண்மையாக இருக்குமோ என்று தோன்றியது.

அதற்காக கர்ணன், சகுனி, துச்சாதனன், விதுரன், துரோணர் கிருபர் ஆகியோரை வைத்து மந்திராலோசனை நடத்தினான்

'பாண்டவர்களே! தருமத்தின் நெறி நிற்பவர்கள், அவர்களை யாரும் காட்டிக் கொடுக்கமாட்டார்கள். உரிய காலம் வந்ததும் வெளிப்படுவார்கள். அதற்கிடையில் அவர்களைக் கண்டுபிடிக்கும் முயற்சி கூடாது' என்று விதுரன், துரோணர் போன்றவர்கள் நல்ல புத்தி கூறினார்கள்.

கர்ணன், சகுனி போன்றவர்கள் குறுக்கு வழியைப் போதிக்கலானார்கள்.

ஒற்றர்கள் கூறுவதைப் பார்க்கையில் பாண்டவர்கள், விராடனின் தலைநகரிலோ, அரண்மனையிலோ வாழ்ந்து வருவார்கள் என்று நினைக்கிறோம். அதற்காக மச்ச நாட்டின் மீது போர்தொடுத்தால், விராட மன்னனுக்கு உதவ பாண்டவர்கள் முன்வரக் கூடும். அப்போது நாம் அவர்களை அடையாளம்

கண்டுபிடித்து, சபதப்படி, பங்கையும் நாம் ஆளலாம் என்று யோசனை கூறினர்.

துரியோதனனுக்கு அதுவே சரியெனப்பட்டது.

அதேநேரத்தில் திரிகாத்த நாட்டின் அரசனான அசர்மன் என்பவன், கீசகனால் பலமுறை தோற்கடிக்கப்பட்டவன். அவன் கொல்லப்பட்டான் என்று கேள்விப்பட்டதினால், அந்நாட்டின் மீது போர் தொடுத்தால் கௌரவர்கள் மறுபக்கம் தாக்கினால் வெற்றிபெறலாம் என்று திட்டமிட்டான்.

அதன்படியே அசர்மன் தனது படையுடன் சென்று விராடனின் பசுக்கூட்டங்களை ஓட்டிச் சென்றதோடு, அப்பகுதியை நாசப்படுத்தத் தொடங்கினான்.

இதைக் கண்ட இடையர்கள் அலறியடித்துக் கொண்டு மன்னனிடம் சென்று முறையிட்டனர்.

விராடன் இதை எதிர்பார்க்கவில்லை. தளபதி கீசகன் இறந்துவிட்டதால், சரியான தளபதி இல்லையே என்று தவித்தான்.

இதை அறிந்த தருமன் "அரசே! சந்நியாசியாக இருந்தாலும் எனக்குப் போர்ப் பயிற்சி கண்டு, அதே போல சமையற்காரனனான வல்லபனும், குதிரைகளைப் பராமரிக்கும் நாமகிரந்தியும், மாடுகளைக் கவனிக்கும் தந்திரபாலனும் கூட சிறந்த வீரர்கள் என்று கேள்விப் பட்டிருக்கிறேன். அவர்களையும் அழையுங்கள். அனைவருமாகச் சென்று அந்த அசர்மனை எதிர்ப்போம்" என்றான்.

இதனால் தைரியம் பெற்ற விராடன், நால்வரையும் ஒவ்வொரு படைப்பிரிவுக்கும் தலைமை தாங்கச் செய்தான். அத்தோடு நானும் ஒரு படைக்கு தலைமை ஏற்று புறப்பட்டான்.

விராடனுக்கும், அசர்மனுக்கும் கடுமையான யுத்தம் தொடங்கியது. தருமனும், பீமனும், நகுல, சகா தேவர்களும் தங்களை வெளிப்படுத்திக் கொள்ளாமல் பின்னணியிலேயே இருந்து போரிட்டனர்.

ஒரு கட்டத்தில் அசர்மன், விராடனின் தேரை உடைத்து அவனை தரையில் வீழ்த்தினான்.

பின்னர் விராடனைத் தூக்கி தனது தேரில் போட்டுக் கொண்டு புறப்பட்டான்.

மன்னன் மாட்டிக் கொண்டான் என்பதை அறிந்த விராடனின் படையினர் பயந்து ஓடி சிதறினார்கள்.

இதைக் கண்ட தருமன்: பீமா! மன்னனைக் காக்க வேண்டியது நமது கடமை. நீ போய் அசர்மனைத் தாக்கி விராடனை மீட்டுக் கொண்டு வா என்றான்.

உடனே பீமன், பக்கத்திலிருந்த மரத்தைப் பிடுங்கப் போனான்.

'பீமா! இதன் மூலம் நீ அடையாளப்பட்டு விடுவாய். அதனால் ரதத்தில் ஏறிச் சென்று யுத்தம் செய்' என்று அனுப்பி வைத்தான் தருமன்.

சிதறியோடிய படையை ஒன்று திரட்டிய பீமன், அசர்மனை எதிர்த்து விராடனை மீட்டான்.

மீட்கப்பட்ட விராடன், பசுக்கூட்டங்களை மீட்டுக் கொண்டு தனது படையினருடன் பாண்டவர்களின் உதவியுடன் வெற்றி முழக்கத்துடன் நாட்டிற்குத் திரும்பினான்.

அதேசமயம், துரியோதனன் தனது படைகளுடன், விராட நாட்டின் வடக்குப் பகுதியைத் தாக்கினான்.

வடக்குப்பகுதி இடையர்களும், குடிமக்களும் அதிர்ந்து போனார்கள். அலறியடித்துக் கொண்டு அரண்மனைக்குச் சென்று இளவரசனான உத்திரனிடம் முறையிட்டனர்.

'கவலைப்படாதீர்கள். தந்தையில்லையென்றாலும் நான் ஒருவனாகவே சென்று அந்தக் கௌரவர்களை முறியடிப்பேன் என்றவன், சற்று தயக்கத்துடன் எல்லோருமே தந்தையுடன் சென்றுவிட்டதால் எனக்கு ரதம் செலுத்தக் கூட ஆளில்லையே! என்று சொன்னான்.

இதை அறிந்த பாஞ்சாலி, உடனே அவள் உத்தரனின் சகோதரியான உத்திரையிடம் இளரவசியாரே! இளவரசர்க்கு ரதத்தை இயக்க, நமது அந்தப்புரத்திலுள்ள பிருகன்னளை அனுப்பலாம் என்றாள்.

பிருகன்னளைக்கு ரதத்தை செலுத்தும் ஆற்றல் உண்டா! என்று உத்திரை கேட்டாள்.

'ஏற்கனவே அர்ஜுனனுக்குச் சாரதியாக இருந்து ரதம் செலுத்தியிருக்கிறாள். அதனால் அவளையே உத்தரனுக்குச் சாரதியாக இருந்து ரதத்தைச் செலுத்தச் சொல்வோம்' என்றாள்.

உத்தரனும் அதை ஏற்றுக் கொண்டான்!

பிருகன்னளையாகிய அர்ஜுனன் ரதத்தைச் செலுத்த, அதில் ஏறி உற்சாகமாக கௌரவர்கள் இருக்குமிடத்துக்குச் சென்றான் உத்தரன்,

வடக்குப் பகுதியை அடைந்தவன் படையின் முன்னணியில் இருந்த பீஷ்மர், துரோணர், கிருபர், கர்ணன், அசுவத்தாமன் போன்ற மிகப் பெரிய ஜாம்பவான்களைக் கண்டதும் நடுக்கம் கொண்ட உத்தரன், 'பிருகன்னளையே! உடனே ரதத்தைத் திருப்பி நகரத்துக்கே ஓட்டு. இவர்களுடன் போரிட முடியாது' என்றான்.

'உத்தரா! சத்திரியனான, நீ இப்படி பயம் கொள்ளலாமா! மன்னர் குலத்துக்கு துணிவல்லவா முக்கியம்! உன்னுடன் நான் இருக்கிறேன் தைரியமாகப் போர் செய்' என்றாள்.

'அலியே! உனக்கென்ன பைத்தியமா பிடித்திருக்கிறது. நம் எதிரே நிற்கும் கௌரவப் படையைப் பார். இவர்களை ஒற்றை ஆளாக நான் எதிர்த்து நின்றால் அடுத்த நொடியே எமனுலகம் செல்வது உறுதி. அப்படி நான் எனது உயிரைவிடத் தயாராயில்லை' என்று சொன்ன உத்தரன், வில்லையும் அம்பையும் எறிந்துவிட்டு ரதத்திலிருந்து இறங்கி ஓடினான்.

உத்தரன்...!

உத்தரன் தேரிலிருந்து இறங்கி ஓடுவான் என்று சற்றும் எதிர்பார்க்காத பிருகன்னளையாகிய அர்ஜுனன், உத்திரா! 'நில் நான் சொல்வதைக் கேள். ஓடாதே. நான் உனக்கு துணையாயிருக்கிறேன். கௌரவர்களைத் தோற்கடிக்க வழியொன்றினைச் சொல்லித் தருகிறேன்' என்று சொல்லிக் கொண்டே, உத்திரனைத் துரத்திக் கொண்டு அவன் பின்னால் ஓடினாள்.

கௌரவப் படையினருக்கு இந்தக் காட்சி வேடிக்கையாக இருந்தது. அதைக் கண்ட துரோணர் உத்தர குமாரனைத் துரத்திக்கொண்டு செல்லும் அலியைக் கண்டால், எனக்குச் சந்தேகமாக இருக்கிறது. உருவத்தைப் பார்க்கும்போது எனக்கு அர்ஜுனனைப் போல தெரிகிறது என்றார்.

துரியோதனனோ, இவன் மட்டும் அர்ஜுனன் என்பது உறுதியாகி விட்டால், பாண்டவர்கள் மீண்டும் பன்னிரண்டு

கள்ளிப்பட்டி சு. குப்புசாமி | 137

ஆண்டுகள் வனவாசம் செல்ல வேண்டியது தான் என்றான் சந்தோஷமாக.

இந்நிலையில் உத்தரகுமாரனைத் துரத்திப் பிடித்த பிருகன்னளை ரதத்தில் ஏற்றினாள்.

'ஐயோ! அலியே! என்னை விட்டு விடு. உயிர் தப்பிப் போகிறேன்' என்று புலம்பினான் உத்தரன்.

உத்தரா! பயப்படாதே! கௌரவர்களுடன் நான் யுத்தம் செய்கிறேன். நீ இந்த ரதத்தை மட்டும் செலுத்தினால் போதும் என்றான் அர்ஜுனன்.

அவனை வியப்பாகப் பார்த்தான் உத்தரன்.

'இது நடக்கக்கூடிய காரியமா?' என்றும் கேட்டான்.

'உத்தரா! பயப்படுவதாலோ இல்லை ஓடிப்போய் கோட்டைக்குள் ஒளிந்து கொள்வதாலோ யுத்தம் முடிவுக்கு வராது. என்னை நம்பு. நான் உன்னை வெற்றியடைய வைக்கிறேன். இப்போது நீ தைரியமாக மயானக் கரை பக்கம் உள்ள மரத்தடிக்கு ரதத்தைச் செலுத்து என்றான்.

வேறு வழியில்லாமல் உத்தரன், பிருகன்னளை சொன்னபடியே ரதத்தை ஓட்டினான்.

வன்னி மரத்தை ரதம் அடைந்ததும், ரதத்தை நிறுத்தச் சொல்லி, 'உத்தரா! இந்த வன்னி மரத்தின் மீது ஏறி, அதோ உச்சியில் தொங்கும் மூட்டையை இறக்கி, அதற்குள் இருக்கும் ஆயுதங்களை எடுத்துக் கொண்டுவா' என்றான் அர்ஜுனன்.

'அலியே, மரத்தில் தொங்குவது ஏதோ கிழவியின் பிணம் என்றல்லவா சொல்வார்கள். அப்படிப்பட்ட மூட்டையை என்னைக் கொண்டுவரச் சொல்லுகிறாயே!' என்று உத்தரன் சற்று தயங்கினான்.

'உத்தரா! உண்மையான காரணம் அதுவல்ல. அந்த மூட்டையை யாரும் தொடாமலிருக்க பரப்பப்பட்ட புரளி அது. அதில் இருப்பவை பாண்டவர்களின் ஆயுதங்கள் தைரியமாக எடுத்து வா.'

அதற்குமேல் எதுவும் பேசாத உத்திரன் வேண்டா வெறுப்பாக மரத்தில் ஏறி மூட்டையைக் கீழே கொண்டு வந்தான். அதைப் பிரித்துப் பார்த்த அவனுக்கு ஒரே ஆச்சரியமாக இருந்தது. அந்த ஆயுதங்களை தன்னையும் அறியாமல் ஆவலோடு தொட்டுப்

பார்த்தான். கையிலெடுத்து மகிழ்ந்தவன். அர்ஜுனனைப் பார்த்துக் கேட்க லானான்.

'பிருகன்னளை! பாண்டவர்கள் எங்கள் மதிப்பிற்குரியவர்கள். எனக்கு மிகவும் பிடித்தமானவர்கள். அவர்கள் காட்டுக்குச் சென்று விட்டார்கள் என்றல்லவா கேள்விப்பட்டேன். இப்போது அவர்கள் எங்கே இருக்கிறார்கள்? அவர்களுடைய ஆயுதங்கள் இங்கே எப்படி வந்தன?

அர்ஜுனன் புன்னகைத்தவாறே 'உத்திரா! பாண்டவர்கள் இப்பகுதியில்தான் இருக்கின்றனர். நான் பாண்டவர்களில் ஒருவரான அர்ஜுனன்' என்ற உண்மையைக் கூறி தன்னை வெளிப்படுத்திக் கொண்டான்.

அதைக் கேட்ட உத்தரனுக்கு பயம் நீங்கி, வீரம் உண்டானது.

அதற்கு முதலில், அர்ஜுனன் முன் உத்தரன் மண்டியிட்டு வணங்கினான்.

'அர்ஜுனா! உம்மால் நான் தைரியம் பெற்று வீரனானேன். இனி அச்சம் என்ற பேச்சுக்கே என்னிடம் இடமில்லை. எத்தனை பீஷ்மர்கள் துரோணர்கள் வந்தாலும் துணிந்து எதிர்ப்பேன் என்று சொல்லி ஆயுதங்கள் கொண்ட ரதத்தை கௌரவப் படையை நோக்கி செலுத்தினான்.

அதன் பின்னர் அர்ஜுனன் தனது பெண் உடைகளைக் களைந்து ஆண் உடைகளை அணிந்து, காண்டீபத்தைக் கையில் ஏந்தி, நாண் ஏற்றி இழுத்தான்.

'தேவதத்தம்' என்கிற தனது சங்கை எடுத்து முழக்கினான்.

வில்லோசையையும், சங்கின் ஓசையும் கேட்டு, கௌரவப்படை சற்று அச்சமடைந்தது.

இது நிச்சயம் காண்டீபத்தின் ஒலிதான். இவன் அர்ஜுனனேதான் என்று குதூகலித்தனர் கௌரவர்கள்.

'அஞ்ஞாதவாசம் முடியும் முன்னே, அர்ஜுனனைக் கண்டுபிடித்து விட்டோம். நிபந்தனைப்படி பாண்டவர்கள் தோற்றுவிட்டார்கள். எனவே மீண்டும் அவர்கள் பன்னிரண்டாண்டுகள் வனவாசம் போக வேண்டியது தான்' என்று கர்ணனிடம் சொன்னான் துரியோதனன்.

'சரி! முதலில் அர்ஜுனனைத் தோற்கடிப்போம். அடுத்து மற்றதைப் பார்ப்போம்' என்றான் கர்ணன்.

அப்போது துரோணர்: துரியோதனா! நான் சொல்வது படி செய். முதலில் இங்கிருந்து ஒரு பங்கு படையினை அழைத்துக் கொண்டு அஸ்தினாபுரம் திரும்பிச் செல். நாங்கள் இருக்கும் படையை வைத்து, அர்ஜுனனுடன் போரிடுவோம் என்றார்.

துரோணரின் சொற்படி துரியோதனன் புறப்பட்டாலும், அவனை அர்ஜுனன் விடவில்லை.

அவன் உத்தரனுக்குக் கட்டளையிட்டான்.

' உத்தரா! படையில் துரியோதனனின் ரதத்தைக் காணவில்லை. அவன் பசுக்கூட்டங்களை ஓட்டிக் கொண்டு முன்னால் செல்கிறான் என்று நினைக்கிறேன். முதலில் அவனை அஸ்தினாபுரத்துக்குப் போகவிடாமல் தடுக்க வேண்டும். அதற்காக வேகமாக ரதத்தை முன்னோக்கிச் செலுத்து' என்றான்.

அவன் சொன்னதுபடியே உத்தரனும் செய்தான்.

அர்ஜுனனுடன் போர் செய்யக் காத்திருந்த பீஷ்மர், துரோணர், திகைத்துப் போனார்கள். அப்போது அவர்களுக்கு மரியாதை செலுத்தும் விதமாக அஸ்திரங்களை எய்து, அவர்களின் காலடிகளில் விழச் செய்தான்.

அடுத்தகட்டமாக திரும்பிச் சென்ற துரியோதனனைத் தடுத்து அவனுடன் யுத்தத்தைத் தொடங்கினான்.

பசுக்கூட்டங்களை வளைத்து நின்றிருந்த கௌரவப் படைகளை தனது அஸ்திரங்களால் தாக்கி சிதறியோடச் செய்தான்.

அதன் பின்னர் இடையர்களை அழைத்து பசுக் கூட்டங்களை விராட நகருக்குள் ஓட்டிப் போகச் செய்தான். தொடர்ந்து துரியோதனனை அஸ்திரங்களால் துன்புறுத்தினான்.

தோற்றுப்போன துரியோதனன் விலகி ஓட நினைத்தவனை 'துரியோதனா! நில். கோழைபோல் ஓடாதே' என்னுடன் போரிடு... என்று அறைகூவல் விடுத்தான்.

பீஷ்மர் துரோணர், கிருபர், அசுவத்தாமன் என அனைவரும் யுத்தத்தில் இருந்ததினால், துரியோதனன் திரும்பி வந்து போரிட்டான்.

அதைக் கண்ட அர்ஜுனன், அஸ்திரங்களை சரம் வாரியாகச் செலுத்தினான்.

யுத்தம் கடுமையாக நடந்தது.

அர்ஜுனன் கடைசியாக, மோகனாஸ்திரத்தை அவர்கள் மேல் செலுத்தினான்.

அந்த அஸ்திரம் அனைவரையும் மயக்கத்தில் ஆழ்த்தி வீழ்த்தியது. அர்ஜுனன் அவர்களுடைய மேலாடை களைக் கவர்ந்து வரும்படி உத்திரனிடம் சொன்னான்.

ஏனெனில் தான் ஒரு வீரன். சொன்னதுபடி செய்து விட்டேன் என்று அந்தப்புர பெண்களிடம் காட்டி, அவர்களை மகிழ்விப்பதற்காக அதன் பேரில் இருவரும் உற்சாகத்துடன் விராடநகரத்துக்குத் திரும்பினர்.

மயக்கம் தெளிந்து எழுந்த கௌரவர்களும், தோல்வியுடன் அஸ்தினாபுரத்துக்குத் திரும்பினார்கள்.

அர்ஜுனன் விராட நகரின் எல்லையிலிருந்த வன்னி மரத்தில் ஆயுதங்களை மீண்டும் அங்கேயே வைத்து விட்டு மீண்டும் பிருகன்னளையக வேடமிட்டுக் கொண்டான்.

சுசர்மனை வெற்றிகொண்டு திரும்பிய விராடனும், கௌரவர்களை வென்றிருந்த உத்தரனும் ஒருவரை யொருவர் கட்டித் தழுவிக் கொண்டனர்.

அந்த சமயத்தில் தலையில் காயத்துடன் காணப்பட்ட தருமனை வணங்கிய உத்தரன் 'மகானே! எப்படி ஏற்பட்டது இந்தக் காயம் என்று கேட்டான்.

'மகனே உத்தரா! நான் உனது வெற்றியைப் பற்றிப் பேசியபோது, இவர் பேடியாகிய பிருக்கன்னளையைப் பற்றியே பெருமையாகப் பேசிக் கொண்டிருந்தார். அதைப் பொறுத்துக் கொள்ள முடியாமல் நான் தான் இவரை சொக்கட்டான் காய்களால் அடித்தேன்' என்றான் விராடன்.

அதைக்கேட்ட உத்தரன். 'தந்தையே தவறு செய்துவிட்டீர்கள். இவர் யாரென உணராமல் இவருடைய பெருமையை அறிந்து கொள்ளாமல் மதியிழந்து விட்டீர்கள்.

உண்மையில் கௌரவர்களை வென்றது நானல்ல. பிருகன்னளைதான் என்றான்.

'என்ன பிருகன்னளை போரிட்டு வெற்றி பெற்றாளா!' என்னால் நம்ப முடியவில்லையே...

'நம்பித்தான் ஆக வேண்டும் தந்தையே. கௌரவப் படையைப் பார்த்து நடுங்கி, திரும்பி விராட நகரத்திற்கு வர நினைத்த என்னை தடுத்து நிறுத்தி, என்னை ரதத்தினை ஓட்டச்

கள்ளிப்பட்டி சு. குப்புசாமி | 141

செய்து, காண்டீபத்தை இயக்கி, கௌரவர்கள் அனைவரையும் மயக்கமுறச் செய்து அவர்களின் மேலாடைகளையும் பறிக்கச் செய்து என்னை வெற்றி வீரனாக்கிய பெருமை பிருகன்னளை' என்று விளக்கமளித்தான். அத்தோடு தங்களிடம் பணியாற்றிக் கொண்டிருக்கும் கங்காதரரும் பாண்டவர்களைச் சேர்ந்தவர்தான் என்ற விபரத்தையும் எடுத்துச் சொன்னான் உத்தரன்.

'அய்யோ! என்ன பாவம் செய்தேன்? தங்களின் பெருமையை உணராமல், சொக்காட்டன் காய்களை வீசிக் காயப்படுத்திவிட்டேனே என்னை மன்னித்து விடுங்கள்' என்று கூறி அவரின் பாதங்களில் விழுந்து பணிந்தான் விராடமன்னன்.

'விராடரே! தங்களால் இத்தனை நாட்கள் ஆதரிக்கப்பட்ட நாங்கள் உங்களுக்கு மிகுந்த நன்றிக் கடன்பட்டிருக்கிறோம்! இந்தச் சிறிய விஷயத்தை எண்ணி, வீணாக மனம் வருந்த வேண்டாம்' என்று ஆறுதல் கூறினான் தருமன்.

'தருமரே! நீங்கள் என்னை மன்னித்தது உண்மையென்றால், எனது மகள் உத்திரையை, தங்கள் தம்பி அர்ஜுனன் மணமுடித்துக் கொள்ள வேண்டும்' என்று வேண்டினான்.

'தம்பி! நீ என்ன சொல்கிறாய்? என்று அர்ஜுனனிடம் தருமன் கேட்டான்.'

'என்னால் இயலாது அண்ணா!'

'காரணம் ஏதும் உண்டா!'

'இருக்கிறது...'

'என்ன காரணம்?'

'உத்திரைக்கு நான் நடனமும், இசையும் கற்றுக் கொடுத்த குரு. குருவென்பவர் தந்தைக்குச் சமமானவர். அதனால் எனது மகன் அபிமன்யுவுக்கு வேண்டுமானால் திருமணம் முடித்து வைக்கலாம் என்றான் அர்ஜுனன்.

அதைக் கேட்ட தருமன் மன்னன் விராடனிடம்: விராடரே! என் தம்பி அர்ஜுனன் சொன்னது போலவே அபிமன்யுவுக்கு, தங்கள் மகள் உத்திரையை மணமுடித்து வைத்துவிடலாமா?... என்று கேட்டான்.

மன்னன் விராடனும் மற்றவர்களும் மகிழ்வுடன் ஒப்புக்கொண்டனர்.

சமாதான முயற்சியும் சண்டைக்கான ஆயத்தமும்

பதின் மூன்றாண்டுகள் முடிந்து, அதன் பின்னர் மூன்று நாட்கள் கழித்து சகல அரச மரியாதைகளுடனும், விராடனின் அரண்மனையை விட்டுப் பாண்டவர்கள் 'உபப்பிலாவியநகருக்குச் சென்றனர்.

அந்நகர் மாப்பிள்ளை வீட்டார் தங்கும் மாளிகைகளாக மாறியது.

உத்திரை - அபிமன்யு திருமணம் பற்றிய செய்தி, பல நாட்டு மன்னர்களுக்கும், குறிப்பாக அபிமன்யுவின் தாய்மாமனான கண்ணபிரானுக்கும் பலராமனுக்கும் தெரியப்படுத்தப்பட்டது.

அதன்படி துவாரகையிலிருந்து கிருஷ்ணன், பலராமன், யாதவ குலப் பெரியோர், சுபத்திரை அவருடைய மகனும், மாப்பிள்ளையுமான அபிமன்யுவும், உபப்பிலாவிய நகருக்கு வந்து சேர்ந்தனர்.

மேலும், பாண்டவர்கள், கிருஷ்ணன், விராடனுக்கும் சிறந்த நட்புக்குரிய மன்னர்களும் படைகளுடன் வந்து சேர்ந்திருந்தனர்.

மன்னர்களைப் பொறுத்தளவில் திருமணம் என்பது இரண்டாம்பட்சம். ஆனால் பாண்டவர்களுக்கு உரிய பங்கினைப் பெற்றுக் கொடுப்பதே தலையாய நோக்கமாகக் கொண்டிருந்தனர்.

அதற்குத்தான், திருமணம் முடிந்த கையோடு, துரியோதனன் மேற்கொண்டும் நடவடிக்கையிலிருந்து முடிவெடுத்து சமாதானத்தை மேற்கொள்வதையோ அல்லது யுத்தம் செய்வதையோ தீர்மானிக்கும் பொருட்டு படைபலத்துடன் பாஞ்சாலியின் தந்தை துருபதனும், சகோதரன் திருஷ்டத்யும்னன், சிகண்டி, சல்லியன் சாத்யகி போன்றோர் தயாராக வந்திருந்தனர்.

சீரோடும் - சிறப்போடும் உற்றார் - உறவினர்கள், மன்னர்களின் ஆசியோடும் உத்திரை - அபிமன்யு திரு மணம் உபப்பிலாவிய நகரில் இனிதே நடைபெற்றது.

திருமணம் முடிந்தபின்னர், எல்லா நட்பு நாட்டு மன்னர்களும் சபை கூடி அடுத்து பாண்டவர்களின் சார்பாக நடக்க வேண்டியது என்ன, என்பதைப் பற்றி மந்திராலோசனை நடத்தினர்.

முதலில் கிருஷ்ணன் சபையோரைப் பார்த்துப் பேசலானான்.

'மன்னர்களே! துரியோதனன், வஞ்சனையான சூதாட்டத்தின் மூலமாக பாண்டவர்களின் ராஜ்ஜியத்தைப் பறித்துக் கொண்டான். நிபந்தனை விதித்து பன்னிரண்டு ஆண்டுகள் காட்டுக்கும், ஓராண்டு தலை மறைவு வாழ்க்கைக்கும் அனுப்பினான்.

தருமநெறி தவறாத பாண்டவர்கள், தங்களுக்கு நேர்ந்த சோதனைகளையெல்லாம் பொறுமையுடன் எதிர்கொண்டு மீண்டு வந்திருக்கிறார்கள். நியாயப்படி நிபந்தனையை நிறைவேற்றிய அவர்களுக்கு, மீண்டும் ராஜ்ஜியத்தை அளிப்பதே முறையானது. ஆனால் துரியோதனன் எண்ணம் என்னவென்பது தெரியவில்லை.

எனவே யாராவது ஒருவர் பாண்டவர்களின் சார்பாக துரியோதனனிடம் தூது சென்று சமாதானம் பேசுவது நல்லது என்பது எனது கருத்து. நீங்கள் என்ன சொல்கிறீர்கள்?' என்று கேட்டான்.

அதைக் கேட்ட பலராமன், 'கிருஷ்ணன், 'சொல்வதும் சரிதான். ஆனாலும், சகுனி பகடையாடுவதில் கைதேர்ந்தவன் என்று தெரிந்திருந்தும், தருமன் பகடையாடி ராஜ்ஜியத்தையும், மற்றதையும் தோற்றது - அவனது தவறுதான். இருப்பினும் இழந்த ராஜ்ஜியத்தை திருதராஷ்டிரனிடம் பணிவாகக் கேட்டுத்தான் பெறவேண்டும். அதற்குத் தக்கபடி தூதனை அனுப்புவதே நல்லது' என்றான்.

'எனக்கென்னவோ தூது அனுப்புவது என்பது சரியெனப்படவில்லை. அதர்மமாகப் பேசிவரும் துரியோ தனனிடம் போய் சமாதானம் பேசுவது வீண்தான். பதிலாக யுத்தம் ஒன்றுதான் சரியான தீர்வாக இருக்குமென்று நினைக்கிறேன்.

யுத்தமில்லாமல், துரியோதனன், பாண்டவர்களுக்கு ராஜ்ஜியத்தைத் தரப்போவதில்லை. எனவே காலதாமதம் செய்யாமல் நாம் அனைவரும் யுத்தத்துக்குத் தயாராவோம்' என்று கூறினான் சாத்யகி.

அவனது பேச்சினை ஆதரித்த துருபதன், 'சாத்யகி கூறியதில் ஒரு வார்த்தையும் தவறென்று எனக்குத் தோன்றவில்லை. யுத்தம் ஒன்றுதான் நியாயத்தைப் பெற்றுத் தரும். எனவே நம்முடைய நண்பர்களான சல்லியன், திருஷ்டகேது, ஜயத்சேனன், கேகயன்

போன்றோர்க்கு தூதுவர்களை அனுப்பி, பாண்டவர்கள் பக்கம் படைகளைத் தயார் செய்யச் செய்வோம். அதுதான் முக்கியம். அதுதான் முதல் காரியமும் கூட. நான் இப்படிச் சொல்வதனால், சமாதானம் பேச விருப்பமில்லை என்று அர்த்தமல்ல. நாம் அதற்கும் முயற்சிப்போம்.

அதற்காக என்னுடைய அரண்மனையில் உள்ள மிகச் சிறந்த அறிவாளியான உலூகரை, துரியோதனனிடம் தூது அனுப்புவோம். துரியோதனனுக்கு ஆலோசகர்களாக இருப்பவர்களான பீஷ்மர், துரோணர், திருதராஷ்டிரன் போன்றோருடன் பேசி முடிவு நல்லதாக அமைந்தால் அனைவருக்கும் மகிழ்வுதானே' என்றான்.

துருபதன் சொன்னபடியே உலூகரை தூது அனுப்புவோம். எந்தக் காலத்திலும் சமாதானத்தை அனுசரிப்பதுதான் நல்லோர்க்கு அழகு. எனக்கும் அண்ணன் பலராமனுக்கும் கௌரவர்கள் பாண்டவர்கள் என்ற பேதமில்லை. அனைவரும் ஒன்றுதான்! எல்லோரும் ஒற்றுமையாக இருக்க வேண்டும் என்பதே எங்களது ஆசை.

உலூகர் தூது சென்று திரும்பி வந்ததும் எங்களுக்குத் தகவல் அளியுங்கள். இப்போது திருமணத்துக்கு வந்த நாம் மகிழ்வுடனே அவரவர் நகரத்துக்குத் திரும்புவோம் என்றான்.

அதன் பின்னர் அனைவரும், அவரவர் தேசத்துக்குத் திரும்பினர்.

ஆனாலும் விராடன், துருபதன் போன்றவர்கள் பாண்டவர்களுக்கு ஆதரவாக படைகளை தயார்படுத்தத் தொடங்கினார்கள். பாண்டவர்களும் பல நாட்டு மன்னர்களிடம் ஆதரவு கேட்டனர். உதவ முன்வருவதாக உறுதி மொழி கிடைத்தது.

கௌரவர்களின் சார்பில் துரியோதனன், தன் சார்பாக தனக்கு வேண்டிய மன்னர்களிடம் தூதுவர்களை அனுப்பி ஆதரவு திரட்டி வந்தான்.

இப்படி இருதரப்பினரும் யுத்தத்துக்கான ஏற்பாடு செய்து கொண்டிருக்கும் போது, கிருஷ்ணனின் ஆதரவினை நாடி துவாரகைக்கு அர்ஜுனன் சென்றான்.

இதைக் கேள்விப்பட்ட துரியோதனனும் துவாரகைக்குப் போனான்.

இருவரும் ஒரே நேரத்தில் அங்கு சென்று சேர்ந்தனர். அதேபோன்று இருவரும் ஒரே நேரத்தில் கிருஷ்ணனுடைய அறைக்குள் நுழைந்தனர்.

அப்போது கிருஷ்ணன் தூங்கிக் கொண்டிருந்தான்.

துரியோதனன், கிருஷ்ணனின் தலைப்பக்கத்தில் இருந்த இருக்கையில் போய் அமர்ந்து கொண்டான்.

அர்ஜுனன், கிருஷ்ணனின் கால்பக்கத்தில் கைகூப்பி நின்றவாறு காத்திருந்தான்.

சிறிது நேரத்தில் தூக்கத்திலிருந்து விழித்தபோது கால் பக்கத்தில் நின்றிருந்த அர்ஜுனனைப் பார்த்து புன்னகையுடன் வரவேற்றான்.

அதன் பின்னர் திரும்பிப் பார்த்தான். அங்கு துரியோதனன் இருந்தான். அவனையும் வரவேற்றான்.

இருவரையும் புன்முறுவல் பூத்தவண்ணம் பார்த்த கிருஷ்ணன், 'இருவரும் என்ன காரியமாக என்னைப் பார்க்க வந்துள்ளீர்கள்' என்று கேட்டான்.

'மாமா! பாண்டவர்களுக்கும், எங்களுக்கும் யுத்தம் வரும் நிலை ஏற்பட்டுள்ளது. அதனால் உங்களைப் பார்க்க முதலில் வந்த எங்கள் பக்கம் தான் நீங்கள் உதவ வேண்டும்' என்று கேட்டான்.

'துரியோதனா! நீ முதலில் வந்தது உண்மையாக இருந்தாலும், நான் விழித்தபோது பார்த்தது அர்ஜுனனைத் தானே. எது எப்படி இருப்பினும் நான் உங்கள் இருவருக்கும் உறவு முறையில் உதவி செய்ய கடமைப்பட்டிருக்கிறேன்.

ஆனால், வயதில் சிறியவர்களின் விருப்பத்தையே பெரியவர்கள் முதலில் பூர்த்தி செய்வார்கள். அதன்படி அர்ஜுனனின் விருப்பத்தை முதலில் கேட்டு விடுகிறேன் என்ற கிருஷ்ணன், அர்ஜுனனைப் பார்த்து, 'அர்ஜுனா! ஆயுதந்தாங்கிய யாதவப் படைகளும், அதன் சிறந்த தளபதிகளும் ஓர் அணியில் நிற்பது வேண்டுமா! இல்லை. ஆயுதங்கள் ஏதுமின்றி, படையில்லா நான் மட்டும் நிற்கும் அணி வேண்டுமா?' என்று கேட்டான்.

'கிருஷ்ணா! எனக்கு படைபலமும், தளபதிகளும் வேண்டியதில்லை. நீ மட்டும் என் அணியில் இருந்தால் போதும்' என்றான் அர்ஜுனன்.

துரியோதனன் தன் பங்குக்கு, 'கிருஷ்ணா! யாதவப் படைகளையும் சிறந்த தளபதிகளையும் எங்கள் அணியில் இருக்கச் செய், என்று கேட்டான். மிக்க மகிழ்ச்சியுடன் பலராமனையும் படைத்தளபதிகளையும் பார்த்துப் பேசிவிட்டு அஸ்தினாபுரம் சென்றான்.

துரியோதனன் சென்ற பின்னர், பார்த்தனாகிய அர்ஜுனனும், கிருஷ்ணனாகிய கண்ணனும் மகிழ்வுடன் உரையாடலானார்கள்.

'கிருஷ்ணா! நீர் எனக்கு ரதத்தை ஓட்டும் சாரதியாக இருந்தால் போதும். போரில் எப்போதும் என் அருகில் இருக்கும் பாக்கியம் கிடைக்கும்' என்று கூறியவன், துவாரகையில் இரண்டு நாட்கள் இருந்துவிட்டு, கிருஷ்ணனிடம் விடைபெற்றுக் கொண்டு உபப்பிலாவியநகருக்குத் திரும்பினான் அர்ஜுனன்.

சல்லியன் மாறினான்

நகுல சகாதேவர்களின் தாயான மாத்ரியுடன் பிறந்தவன் சல்லியன். சிறந்த வீரன், திறமையான போர்த்தந்திரம் தெரிந்த சேனாதிபதி, சிறந்த சாரதியும்கூட, அவன் பாண்டவர்களுக்கு உதவும் பொருட்டு பெரும்படையினை திரட்டிக்கொண்டு 'உபப்பிலாவியம்' நோக்கிப் புறப்பட்டான்.

அவ்விதம் செல்லுகையில் இளைப்பாறுவதற்காகச் சேனையை ஆங்காங்கே நிறுத்தினான்.

அவ்வாறு முகாம் போட்ட இடங்களில் ஒன்றரை யோசனை நீளத்துக்கு அதாவது 14 மைல் தூரம் இருந்ததாம்.

மந்திர சேனாதிபதி சல்லியன் பெரிய சேனையைத் திரட்டிக்கொண்டு பாண்டவர்களைச் சேரும் எண்ணத்தோடு போய்க் கொண்டிருக்கிறான் என்ற செய்தி துரியோதனனுக்கு எட்டியதும், உடனே தனது அதிகாரிகளை அழைத்து, உடனே சல்லியனுக்கும் அவனது பெரும்படைக்கும் எல்லாவிதமான வசதிகளும், உப காரமும் செய்யும்படி உத்திரவிட்டான்.

அரசன் கட்டளைப்படி, ஆங்காங்கே மண்டபங்கள் கட்டப்பட்டு சல்லியன் படைக்கு உதவியதைக் கண்ட சல்லியன் மிகுந்த மகிழ்ச்சி கொண்டான்.

ஒரு நாள் உபசரித்த வேலையாட்களிடம், 'பணிவும் திறமையும் உள்ள பணியாளர்களே! உங்களுக்கு நான் பரிசளித்துப்

பாராட்ட வேண்டும். என்ன வேண்டும் கேளுங்கள் தருகிறேன்' என்று கேட்டான் சல்லியன்.

'அரசே! தாங்கள் எங்களுக்கு ஒன்றும் பரிசு தர வேண்டாம். எங்கள் அரசர் சார்பில் நின்று போர் புரிந்தால் அதுவே எங்களுக்குப் போதும் என்றனர் வேலையாட்கள்.

'அப்படியே செய்கிறேன். அதில் சிறிதும் மாற்றம் இல்லை. உங்களுக்கு வேண்டியதைக் கேளுங்கள்' என்று மீண்டும் கேட்டான்.

அந்தச் சமயத்தில் அங்கு வந்த துரியோதனன், அவனை வணங்கியதோடு, 'மகா வீரரே!' தாங்கள் வாக்குமாறாதவர். போரில் எனக்கு உதவ வேண்டும் என்று கேட்டான்.

'உனக்கா! நான் எனது மருமகன்கள் இருக்கும் பாண்டவர்கள் தான் இந்த உபசாரங்கள் செய்துள்ளனர் என்றல்லவா நினைத்து வாக்குக் கொடுத்தேன்.'

'மகாவீரரே! தெரிந்தோ தெரியாமலோ எனது அதிகாரிகளிடமும் வேலையாட்களிடமும் வாக்குத் தந்துவிட்டீர்..'. என்று அழுத்தம் கொடுத்தான்.

'துரியோதனரே! நான் நினைத்துப் புறப்பட்டது ஒன்று, இப்போது இங்கு நடந்து கொண்டிருப்பது வேறு. ஆனாலும் நான் இனி உம்பக்கம் தான். இருப்பினும் நான் உபப்பிலாவியம் நகர் போய் அங்குள்ள எனது மருமகன்களிடம் நிலைமையை எடுத்துச் சொல்லிவிட்டு வருகிறேன் என்று சென்றவன், தருமரிடம் நடந்த விஷயங்களையும் தான் வாக்குறுதி தந்ததையும் எடுத்துக் கூறினான்.

'மாமா சல்லியரே: நீர் வாக்குமாறுவதை நாங்கள் விரும்பவில்லை. துரியோதனன் வஞ்சனையாகப் பெற்ற வாக்காக இருந்தாலும் நிறைவேற்ற வேண்டியதுதான். ஆனாலும் அர்ஜுனனும் கர்ணனும் எதிர் எதிராக நின்று போர் செய்யும்போது, நீர் ரதத்தை ஓட்டும் சாரதியாக இருக்க வேண்டியது வரும். அப்போது அர்ஜுனனைக் காப்பாற்ற நீர் உதவ வேண்டும்' என்று கேட்டுக் கொண்டான் தருமன்.

துரியோதனனால் ஏமாற்றப்பட்டு மனம் வெந்து கொண்டிருந்த சல்லியன், ஆத்திரச் சிரிப்புடன் சொன்னான்.

'தருமரே! இதை நான் நிச்சயம் செய்வேன். நீ சொன்னது போலவே, கர்ணனுடைய வீரத்தை இகழ்ந்து பேசி அவனது தன்னம்பிக்கையை குலைக்க முற்படுகிறேன்.'

ஏற்கனவே அகம்பாவம் பிடித்த அவனுடைய கர்வத்தை நானே தேரோட்டியாக இருந்து அடக்குகிறேன். அவனுடைய வீரத்தை ஒடுக்கி, மனச்சோர்வினை உண்டாக்குகிறேன். கவலைப்படாதே தருமா! கர்ணனை அர்ஜுனன் ஜெயிக்கத்தான் போகிறான். நீங்கள் வெற்றி பெறத்தான் போகிறீர்கள் என்று வாழ்த்திவிட்டு, மீண்டும் துரியோதனனின் இடத்துக்குப் போய்ச் சேர்ந்தான்.

அணிவகுப்பும் தூதும்

பாண்டவர்கள் பக்கம் சாத்யகி, ஜராசந்தனின் மகன் ஜயத்சேனன் பாண்டிய மன்னன், கேகய மன்னன் போன்ற பல மன்னர்கள் வந்து சேர்ந்து கொண்டேயிருந்தார்கள்.

அதுபோலவே, துரியோதனனுக்குத் துணையாக பகதத்தன், பூரிசிரவசு, கிருதவர்மன், காம்போஜ மன்னன், அவந்தி தேசத்து அரசர்கள் எனப் பலரும் இணைந்தார்கள்.

இந்தச் சமயத்தில், பாண்டவர்கள் சார்பாக துருபதன் அனுப்பிய உலூகர் தூதராக திருதராஷ்டிரன் சபைக்கு வந்தான். சபையோரைப் பார்த்து வணங்கிவிட்டு பேசத் தொடங்கினான்.

'சபையோரே!' நீங்கள் அனைவரும் தருமநெறி தெரிந்தவர்கள் நியாயத்துக்குப் புறம்பாகப் பேசாதவர்கள், பாண்டுவும், திருதராஷ்டிரரும் சகோதரர்கள்.

அவரவர்களுடைய தந்தையின் சொத்து, தனயன்களுக்கு உரிமையானது தான்.

அதற்கேற்ப கௌரவர்கள் தங்கள் தந்தையின் சொத்தை அடைந்து சுகமாக இருக்கிறார்கள்.

ஆனால் பாண்டவர்களுக்கு அவர்களது ராஜ்ஜியம் கிடைக்கவில்லை. அதற்கு காரணம் சூதாட்டம்.

அந்த ஆட்டத்தில் இராஜ்ஜியத்தை இழந்தவர்கள், நிபந்தனைப்படி இப்போது பன்னிராண்டுகள் வனவாசத்தையும், ஓராண்டு அஞ்ஞாத வாசத்தையும் நிறை வேற்றிவிட்டார்கள்.

இனிமேல் அவர்களுடைய ராஜ்ஜியத்தை அவர்களிடமே ஒப்படைக்க வேண்டும் என்பதே பாண்டவர்களின் கோரிக்கை.

இப்போதும் பாண்டவர்கள் சமாதானத்தையே விரும்புகிறார்கள். அதனால் அவர்கள் பலவீனப்பட்டு போய் விட்டார்கள் என்று நினைக்க வேண்டாம்.

உங்கள் தரப்பில் படைகள் குவிக்கப்பட்டு இருப்பதைப் போலவே, அவர்களும் பெரியதொரு சேனையைக் கொண்டிருக்கிறார்கள்.

ஆனாலும் யுத்தத்தினால் உலகத்துக்குத் துன்பம்தான். எனவே யுத்தமில்லாமல் இரு தரப்பும் நன்மை அடையும் விதமாக பாண்டவர்களின் ராஜ்ஜியத்தை அவர்களிடமே தந்து விட வேண்டும்' என்று சொல்லி முடித்தார்.

இவ்விதம் உலூகர் சொன்னதை ஒப்புக் கொண்டு பேசலானார் பீஷ்மர்.

'பாண்டவர்களின் தூதர் மிகச் சரியான விஷயங்களையே பேசினார். அவர் பேசியது அனைத்தும் உண்மையே.

தந்தையின் சொத்தை அடைய பாண்டவர்களுக்கு உரிமையிருக்கத்தான் செய்கிறது.

பல அரசர்களின் துணையைப் பெற்றும் கூட அவர்கள் யுத்தத்தை நாடாமல் சமாதானத்தையே நாடுகிறார்கள்.

அர்ஜுனனை எதிர்ப்பதென்பது எவராலும் முடியாத காரியம் பீமனின் வலிமையைப் பற்றி நாமெல்லாரும் அறிவோம்.

எனவே தருமத்துக்குக் கட்டுப்பட்டு, முன்பு துரியோதனன் அவர்களுக்கு விதித்த நிபந்தனைப்படி ராஜ்ஜியத்தை அவர்களிடம் திருப்பிக் கொடுப்பதே மிகவும் நல்லது. இனியும் இதில் தாமதிக்க வேண்டாம்.'

பீஷ்மர் இவ்விதம் சொல்லிக் கொண்டிருக்கும் போதே, கர்ணன் எழுந்து இடைமறித்துப் பேசலானான்.

'பாண்டவர்கள் எங்கே நிபந்தனையைக் கடைப்பிடித்தார்கள். அஞ்ஞாதவாசம் முடியும் முன்பாகவே அர்ஜுனன் வெளிப்பட்டுவிட்டான்.

அப்படியிருப்பதனால் மீண்டும் பன்னிரண்டு ஆண்டுகள் பாண்டவர்கள் வனவாசம் செல்ல வேண்டும். நிபந்தனைப்படி அதை முடித்துவிட்டு வரட்டும், பிறகு வேண்டுமானால், அவர்களுக்கு ராஜ்ஜியத்தைத் தருவதுபற்றி யோசிக்கலாம்.

அப்படியில்லாமல் யுத்தம் செய்ய அவர்கள் விரும்பினால் அதற்கும் நாங்கள் தயார் தான்' என்று அறை கூவலிட்டாள் கர்ணன்.

அவனைக் கண்டிக்கலானார் பீஷ்மர்.

‘கர்ணா! வாய் பேச்சில் வல்லமை காட்டாதே! இப்போது இத்தனை வீரம் பேசுகிறாயே, துவைத வனத்தில் கந்தவர்கள் துரியோதனனை சிறைபிடித்தபோது, அங்கிருந்து ஓட்டம் பிடித்தவன் தானே நீ? அப்போது அர்ஜுனன் தானே கந்தர்வர்களிடமிருந்து துரியோதனனைக் காப்பாற்றினான்.

அதற்குப்பிறகு, விராட நகரத்தில் என்ன நடந்தது!

நாம் எல்லோரும் பசுக்களை ஓட்டிச் செல்லும்போது, அர்ஜுனன் ஒருவனாகவே அனைவரையும் எதிர்த்து வெற்றி பெற்றான்.

அப்போதே உன்னுடைய திறமை என்னவென்று வெட்ட வெளிச்சமாகிவிட்டது. அப்படிப்பட்ட உன்னுடைய பேச்சைக் கேட்டு துரியோதனன் இந்தச் சமாதானத் தூதை நிராகரித்தால், இதனால் ஏற்படும் விபரீதங்கள் சொல்லி மாளாது’ என்று எச்சரித்தார் பீஷ்மர்.

அவர் பேச்சினைக் கேட்ட திருதராஷ்டிரன், இடையில் தலையிட்டு ‘நான் இரண்டு தரப்புக்கும் நன்மையை செய்ய விரும்புகிறேன். அதன் பொருட்டு எனது சார்பில் சஞ்சயனை, பாண்டவர்களிடம் தூது அனுப்ப நிச்சயித்துள்ளேன்’ என்றான்.

‘அப்படியே ஆகட்டும்’ என்று ஆமோதித்தார் பீஷ்மர்,

‘சஞ்சயா! பாண்டவர்கள் இப்போது பல அரசர்களின் ஆதரவோடு மிகுந்த பலம் பெற்றிருக்கிறார்கள். அதுமட்டுமின்றி அர்ஜுனன் ஒருவனே போதும் எதிரி படையாக இருப்பவர்களை ஜெயித்து விடுவான்.

எனவே! நீ எனது சார்பாக தூது சென்று பாண்டவர்களிடம் சமயோசிதமாக, அவர்களுக்குக் கோபத்தை உண்டாக்காமல் பேசு.

குறிப்பாக யுத்தத்தை தவிர்க்க என்ன செய்ய வேண்டுமோ? அந்த விதமாகப் பேசி பாண்டவர்களின் மனத்தை மாற்றிவிட்டு வா...’ என்று அவனை அனுப்பி வைத்தான்.

சஞ்சயன் தூது

விராடனுடைய ராஜ்ஜியத்தில் உபப்பிலாவிய வநகரத்திலிருந்து வந்த பாண்டவர்கள். தங்களுடைய நண்பர்களான அரசர்களுக்கெல்லாம் தூதர்களை அனுப்பிப் பெருஞ்சேனையைத்

திரட்டி வந்தனர். ஏழு அக்குரோணிகளைச் சேர்த்தனர். ஒரு அக்குரோணி என்பது 'டிவிஷன்' என்பதற்குரிய அளவாகும்.

அந்த வகையில் ஒரு அக்ரோணியில் 21870 தேர்கள் இருக்கும். இதை அனுசரித்து மற்ற அங்கங்களின் கணக்கு.

இந்த கணக்கின்படி கௌரவர்கள் பதினோரு அக்குரோணிகளை வைத்திருந்தனர்.

இந்நிலையில் விராட ராஜ்ஜியத்துக்கு வந்த சஞ்சயனை அன்புடன் வரவேற்றான் தருமன்.

அஸ்தினாபுரத்தில் உள்ள அனைவரின் நலனையும் விசாரித்தான். நாட்டு நலனையும் கேட்டுத் தெரிந்து கொண்டான்.

தருமன் கேட்டவைகளுக்கெல்லாம் பதில் கூறிய சஞ்சயன் தான் தூது வந்த விஷயத்தைச் சொல்லலானான்.

'தருமா! யுத்தம் என்ற வார்த்தையையே வெறுக்கிறார் திருதராஷ்டிரர். யுத்தத்திற்குப் பதிலாக அவர் சமாதானத்தையே விரும்புகிறார், என்று தொடங்கினான்.

'ஆம். சஞ்சயரே! அதுதான் நல்லது. சமாதானத்தால் மட்டும் தான் திருதராஷ்டிர புத்திரர்களான கௌரவர்கள் உயிர்பிழைக்க முடியும். எங்களுக்கான ராஜ்ஜியத்தை அவர்கள் ஒப்படைத்து விட்டால், பிறகு யுத்தம் எதற்காக?' என்றான் தருமன்.

'தருமா! தனது மகன்களான கௌரவர்களை நினைத்து மிகவும் கவலைப்படும் திருதராஷ்டிரர், உங்கள் மீது அவர் அதிக அன்பு கொண்டிருக்கிறார். எங்கே யுத்தம் வந்து விடுமோ! என்று ஒவ்வொரு நாளும் அஞ்சிக் கொண்டே இருக்கிறார்.

யுத்தம் என்று வந்தால், யார் பக்கம் வெற்றி, தோல்வி என்று நிச்சயிக்க முடியாது.

கௌரவர்கள், பாண்டவர்களில் யார் பாதிக்கப்பட்டாலும் திருதராஷ்டிரருக்குத் துயரம்தான்.

தருமரே! நீங்களே யோசித்துப் பாருங்கள். யுத்தத்தின் மூலம் உறவினர்களைக் கொன்றுவிட்டு அடையும் ராஜ்ஜியம் எங்காவது மகிழ்ச்சியைத் தருமா?

இப்படி யுத்தம் செய்து அடையும் செல்வத்தை எத்தனை நாட்கள் அனுபவித்து விட முடியும்?

அதனால் தான் சொல்லுகிறேன். எந்தக் காரணத்தைக் கொண்டும் தரும நெறியையும், பொறுமையையும் நீங்கள் கைவிட்டு விடக்கூடாது.'

அதேநேரத்தில் துரியோதனன் உங்கள் ராஜ்ஜியத்தைத் தர மறுத்தாலும், திருதராஷ்டிரரின் மன நிம்மதிக்காவது நீங்கள் யுத்தத்தில் ஈடுபடக் கூடாது.

இவ்விதம் சஞ்சயன் சொன்ன வார்த்தைகள், தருமனுக்கு வேதனையை ஏற்படுத்தியது.

'சஞ்சயரே! உங்களின் பேச்சு விசித்திரமாக இருக்கிறதே தவிர, அதில் நியாயமே இல்லை.

துரியோதனன் பொறாமை கொண்டவன், பேராசை பிடித்தவன் அவனைத் திருத்தி நல்வழிக்குக் கொண்டுவர முடியாத திருதராஷ்டிரர். எங்களுக்கு தர்மத்தைப் பற்றி உபதேசிக்கிறார்.

நாங்கள் நியாயமான முறையில்தானே ராஜ்ஜியத்தைக் கேட்கிறோம். அதைத் தந்து விட்டால், கௌரவர்கள் எங்களுக்கு இழைத்த கொடுமைகளைக்கூட நாங்கள் மறந்து மன்னிக்கத் தயாராகவே உள்ளோம்.

ஆனால், துரியோதனன் ராஜ்ஜியத்தைத் தராவிட்டாலும்கூட அமைதி காக்க வேண்டும். யுத்தத்தைத் தவிர்க்க வேண்டும் என்பது எவ்விதத்தில் நியாயம் சஞ்சயரே!'

இவ்விதம் தருமர் கேட்டதற்கு, 'தருமா! விட்டுக் கொடுத்து செல்பவன் எப்போதும் கெட்டுப்போவதில்லை. அதற்குப் பதிலாக அளவற்ற நிம்மதியைப் பெறுவான். மிகுந்த புகழைச் சம்பாதிப்பான்.

இவைகள்தான் நிலையானவை. இதைவிட்டு, கோபத்தாலும், யுத்தத்தாலும் சாதிப்பது என்பது உங்களைப் போன்ற உத்தமர்களுக்கு சிறப்பைத் தராது.

யுத்தம் என்பது எல்லா பக்கத்திலேயும் துக்கத்தையே தரும். கௌரவர்களும் உனது சகோதரர்கள் தான் என்பதை மறந்து விடாதே. அதற்குத்தான் தருமத்தின் பாதையான பொறுமையைக் கடைப்பிடி. அதை கடைசி வரையிலும் கைவிடாதே.'

இதுபோன்ற சஞ்சயனின் உபதேச வார்த்தைகளை தருமனால் ஏற்றுக் கொள்ள முடியவில்லை.

'சஞ்சயரே! தர்மம் என்பது எல்லோருக்கும் எல்லா நேரங்களிலும் ஒன்றுபோல இருப்பதில்லை. இதை அறிந்துள்ள கிருஷ்ணனே! இனி முடிவைச் சொல்லட்டும். அவர் எதைச் சொன்னாலும் நான் ஏற்றுக் கொள்ளத் தயார் என்றான் தருமன்.

கிருஷ்ணன் தூது

சமாதானம் பேசக் கிருஷ்ணன். தன்னுடன் சாத்யகியை அழைத்துக்கொண்டு தேர் ஏறி அஸ்தினாபுரம் புறப்பட்டான்.

புறப்படுவதற்கு முன், 'குலநாசம் வேண்டாம். சமாதானமாகப் போவதே மேலானது' என்று பீமன் சொன்னதைக் கேட்டான்.

ஆனால் பாஞ்சாலிதான், துச்சாதனிடம் தான் பட்ட அவமானத்தை அவளால் மறக்க முடியாமல் இருந்தது.

'அண்ணா! காற்றில் பறக்கும் என்னுடைய தலையிலுள்ள கூந்தலைப்பார். இதனை அள்ளி முடிந்து எனது சபதத்தை நிறைவேற்ற வழியைச் செய். அதைவிட்டு, அர்ஜுனனும், பீமனும், தருமனும் போர் வேண்டாமென்று சொல்லப் போகிறார்களே' என்று இறுமாப்பாக இருந்து விடாதீர்கள். அப்படி ஏதாவது செய்வதாக இருந்தால், என்னுடைய ஐந்து மைந்தர்களும், சுபத்திரையின் குமாரனான அபிமன்யுவும் இணைந்து கௌரவர்களை எதிர்ப்பார்கள். அதன்மூலம் வெற்றியும் பெறுவார்கள். அத்தருணத்தில் என் அவிழ்ந்த கூந்தலை அள்ளி முடிப்பேன்' என்று உணர்ச்சிப்பூர்வமாக கூறி பாஞ்சாலி அழுதாள்.

இதைக் கண்ட கிருஷ்ணனும், 'அழவேண்டாம், பாஞ்சாலி. என்னுடைய சமாதானப் பேச்சைக் கௌரவர்கள் கேட்கப் போவதில்லை. அதனால் வீணாகத் தரையில் விழப்போகிறான்' என்று சமாதானமான வார்த்தைகளைக் கூறி அவளது கண்ணீரைத் துடைத்தான்.

இதைக் கேட்டு பாஞ்சாலியின் உள்ளம் திருப்தி அடைந்தது.

அதன் பின்னர் கிருஷ்ணனும், சாத்யகியும் தேரில் ஏறி அஸ்தினாபுரத்தை அடைந்தனர்.

அவர்களை வரவேற்க விமரிசையாக ஏற்பாடுகளை செய்திருந்தான்.

இதைப் பார்த்துக் கொண்டிருந்த விதுரன். திருதராஷ்டிரன், ‘ அண்ணா! இதுபோன்ற உங்களுடைய ஏற்பாடுகளினால் எல்லாம் கிருஷ்ணன் மனம் மகிழ்ந்துவிட மாட்டான். அவனுடைய மனத்தினை மகிழச் செய்ய வேண்டுமானால் ஒரே வழி. பேச்சுவார்த்தை சமாதானமாக உங்களுடைய மகன்களின் மூலம் சொல்லுவது ஒன்றுமட்டும்தான் என்று சொன்னான். அவன் சொன்னதுபோலவே, அஸ்தினாபுரம் அரண்மனைக்குள் வந்த கிருஷ்ணன் எந்த உபசரிப்பையும் ஏற்றுக்கொள்ளவில்லை. அவனுக்கு ஒதுக்கப்பட்டிருந்த மாளிகையில் கூட தங்கவில்லை.

திருதராஷ்டிரனைச் சந்தித்து, நலம் விசாரித்த கையோடு விதுரனின் மாளிகைக்குச் சென்று விட்டான்.

விதுரனின் வீட்டில் இருந்த குந்தி, கிருஷ்ணனைப் பார்த்ததுமே, தனது பிள்ளைகளின் நிலையை நினைத்து மனம் வருந்தி அழுதாள். கிருஷ்ணன் அவளைத் தேற்றி ஆறுதல் சொன்னான்.

அப்போது அங்கு வந்த துரியோதனன், கிருஷ்ணனை வணங்கி உணவருந்த அரண்மனைக்கு வருமாறு அழைத்தான்.

‘துரியோதனா! தூதுவன் எப்போதும் தூது வந்த இடத்தில் சாப்பிடக் கூடாது. நான் வந்த காரியம் வெற்றியாக முடியட்டும். அதன் பிறகு உன் மாளிகையில் உண்ண வருகிறேன்’ என்று சொன்னான்.

‘உங்கள் விருப்பம் அதுவென்றால் நான் வருகிறேன்’ என்று துரியோதனன் திரும்பினான்.

அதன்பின்னர் விதுரனின் மாளிகையிலேயே உணவருந்தினான் கிருஷ்ணன்.

அப்போது விதுரனிடம் கௌரவர்களின் மனநிலை எப்படி இருக்கிறது? என்று விசாரித்தான்

‘நீங்கள் வந்த காரியம் வெற்றியடைவதுபோல எனக்குத் தெரியவில்லை ’ என்றான் விதுரன்.

‘அப்படியா சங்கதி.’ அதற்கான காரணம் ஏதுமுண்டா! என்று கேட்டான் கிருஷ்ணன்.

‘துரியோதனன்தான் அதற்கான காரணம். அவன் போருக்குத் தயாராகிவிட்டான். பாண்டவர்களைப் பல மற்றவர்களாகக் கருதுகிறான். கர்ணன் ஒருவனே. அவர்களை

ஜெயித்து விடுவான் என்பது அவனுடைய அசைக்க முடியாத நம்பிக்கை.

எனவே நிச்சயம் சமாதானத்தை ஏற்க மாட்டான் என்று அழுத்தம் திருத்தமாகச் சொன்னான் விதுரன்.

அவன் சொன்னதுபடியே மறுநாள் பேச்சு வார்த்தையில் தெரியவந்தது.

அரசவையில் கிருஷ்ணன் சொன்ன அறிவுரைகளையோ சமாதானப் பேச்சுவார்த்தைகளையோ துரியோதனன் கொஞ்சமும் மதிக்கவில்லை. 'கிருஷ்ணா! நான் சிறுவயதினனாக இருந்தபோது எனது தந்தை பாண்டவர்களுக்குப் பாதி ராஜ்ஜியத்தைப் பிரித்துவிட்டார். அதையும் சூதாடி தோற்றுவிட்டார்கள். இப்போது அதைத் திருப்பிக் கேட்க அவர்களுக்கு எந்த உரிமையும் இல்லை. அப்படியே திருப்பிக் கேட்டாலும் திருப்பித் தருவதாக நானும் இல்லை. மொத்தத்தில் என்மீது எந்தத் தவறும் இல்லை' என்றான்.

'துரியோதனா! நீ எந்தத் தவறும் செய்யவில்லையா! அப்படியென்றால் அரக்கு மாளிகையில் தீயை வைத்து பாண்டவர்களைக் கொல்ல நினைக்கவில்லையா நீ? அது தவறு இல்லையா! சகுனியோடு சேர்ந்து, திட்டமிட்டு வஞ்சனையாக சூதாட்டத்தின் மூலமாக பாண்டவர்களின் ராஜ்ஜியத்தைப் பறித்துக் கொண்டாயே... அது தவறில்லையா? சபை நடுவிலே பாஞ்சாலியின் ஆடையைப் பறித்து மானபங்கப்படுத்தினாயே... அது தவறு இல்லையா? கருணை இல்லாமல் பன்னிரண்டு ஆண்டுகள் பாண்டவர்களைக் காட்டுக்கு அனுப்பிக் கஷ்டப்பட வைத்தாயே, அது தவறில்லையா?'

இவ்விதம் கிருஷ்ணன் விலாவாரியாக எடுத்துச் சொன்னதைக் கேட்ட துரியோதனன் கொதித்தெழுந்தான்.

'கிருஷ்ணா! பகைவெறி கொண்டு அலையும் பாண்டவர்களைத் தூண்டி விடுவதற்காகவே நீ இப்படியெல்லாம் பேசுகிறாய். இனி உன்னை மதித்துப் பேசுவது என்பது எனக்குத்தான் அவமானம்' என்ற துரியோதனன், தன்னுடன் சகோதரர்கள், சகுனி, கர்ணன் ஆகியோரை அழைத்துக்கொண்டு சபையைவிட்டு வெளியேறினான்.

அவனுக்குள் கோபம் எரிமலையாகக் கொதித்தது. பாண்டவர்களுக்குப் பெரும்பலமாக இருக்கும் கிருஷ்ணனைக்

கைது செய்து சிறையில் அடைத்துவிட்டால் பாண்டவர்களின் கொட்டத்தை அடக்கிவிடலாம் என்று முடிவெடுத்தான்.

கிருஷ்ணனைக் கட்டி இழுத்துப்போக காவலர்களை அழைத்துக்கொண்டு சபைக்குச் சென்றான்.

அவனது நோக்கத்தைப் புரிந்து கொண்ட கிருஷ்ணன் ஆசனத்திலிருந்து எழுந்தவன். 'துரியோதனா! என்னைக் கட்டிக்கொண்டு போக உன்னால் முடியுமா?' என்று சிரித்தான். பின்னர் வானத்துக்கும் பூமிக்குமாக விஸ்வரூபம் எடுத்து நின்றான்.

பார்வை தெரியாதிருந்த திருதராஷ்டிரனே அந்தச் சமயம் பார்வை பெற்றவனைப் போன்று பரமாத்மாவின் விஸ்வரூப தரிசனத்தைக் கண்டு மகிழ்ந்தான்.

சபையிலிருந்த பீஷ்மர், துரோணர், விதுரன், சஞ்சயன் மற்றும் சில முனிவர்களைத் தவிர மற்றவர்களால், கிருஷ்ணபரமாத்மாவின் விஸ்வரூப தரிசனத்தைக் காண முடியவில்லை.

ஒளி வெள்ளமாகப் பிரகாசித்த பகவானைக் காண முடியாமல் கண்கள் கூசி மூடிக் கொண்டனர். துரியோதனனும் அந்த அற்புதக் காட்சியைக் காண முடியாதிருந்தான்.

திருதராஷ்டிரன் பரவசமடைந்தான்.

'உலகை ஆளும் பெருமானே. நாராயணா, தங்களுடைய விஸ்வரூபத்தைக் கண்ட கண்களால், இனி எதையும் பார்க்க எனக்கு விருப்பமில்லை. நீங்கள் அளித்த பார்வையை மீண்டும் பெற்றுக் கொள்ளுங்கள் சுவாமி என்று வேண்டிக்கொண்டு மறுபடியும் பார்வையற்றவனான்.

விஸ்வரூப நிலையிலிருந்து சுயரூபத்திற்கு வந்த கிருஷ்ணன் சபையோரைப் பார்த்துச் சொன்னான்.

'சமாதானத் தூதுக்காக வந்த என்னை துரியோதனன் என்ன செய்ய முயற்சித்தான் என்பதை நீங்களே பார்த்தீர்கள். இனி நான் செய்யக் கூடியது ஒன்றுமில்லை. எனக்கு இங்கு, இனி வேலையுமில்லை' என்று கூறிவிட்டு புறப்பட்டான்.

அதன் பின்னர் விதுரனின் மாளிகைக்குச் சென்று குந்தியிடம் நடந்ததைத் தெரிவித்தான்.

'கிருஷ்ணா! வெற்றியோ தோல்வியோ, சத்திரியனுக்கு யுத்தம் என்பதே விதிக்கப்பட்ட கடமை. எனது வீரப்

புதல்வர்களை அவர்களுடைய கடமைகளை நன்கு செய்யச் சொல். அவர்களுக்கு எனது ஆசிகள்’ என்று சொல்லி, கிருஷ்ணனை வழியனுப்பி வைத்தாள் குந்தி.

குந்தி தேவியும் கிருஷ்ணனும் சந்திப்பு

கிருஷ்ணன் தூது வந்து திரும்பியபின், அஸ்தினாபுரத்தில் யுத்தத்தில் நிழல் அதிகம் படிந்தது.

ஒவ்வொருவரும் வரப்போகும் பெரிய போரைப் பற்றியும், அழிவைப் பற்றியுமே சிந்தித்தார்கள்.

பீஷ்மர், விதுரர், துரோணர் ஆகியோர், ‘துரியோதனனை இந்த அளவுக்கு மமதை பிடித்தவனாக, வளர்த்துவிட்டீரே’ என்று திருதராஷ்டிரனைக் கண்டித்தனர்.

அவனும் அதை நன்கு உணர்ந்தான். அதற்காக வருந்தினான். கடைசிமுறையாக, மகனுக்கு விளக்கமாக எடுத்துக் கூறி நல்வழியில் திருப்ப முயன்றான்.

‘துரியோதனா! தந்தை சொற்படி நடப்பவனே நாட்டை ஆளும் உரிமையைப் பெறுகிறான் என்பது நம் குல தருமம். இதற்கு நம் முன்னோர்களே எடுத்துக்காட்டு.

‘யயாதி மன்னன் தன் இளைய மகனான பூருவுக்கு நாட்டைக் கொடுத்தார். அதேபோன்று நானே மூத்த மகனாக இருந்தாலும், பார்வை தெரியாதவன் மன்னனாகக் கூடாது என்பதற்காக முன்னோர்கள் என் தம்பி பாண்டுவுக்கு அரசு உரிமையினைக் கொடுத்தனர்.’

அந்த வழியில் அவனது அரசுரிமை தருமனுக்குத்தான் சேர வேண்டும். ஆனால் தருமனையும் மற்றவர்களையும் பாண்டு காட்டிற்கு அழைத்துச் சென்றதால், எனக்குத் தற்காலிக அரசுரிமை கிடைத்தது.

நியாயப்படி பார்த்தால் எனக்கு உரியதல்ல. தருமனுக்கே இந்த நாட்டின் உரிமை சேர வேண்டியது.

எனக்கே உரிமையில்லாத இந்த நாட்டில், உரிமையுள்ள பாண்டு புத்திரர்களுக்குப் பாதி நாட்டையாவது விட்டுக்கொடுப்பதுதான் நியாயம்.

நியாயமில்லாத கட்சி வெற்றியடையாது. வெற்றியடையவும் கூடாது. எனவே அநியாயத்துக்குப் போரிட்டால் தோல்வியே

உறுதி. அதனால் பாண்டவர்களுக்குப் பாதிநாட்டையாவது விட்டுக்கொடுப்பதுதான் நியாயம்.

எனவே பாண்டவர்களுக்குப் பாதி ராஜ்ஜியத்தை விட்டுக்கொடுத்து பாதியை நீயும் சகோதரர்களுக்கும் கூடி ஒற்றுமையாகப் பரிபாலியுங்கள்' என்று மிகவும் நயந்து, மனப்பூர்வமாக கூறினான் திருதராஷ்டிரன்.

துரியோதனன் கேட்பதாக இல்லை.

திருதராஷ்டிரனனும் மனம் வருந்திய நிலையில் கிருஷ்ணா! நம்முடைய முயற்சிகள் எல்லாம் வீண் என்று சொன்னான்.

அதைக் கேட்ட கிருஷ்ணன் எழுந்து சாத்யகியும், விதுரனும் இருபக்கமும் கூடச் செல்ல சபையை விட்டுப் போனான்.

அங்கிருந்து குந்திதேவியிடம் சென்ற கிருஷ்ணன், சபையில் நடந்த விஷயங்களையெல்லாம் அவளிடம் தெரிவித்தான்.

அவரும் மகன்களுக்குத் தன் ஆசியை சொல்லச் சொன்னாள்.

'சத்திரிய பெண்ணானவள் எதற்காகப் பிள்ளைகளைப் பெறுகிறாளோ அதற்குரிய காலம் வந்துவிட்டது என்று சொன்ன குந்தி, கிருஷ்ணா! என்னுடைய மகன்களைக் காக்கக் கடவாய்' என்றாள்.

'சத்திரியத் தாய் பிள்ளைகளைப் பெறுவது யுத்தத்தில் பலி கொடுக்கவே' என்று கூறிய கிருஷ்ணன் ரதத்தில் ஏறி உபப்பிலாவிய நகரத்தை நோக்கி விரைவாகச் சென்றான்.

கர்ணனிடம் சென்ற குந்திதேவி

குந்தி தேவியின் மனதில் அளவில்லாத துயரம் ஏற்பட்டது. கிருஷ்ணன் சமாதானத் தூதுவின் மூலம் யுத்தம் தவிர்க்கப்படும்.' மகன்கள் நாடு நகரம் பெற்று நிம்மதியுடன் வாழ்வார்கள் என்று எண்ணியிருந்த அவளது நம்பிக்கை சிதைந்து போய், இனி யுத்தத்தைத் தவிர வேறு வழியில்லை என்ற நிலை உருவானதினால் குந்திதேவி மனநிம்மதி இழந்தாள்.

எவ்வளவு தான் மனதைத் தேற்றலாம் என்று முயற்சித்தாலும் பயம் அவளது மனத்தினை இம்சை செய்யலானது.

இந்நிலையில் கிருஷ்ணன் புறப்படும்போது, தனிமையில் அவளிடம் சொல்லி விட்டுச் சென்றது ஞாபகம் வந்தது.

'அத்தையாரே! சூரிய புத்திரனான கர்ணன் உங்களின் மகன் தான் என்பதை நான் அறிவேன். நீங்கள் இந்த உண்மையை கர்ணனிடம் சென்று சொல்ல, இதுவே சரியான தருணம்.

இன்றைய காலக் கட்டத்தில் உன்னுடைய மகன்களுக்கு முக்கிய எதிரியாக இருப்பவன் கர்ணன்தான்.

ஒருவேளை பாண்டவர்கள் தனது தம்பிகள் என்று அவனுக்குத் தெரிந்தால், பகை தொலைந்து பாசம் வரலாம் இல்லையா! அதனால் அவனிடம் சென்று உண்மையைச் சொல்லுங்கள். அத்தோடு அவனையும் பாண்டவர்களோடு வந்து சேரச் சொல்லுங்கள். அப்படி மனம் மாறி அவன் வந்து விட்டால், நமக்கு மிகவும் நல்லது.

அப்படி அவன் வரமறுத்தால் அவனிடம் இரண்டு வரங்களைக் கேள்.

ஒன்று அவன் இருக்கும் 'நாகாஸ்திரத்தை' ஒரு முறை மட்டுமே பிரயோகித்து அர்ஜுனனைத் தாக்கப் பயன்படுத்த வேண்டுமேயன்றி மறுமுறை பிரயோகிக்கக் கூடாது.

மற்றொன்று, அர்ஜுனனைத் தவிர, மற்ற நால்வரையும் கொல்லக் கூடாது.

இவ்விரு வரங்களையும் நீங்கள் பெற்றுவிட்டீர்களானால், மற்றதை நான் பார்த்துக் கொள்கிறேன்' என்று தைரியம் அளித்துவிட்டுச் சென்றிருந்தான்.

இவ்விதம் கிருஷ்ணன் சொல்லிவிட்டுச் சென்றது நினைவுக்கு வரவே, அவன் கூறியபடியே நடந்து கொள்ளத் தீர்மானித்தாள்.

தூக்கமின்றி தவித்த அவள், அந்த நள்ளிரவிலேயே எழுந்து சென்று கர்ணனின் மாளிகையை அடைந்தாள்.

குந்தியின் வருகை கர்ணனை ஆச்சரியப்படுத்தியது. பரபரப்படைந்தவன், அவளை அன்புடனும், மரியாதையுடனும் வரவேற்றான்.

'வாருங்கள் அம்மா! உள்ளே வாருங்கள்! சாதாரணத் தேரோட்டியின் மகனான என்னைத் தேடி என் மாளிகைக்கு வந்ததை நினைத்துப் பெருமைப்படுகிறேன். வந்து அமருங்கள்' என இருக்கையைக் காட்டினான்.

கர்ணன் வரவேற்ற விதம், குந்தியை மிகவும் கண் கலங்க வைத்துவிட்டது.

மனம் உடைந்தவளாகக் கதறலானாள்.

‘அம்மா! ஏம்மா. இப்படி அழுகிறீர்கள்?... முதல்லே அழுகையை நிறுத்துங்க... விஷயம் என்னவென்று சொல்லுங்கள் என்று கனிவு கலந்த குரலில் கேட்டான்.

‘கர்ணா! நீ தேரோட்டியின் மகன் என்றாயே, அதுதான் என்னை அழச் செய்தது.’

‘அப்படியென்றால் நான் யாரோட மகன் அம்மா.’

‘சூரியனுடைய மகன்...’

‘என்ன என் தந்தை சூரியனா!’

‘ஆமாம் என்னுடைய மகனும் கூட.’

‘நான் உங்கள் மகனா’ ஒரே குழப்பமா இருக்கே...

‘குழப்பத்திற்கு இடமில்லை மகனே’ நான் சூரியனை வேண்டிப் பெற்ற மகன். மகாபாவியான இந்தக் குந்தி பெற்றெடுத்த தேவமகன் நீ!’ என்று சொல்லி குலுங்கிக் குலுங்கி அழுதாள்.

அதற்கான விளக்கத்தை கூறுங்கள் அம்மா!

தன்னுடைய சிறுவயதில் துர்வாசர், அளித்த மந்திர உபதேசத்தினை கன்னிப்பருவத்தில் உபயோகிப்பதற்குப் பதிலாக சிறுவயதிலே மந்திரத்தினை உபதேசித்ததனால் குழந்தை பிறந்தது. மற்றவர்களுக்குத் தெரிந்து விடக் கூடாது என்பதற்காக அந்தக் குழந்தையை ஆற்றில் விட்டது. அக்குழந்தையை தேரோட்டி எடுத்த வளர்த்து, துரியோதனனின் நண்பனாக ஆனதுவரை கிருஷ்ணன் நினைவுபடுத்திய அனைத்தையும் விபரமாக எடுத்துச் சொன்னாள்.

அதைக்கேட்ட கர்ணன் அப்படியே அதிர்ந்து போனான்.

குந்தியை தேற்றக் கூட முடியாதவனாக நின்றான்.

குந்தியோ, தன் கண்களில் வழிந்த நீரினைத் துடைத்துக் கொண்டே பேசலானாள்.

‘கர்ணா! எல்லாமே என் தவறுதான். அந்த சமயத்தில் எனக்கு வேறுவழி தெரியவில்லை. உலகம் பழிக்குமே என்றெண்ணி அந்தப் பாவத்தைச் செய்துவிட்டேன்.

நடந்தது நடந்தவையாக இருக்கட்டும். இனி நடக்கப் போவது நல்லதாக அமையட்டும் மகனே!

நான் சொல்வதைக் கேள்! கவசகுண்டலங்களுடன் தேவ குமாரனாகப் பிறந்தவன் நீ! பாண்டவர்கள் உனது சகோதரர்கள்

என்று தெரியாமலே துரியோதனன் கூட்டத்தாருடன் சேர்ந்து அவர்களை எதிரிகளாக நினைத்தாய்.

இனிமேல் அந்த எண்ணத்தை விட்டுவிடு. அத்தோடு கொடியவர்களை திருதராஷ்டிர புத்திரர்களை விட்டு விலகி, பாண்டவர்களான உனது தம்பிகளை ஆதரித்து அரவணைத்துக் கொள்.

பாண்டவர்கள் அடையப்போகும் ராஜ்ஜியம், இனி உனக்கே உரிமையானது. எல்லோருக்கும் மூத்தவனான நீயே, அந்த ராஜ்ஜியத்தை அரசாண்டுவா! தம்பிகள் ஐவரும் உனக்குக் கீழ்ப்படிந்து நடப்பார்கள்' என்று தனது உள்ளத்திலிருந்தவைகளையெல்லாம் எடுத்துக் கூறினாள்.

அதிர்ச்சியிலிருந்து மீளாதவனாக இருந்த கர்ணன், குந்தியை நோக்கி விரக்தியுடன் பேசலானான்.

'தாயே! என்னைக் குழந்தையாகப் பெற்றெடுத்த நீ பழிக்கு அஞ்சி என்னை ஆற்றோடு போக விட்டுவிட்டு, இப்போது வந்து என்னை உனது மகன் என்றும் சொல்லுகிறாய் ஒரு தாய்க்கு உரிய கடமைகள் எதையும் எனக்குச் செய்யாத நீங்கள், இப்போது உனது மகன்களின் நலனுக்காக வந்து ரகசியத்தை வெளிப்படுத்தினாய்.

இவ்விதம் நீங்கள் கூறுவது வேடிக்கையாகவும் இருக்கிறது. அதேநேரத்தில் வேதனையாகவும் இருக்கிறது.

எல்லோரும் என்னை இழிவாகப் பேசிய காலத்தில், எனக்கு ஒரு நாட்டையே தந்து மன்னனாக்கி ஆதரித்தவன் துரியோதனன்.

இத்தனை காலம் அவன் போட்ட உப்பைச் சாப்பிட்டுவிட்டு, ஒரு இக்கட்டான நேரத்தில் அவனைக் கைவிட்டு விட்டு பாண்டவர்களுடன் சேர்ந்தால், நன்றி மறந்தவன் ஆகமாட்டேனா! இல்லை. இந்த உலகம் தான் என்னைக் கேவலமாகப் பேசாதா!

மற்றவர்கள் பேசுவது ஒரு பக்கம் இருந்தாலும், என் மனசாட்சி இதற்கு ஒரு போதும் ஒப்புக் கொள்ளாது.

அப்படிப்பட்ட துரோகத்தை ஒருபோதும் நான் துரியோதனனுக்கு செய்யமாட்டேன்.

இந்த யுத்தத்தில், துரியோதனன் என்னைத்தான் முழுக்க முழுக்க நம்பி இருக்கிறான். இது நான் அவனுக்கு நன்றிக்கடன் செலுத்த வேண்டிய நேரம்.

அவனுக்கு உதவி செய்ய வேண்டிய இந்த முக்கியமான தருணத்தில் கண்டிப்பாக நான் அவனைக் கைவிட மாட்டேன். துரியோதனனுக்கான செஞ்சோற்றுக் கடனை, இந்த யுத்தத்தில் கழித்தே தீருவேன்.

இது சத்தியம்! தங்கள் விருப்பத்தைப் பூர்த்தி செய்ய முடியாத என்னை மன்னித்து விடுங்கள் தாயே!

பாண்டவர்களுடன் சேருவதைத் தவிர, நீங்கள் வேறு எதைச் சொன்னாலும் அதை நான் செய்கிறேன்.' உறுதியான குரலில் சொன்னான் கர்ணன்.

இவ்விதம் சொன்ன கர்ணனின் மனத்தை மாற்ற முடியாது என்று உணர்ந்து கொண்ட குந்தி. தனது கண்களைத் துடைத்துக்கொண்டு, 'கர்ணா! நீ துரியோதனனுக்கு செஞ்சோற்றுக் கடனைக் கழி. அதற்கு நான் ஒருபோதும் குறுக்கே நிற்கப் போவதில்லை.

ஆனால் அதேநேரத்தில் எனக்கு நீ இரண்டு வரங்கள் தருவாயா? என்று கேட்டான்.

'தாயே! எவர் கேட்டாலும் இல்லையெனச் சொல்லாதவன் நான். என்னைப் பெற்ற தாய்க்கு தரமறுப்பேனா! ஓ. தாராளமாகக் கேளுங்கள்!' என்றான் கர்ணன்.

'மகனே! யுத்தத்தில் நீ உனது நாகாஸ்திரத்தை ஒரு முறைக்குமேல் அர்ஜுனன் மீது பயன்படுத்தக்கூடாது. அதேபோன்று அர்ஜுனனைத் தவிர மற்ற நான்கு சகோதரர்களையும் கொல்லக்கூடாது. இதுவே நான் உன்னிடம் கேட்கும் இரண்டு வரங்களேயாகும்!'

'தாயே! நீங்கள் கேட்டபடியே நாகாஸ்திரத்தை ஒரு முறைக்குமேல் பயன்படுத்தமாட்டேன். அதேபோன்று யுத்தத்தில் மற்ற நால்வரையும் நிச்சயம் நான் கொல்லவும் மாட்டேன்.'

அர்ஜுனனுடன் போர் செய்வதே எனது முக்கியக் குறிக்கோள். ஒன்று, என்னால் அர்ஜுனன் மடிய வேண்டும். இல்லையென்றால் அர்ஜுனனால் நான் கொல்லப்பட வேண்டும். அதன்படி எந்த வழியில் பார்த்தாலும் உனக்கு ஐந்து மகன்கள் இருப்பார்கள். கவலை கொள்ளாதே என்று வரம் அளித்தான் கர்ணன்.

'கர்ணா! உன்னைப் பெற்ற நான், உனக்கு நல்ல தாயாக இருந்து எதுவும் செய்யாத குற்றவாளியாகி விட்டேன். இந்தக் குற்ற உணர்வு நான் சாகும் வரையிலும் என்னுடன் இருக்கும். ஆனாலும், இந்தத் தாயிடம் உனக்கு என்ன வரம் வேண்டும் மகனே! என்று தழுதழுத்த குரலில் கேட்டாள்.'

'தாயே! நான் யுத்த பூமியில் மரணம் அடையும்வரை என்னை உன் மகன் என்று வெளிப்படுத்தாதே! அப்படி இறந்தேன் என்றால் என்னை உன் மடியில் தூக்கிப் போட்டுக் கொண்டு மகனே! என்று அழுது கண்ணீர் விடு.'

அப்போது இந்த உலகம் என்னை உனது மகன் என்று அறிந்து கொள்ளட்டும் என்று கேட்டுக்கொண்டு குந்தியை வழியனுப்பி வைத்தான்.

பாண்டவ சேனாதிபதி

கிருஷ்ணன், உபப்பிலாவிய நகரிலிருந்த பாண்டவர்களைச் சந்தித்து 'பாண்டவர்களே! இனி சமாதானப் பேச்சுக்கே இடமில்லை. அதனால் இனி யுத்தத்திற்கு வேண்டிய ஏற்பாடுகளை தாமதமின்றி செய்யுங்கள் குருசேத்திரம் பெரும்பலிக்குக் காத்திருக்கிறது' என்றான்.

அதைக்கேட்ட தருமன், 'தம்பியர்களே! நம்முடைய சேனையை அணிவகுக்க ஆயத்தம் செய்வீர்களாக' என்று கேட்டுக் கொண்டான்.

சேனையை ஏழு பாகமாகப் பிரித்து, அவைகளுக்கு முறையே துருபதன், விராடன், திருஷ்டத்யும்னன், சிகண்டி, சாத்யகி, சேதிதானன், பீமசேனன் ஆகிய ஏழு பேரை நியமித்தனர்.

அதே நேரத்தில் பாண்டவ சேனாதிபதியாக யாரை நியமிப்பது என்று ஆலோசித்தார்கள்.

இதைத் தேர்வு செய்வதில் சகாதேவன் சிறந்தவன் என்று எண்ணிய தருமன், அவனிடமே கேட்டான்.

'அண்ணா! அஞ்ஞாத வாசத்தில் எந்த மன்னன் நமக்கு உதவினாரோ, இப்போது யாருடைய நிழலிலிருந்து நம்முடைய நாட்டைத் திரும்பப் பெற கேட்கிறோமோ... அதற்கு ஆதரவு தர முன்வந்துள்ள விராட மன்னனையே சேனாதிபதியாக நியமிக்கலாம்' என்றான் சகாதேவன்.

நகுலனிடம் கேட்டபோது,

“வயதிலும், அறிவிலும், தைரியத்திலும், பலத்திலும் உயர்ந்தவரான துருபத மன்னனைச் சேனாதிபதியாக்கலாம்” என்றான்.

அர்ஜுனனிடம் கேட்டபோது,

‘இந்திரர்களை வென்றவரும், துரோணருடைய முடிவுக்கென்றே தோன்றிய வீரருமான திருஷ்டத்யும்னன் நம்முடைய சேனாதிபதியாக இருக்க வேண்டும் என்பது எனது அபிப்ராயம்’ என்றான்.

பீமனிடம் கேட்டபோது,

‘பீஷ்மருடைய வதத்திற்காகவே பிறந்தவன் சிகண்டி. அவனையே நியமிக்கலாம்’ என்றான்.

கேசவனிடம் கேட்டபோது,

‘சுயம்வரத்தில் பாஞ்சாலியை அர்ஜுனனுக்குக் கையைப் பிடித்துத் தந்தவனும் பாஞ்சாலிக்கு அரசர் சபையில் செய்யப்பட்ட கொடுமையை எண்ணி எண்ணி அதற்குப் பழி தீர்க்கும் காலம் எப்போது வரப்போகிறது என்று பதின் மூன்று ஆண்டுகள் காத்திருந்தவனுமான துருபத மன்னனுடைய மகன் திருஷ்டத்யும்னனே அர்ஜுனன் சொன்னது போல நானும் ஆமோதிக்கிறேன்’ என்றான்.

திருஷ்டத்யும்னனையே, பாண்டவ சேனைக்குத் தலைவனாக அமைத்து அபிஷேகம் செய்தார்கள்.

அதைத் தொடர்ந்து வீரர்கள் செய்த சிம்ம நாதங்களும் சங்கத் தொனிகளும், துந்துபி முழக்கமும், ஆகாயத்தைப் பிளக்க பெரும் ஆரவாரத்துடன் பாண்டவசேனை ‘குருசேத்திரம்’ புகுந்தது.

கௌரவ சேனாதிபதி

துரியோதனன், பீஷ்மரை வணங்கி, எங்களுடைய கௌரவ சேனைக்கு தாங்கள் தான் சேனாதிபதியாக இருந்து வழிநடத்திச் செல்ல வேண்டும் என்று கேட்டுக் கொண்டான்.

முதலில் மறுப்புத் தெரிவிக்கலானார், பீஷ்மர்..

'துரியோதனனே! திருதராஷ்டிரனுக்கு குமாரர்களான நீங்கள் எப்படியோ, அப்படியே எனக்குப் பாண்டுவின் குமாரர்களும். அதனால் நாள்தோறும் யுத்த காலத்தில் பதினாயிரக்கணக்கான போர்வீரர்கள் என் பாணங்களுக்கு இரையாவார்கள். ஆனாலும் பாண்டவர்களை நான் கொல்லமாட்டேன்.

மற்றொரு விஷயம் உங்களுக்குப் பிரியமான கர்ணன் எனது யோசனைகளை எப்போதும் எதிர்ப்பவனாகவே இருக்கிறான். அவனது தலைமையின் கீழ் நீங்கள் யுத்தத்தை முதலில் நடத்தலாம். எனக்கு ஆட்சேபணை இல்லை' என்றார்.

'பீஷ்மர் உயிருடன் இருக்கும் வரையில் நான் விலகியே நிற்பேன். அவருடைய வீழ்ச்சிக்குப் பிறகே நான் வருவேன். அப்போது அர்ஜுனனை எதிர்த்து அவனை வீழ்த்துவேன்' என்று பிடிவாதமாகச் சொன்னான் கர்ணன்.

கர்ணனது எண்ணத்திற்குக் கட்டுப்பட்ட துரியோதனன், பீஷ்மர் சொன்ன நிபந்தனைகளுக்கு ஒப்புக் கொண்டு அவரையே சேனாதிபதியாக அபிஷேகம் செய்தான்.

பிதாமகன் தலைமை வகித்த கௌரவசேனையும் பெரும் சமுத்திரத்தைப்போல் கம்பீரமாகக் குருசேத்திரத்தில் பிரவேசிக்கலானது.

கீதையின் தோற்றம்

யுத்தம் தொடங்குவதற்கு முன்னர் இரு சேனைப் படை வீரர்களும் எதிர் எதிரே கூடி, அந்தக் காலத்துப் பண்பாட்டிற்குரிய பிரதிக்ஞைகளை(பிரதிகளை)ச் செய்தார்கள்.

அந்தப்புராதன காலத்து யுத்த முறைகளை நினைவில் வைத்துக் கொள்ள வேண்டியது அவசியம்.

பாரத யுத்த விதிகளில் ஒவ்வொரு நாளும் போர் நடந்து முடிந்த பின்னர் இரு தரப்பினரும் பிரியத்துடன் கலக்க வேண்டும்.

அதர்ம முறையில் யாரும் போரினை நடத்தக் கூடாது.

சேனையின் மத்தியிலிருந்து விலகிப் போகிறவர்களை ஒருபொழுதும் கொல்லக்கூடாது.

தேர் ஏறினவன் தேர் ஏறியவனையும்,

யானைவீரன் யானை வீரனையும்,

குதிரை ஏறியிருப்பவன் குதிரை ஏறியிருப்பவனையும்,

கால்நடை வீரர்கள் கால்நடை வீரர்களோடும் எதிர்த்துப் போரிட வேண்டும்.

எதிரியை நம்பிப் போரை நிறுத்தினவன் மீதும் பயந்து வணங்கியவன் மீதும் ஆயுதங்களை பிரயோகிக்கக் கூடாது.

வேறு ஒருவனோடு போர் செய்து கொண்டிருக்கும் ஒருவனைப் போரில் கலந்து கொள்ளாமல் மற்றொருவன் ஆயுதம் பிரயோகம் செய்து கொல்லக்கூடாது.

ஆயுதம் இழந்தவனை, போரில் கவனம் செலுத்தாமல் இருப்பவனை, புறங்காட்டி ஓடுபவனை, கவசம் இழந்தவனை, ஆயுதங்கள் எடுத்து கொடுக்கும் பணியாட்களை கவசம் இழந்தவனை, பேரிகை அடிப்பவர்களை சங்கு ஊதுகிறவர்களை கொல்லக்கூடாது.

மேற்கூறிய நியதிகளை எல்லோரும் ஒப்புக் கொண்டு அவற்றின்படி நடந்தார்கள்.

கௌரவ சேனாதிபதியான பீஷ்மர், தனது சேனைப் படையினரைப் பார்த்து,

'வீரர்களே! இதோ உங்களுக்கு எதிரில் சொர்க்க வாசல் திறந்திருக்கிறது. இந்திரனுடனும் பிரம்மனுடனும் சேர்ந்து வாழும் பாக்கியம் உங்களுக்குக் கிட்டியிருக்கிறது.

உங்கள் பெற்றோரும், மூதாதையரும், அவர்களைப் பெற்ற முன்னோர்களும் சென்ற வழியில் நீங்களும் செல்லுங்கள். சொர்க்கம் உங்கள் முன் நிற்கிறது.

மனக்கவலையின்றி மகிழ்ச்சியுடன் போர்புரிந்து புகழும் மேன்மையும் அடையுங்கள். வீட்டில் வியாதியினால் மரணம் அடைதல் சத்திரியனுக்குச் சரியானதல்ல. ஆயுதத்துக்கு இரையாவதே சத்திரியனுக்குரிய நியதி?

இவ்விதம் பீஷ்மர் சொன்னதைக்கேட்ட சேனைப் படையினர், 'வீரவேல், வெற்றிவேல்' என்று முழக்கத்துடன் கூடிய, 'கௌரவர்களுக்கு வெற்றியையும், புகழையும் தேடித் தருவோம்' என்று உறுதியளித்தனர்.

பீஷ்மரின் கொடியில் பனைமரமும், ஐந்து நட்சத்திரங்களும் இருந்தன. அசுவத்தாமன் கொடியில் சிம்மத்தின் வால் வரையப்பட்டிருந்தது. துரோணருடைய கொடியில்

கமண்டலமும், வில்லும் இருந்தன. துரியோதனனின் கொடியில் பாம்பு படம் இருந்தது.

கிருபருடைய கொடியில் காளைமாடும், ஜயக் ரதனுடைய கொடியில் பன்றியும் என தேர்களில் பலவிதக் கொடிகள் பறந்து அணிவகுத்து எதிரே நின்றிருந்தன.

அதனைக் கண்ட தருமன், அர்ஜுனனைப் பார்த்துச் சொல்லலானான்.

“தம்பி! பகைவர்களுடைய படை மிகப் பெரியதாக இருக்கிறது. ஆனால் நம்முடைய படையோ குறைவாக இருக்கிறதே என்று எண்ணி கவலை கொள்ளாமல் ஊசிமுக வியூகமாக நம்முடைய படையை அணிவகுத்து செல்வாயாக' என்று கூறினான்.

இவ்வாறு இருபக்கங்களிலும், சேனைகள் அணி வகுக்கப்பட்டு நிற்பதைப் பார்த்த அர்ஜுனனின் மனதில் ஏற்பட்ட மனக்கலத்தைத் தீர்க்க கிருஷ்ணன் உபதேசித்த கருமயோகம் உலகப் பிரசித்தம் பெற்றதாகும்.

அப்போது கிருஷ்ணனுடைய வாக்கில் தோன்றியதுதான் ‘பகவத்கீதை' அது உபதேச மொழிகளைக் கொண்டது.

உலகத்தில் எந்தத் தொழில் செய்பவர்களானாலும் சரி, எந்த நிலையில் பிறந்தவர்களுக்கும் வாழும் வழியினைக் காட்டி அனைவருக்கும் உதவும்படியான, சாஸ்திரங்களைக் கொண்டதாகவும், பெரியோர்களால் கருதப்பட்டு வருவதாகவும் உள்ளது.

பகவத்கீதை பாரதத்தில் ஒரு பாகம்.

தெய்வம் மனிதனுக்கு நேரடியாக உபதேசித்த கருமயோகமாகிய கீதா உபதேசம். அந்தக் கொலைக் களத்தில் தான் பிறந்தது.

கொலை நூல் என்றும், யோக நூல் என்றும், பக்தி நூல் என்றும் பலவிதமாகப் போற்றப்படுகிறதுதான் கீதை.

கண்ணனின் வாய்மொழியாக அங்கே அரங்கேறியது.

அடுக்கடுக்காக, மனிதனின் வாழ்க்கைக்கான கர்மத்தை, தர்மத்தை, நெறியைப் பலவிதமாக விளக்கிய கிருஷ்ணன், அனைத்தும் தன்னுள் அடக்கம் என்பதை அர்ஜுனனுக்கு உணர்த்துவதற்காக தன்னுடைய விசுவரூப தரிசனத்தைக் காட்டினான்.

அதன்பின்னர் முடிவாக 'அர்ஜுனா! என்னை நம்பு. என்னிடம் பக்தி செலுத்து. மனத்தால் என்னைச் சரணடைந்து விடு.

உனது செயல்கள் அனைத்தையும் என்னிடம் சமர்ப்பித்துவிடு. அப்போது பாவம் உன்னைச் சேராது! உனக்கு விதிக்கப்பட்ட கடமையை மட்டும் தவறாமல் செய்.

அதைச் செய்வதால் உனக்கு மரணமே ஏற்பட்டாலும் சரி, அதைச் செய்யத் தவறாதே. அதனால் விளையக்கூடிய பலன் எதுவானாலும், அதை என்னிடம் அர்ப்பணித்துவிடு. அதுவே உன் தர்மம்' என்று சொல்லி முடித்தான் கிருஷ்ணன்.

அதற்குப் பிறகு தான் அர்ஜுனனுக்கு மனத் தெளிவு ஏற்பட்டது. போட்டிருந்த காண்டீபத்தை கையிலே ஏந்தினான்.

தன்னுடைய 'தேவதத்தம்' என்ற சங்கை எடுத்து ஊதினான். கூடவே கிருஷ்ணனும் தன்னுடைய பாஞ்ச சன்யத்தை முழக்கினான்.

அவ்வளவுதான் இனி போரைத் தொடங்க வேண்டும் என்ற நிலையில் திடீரென்று தருமன் தன் ஆயுதங்களைத் தேர்த்தட்டில் வைத்து விட்டு கௌரவ சேனையை நோக்கிச் சென்றது, எல்லோருக்கும் திகைப்பினை ஏற்படுத்துவதாக இருந்தது.

ஆசி பெறுதல்

யுத்தம் தொடங்கிவிட்டது என்று எல்லோரும் எண்ணியிருந்த வேளையில் வீரனும், தீரனுமான தருமன் திடீரென்று தான் அணிந்திருந்த கவசங்களைக் கழற்றிவிட்டு, எல்லா ஆயுதங்களையும் போர் செய்யப் புறப்படும் தேரிலே வைத்துவிட்டு கீழே இறங்கி, யாரையும் திரும்பிப் பார்க்காமல், எதிர் அணியை நோக்கி நடந்தான்.

இதைக் கண்ட அர்ஜுனனுக்கு ஒன்றும் புரியவில்லை. ஒருவேளை, மகாதளபதியாகப் பட்டம் சூட்டிக் கொண்டுள்ள பீஷ்மரிடம் போரும் வேண்டாம், நாடும் வேண்டாம் என்று சமாதானம் செய்து கொள்ளப் போகிறாரோ! என்று எண்ணியவன், தனது தேரிலிருந்து கீழே இறங்கியவன் அண்ணன் பின்னே, அவனை அழைத்தவாறே சென்றான்.

தருமன் காதில் எதுவும் கேட்காதவன்போலச் சென்றான். பீமனும் தன் பங்குக்கு தருமனை தடுக்க வேகமாகச் சென்றான்.

சகோதரர்கள் பதட்டப்பட்ட நேரத்தில் கிருஷ்ணன் மட்டும் பதட்டப்படாமல் புன்னகை பூத்தவாறு, அர்ஜுனனையும், பீமனையும் திரும்ப அணிக்கு வருமாறு அழைத்தான்.

ஏனெனில் யுத்தம் துவங்குவதற்கு முன்னர் பெரியோர்களிடம் ஆசிபெற தருமன் விரும்புகிறான். அவ்விதம் செய்தால் அது தருமத்திற்கு இடமளிப்பதாகும். அதற்காகவே பீஷ்மர் - துரோணாச்சாரியாரிடம் ஆசிபெறவே தருமன் நிராயுதபாணியாகச் செல்கிறான் என்பதை அறிந்திருந்தான் கிருஷ்ணன்.

அதன் பொருட்டு தான் அழைத்திருந்தான்.

தருமனுக்கு எவ்விதத் தடங்கலும் இல்லாதிருந்ததினால் நேராக கௌரவ சேனையை நெருங்கினான்,

அதனை வேறு விதமாக எண்ணிய கௌரவ சேனையினர் தருமனைக் கேலி செய்யலானார்கள்.

'அதோ பார்' நம் கௌரவ சேனை பதினொரு அக்குரோணி, அவர்கள் சேனை ஐந்து அக்குரோணி சிறியது. நமது பெரிய சேனையைக் கண்டதும் பயந்துபோன தருமன், சமாதானம் செய்து கொள்ள வருகிறான் கோழை என்று தூற்றினார்கள்.

சிலர் தங்களது இடையில் சுற்றியிருந்த மேலாடைகளை அவிழ்த்து வீசினர்.

ஆயுதம் ஏந்திய வீரர்களைக் கடந்து, பிதா மகன் பீஷ்மர் நிற்கும் இடத்திற்கு வந்தான் தருமன்.

அவனைக் கண்ட பீஷ்மரின் மனம் பேருவகையால் விம்மியது.

வந்த தருமனோ கீழே மண்டியிட்டு அமர்ந்து பீஷ்மரின் பாதங்களைத் தொட்டு வணங்கினான்.

பாதம் பட்ட இடத்திலிருந்த மண்ணை எடுத்து நெற்றியில் இட்டுக் கொண்டவன் 'பிதாமகனே! இணையற்ற வீராதி வீரராகிய தங்களை எதிர்த்துப் போரிட, என் குலப் பெரியவரான தாங்கள் எங்களுக்கு அனுமதி தரவேண்டும். அதற்காக ஆசீர்வதிக்கவும் வேண்டும்' என்று கேட்டுக் கொண்டான்.

பீஷ்மரின் கண்களிலிருந்து நீர்ப்பெருக்கெடுத்தது.

தருமனின் தலையில் கைவைத்து ஆசீர்வதித்து, தோள்களைப் பிடித்துத் தூக்கி நிமிர்த்தி 'தருமா! மெத்த மகிழ்ச்சி. என்ன இருந்தாலும் நீ தருமபுத்திரன். நிச்சயம் நீ வெற்றியடைவாய். தருமமே வெல்லும்.

நான் தருமத்தை எதிர்த்துக் கடமைக்காகப் போரிடுபவன். என்ன வரம் வேண்டும் கேள்' என்றார்.

'பீஷ்மரே! தாங்களே! எங்களின் வெற்றிக்காக வாழ்த்திய பின்னர் இனி என்ன வரம் கேட்கப் போகிறேன்? இருப்பினும் தம்பியரையும் ஆசீர்வதியுங்கள்' என்று கேட்டுக் கொண்டான் தருமன்.

பீமனும், அர்ஜுனனும், பிதாமகனின் பாதங்களைத் தொட்டு வணங்கி ஆசிபெற்றனர்.

அதன் பின்னர் சகோதரர் இருவரையும் அழைத்துக் கொண்டு துரோணரிடம் சென்றான் தருமன்.

தேரிலிருந்த துரோணத்தைத் தேரைச் சுற்றி வலம் வந்து கும்பிட்டனர்.

'குருநாதரே! நீர் இப்போது எங்களுக்கு எதிரியாக நின்றாலும், எங்களின் ஆசான் நீங்கள் தான். உங்களது ஆசியின்றி நாங்கள் உங்களை எதிர்த்துப் போராட முடியாது. வெல்ல முடியாதவர்களை வெல்ல, எங்களுக்கு நீங்களே உபதேசித்தருள வேண்டும்' என்று வேண்டினான் தருமன்.

குருதேவரானவர் சிரித்தவாறே 'தருமா! என்னை எதிர்த்துப் போர் புரிய உனக்கு மகிழ்ச்சியுடன் அனுமதி அளிக்கிறேன். வாழ்த்துகிறேன். தருமத்தின் மறுபிறப்பு. நீ அதனால் உன் பக்கம் கிருஷ்ணன் இருக்கும்போது, வெற்றியும் உன்பக்கமே இருக்கும். 'ஆனாலும் நான் உன் பக்கம் சேர முடியாது. கடமையால் கட்டுப்பட்டிருக்கிறேன். நீ எனக்கு உகந்தவன் என்றாலும், உன்னை வெற்றி கொள்ளப் பாடுபடுவேன்' என்று கூறி மூவரையும் வாழ்த்தியனுப்பினார்.

அதன்பிறகு மூவரும் தங்கள் தாய் மாமனாகிய சல்லியனிடம் சென்று வணங்கி நின்றவர்கள்.

'மாமா! எங்களை ஆசீர்வதியுங்கள். யுத்தம் நடக்கும் சமயத்தில் நீங்கள் கர்ணனுக்குத் தேரோட்டியாக இருக்க வேண்டியது வரும். அது சமயம் நீங்கள் கர்ணனிடமிருந்து, அர்ஜுனனைக் காக்க உங்களது தேரோட்டும் முறைதனை சற்று மாற்றிட வாய்ப்பு தரவேண்டும்' என்று கேட்டான் பீமன்.

‘மருமகன்களே! நான் உங்களுக்காகப் போரிட வந்தவன். சந்தர்ப்ப சூழ்நிலையின் காரணமாக எதிரிகளின் பக்கம் வாக்குக் கொடுத்துவிட்டேன். அதனால் ஒரே ஒருமுறை இதைச் செய்ய சம்மதிக்கிறேன்’ என்று கூறினான் சல்லியன்.

தொடர்ந்து கிருபாச்சாரியாரிடமும் சென்று அவரை வணங்கி, அவரிடமும் ஆசிபெற்றனர்.

இவ்வாறு ஒவ்வொருவரிடமும் சென்று காலில் விழுவதைக் கண்ட துரியோதனன், சகோதரர்கள் மூவரையும் ஏளனமாகப் பார்த்தான். அதன் மூலம் அவனுக்குக் கர்வம் தலைக்கேறியது.

‘கோழைகள்! போர்க்களத்திற்கு வந்தபிறகு ஒப்பாரி வைத்து, நீலிக் கண்ணீர் வடிக்கின்றனர். பேடிகள் மாதிரி கண்ணீர் வடிக்கின்றனர். இரத்தம் வடிக்க வேண்டிய நேரத்தில் இதென்ன நாடகம்!’ என்று மிகவும் கேவலமாக நினைத்து கோபம் கொண்டவன், நேரடியாக பீஷ்மரிடம் சென்றான்.

‘பிதாமகனே! பந்தபாசம் எல்லாம் ரணகளத்தில் வேண்டாம். உங்களை நம்பியே அணிவகுத்து நிற்கிறோம்’ என்றான்.

‘துரியோதனா! சந்தேகம் வேண்டாம்! அன்பு வேறு, கடமை வேறு. கங்கையின் மைந்தன் விரதத்தைத் தவறமாட்டான்’ என்றார் கம்பீரமாக.

முதல் நாள் போர்

தருமன், பீமன், அர்ஜுனன் ஆகிய மூவரும் எதிரணியைச் சேர்ந்த முக்கியமானவர்களிடம் ஆசிபெற்று தங்களது அணிக்கு வந்து சேர்ந்த பின்னர், சங்குகளும், கொம்புகளும், தாரை தப்படைகளும் முழங்கின. யானைகளின் ஆங்காரப் பிளிறல்களும், குதிரைகளின் கனைப்புகளும் கூட்டமாக ஒலித்தன. இதேபோன்று கௌரவ சேனைகளும் ஆரவாரம் எழுப்பின.

இரு தரப்புப் படைகளும் உக்கிரமாக நேருக்கு நேர் மோதிக் கொண்டபோது, புழுதி பறந்து வானம் இருண்டது. அர்ஜுனன் - பீஷ்மரை எதிர்த்தான். தருமன் - சல்லியனைத் தாக்கினான். திருஷ்டத்யும்னன், துரோணருடன் போரிட்டான். துரோணரின் மகன் அசுவத்தாமனுடன் சிகண்டி சண்டையிட்டான். பீமன் - துரியோதனனுடன் மோத, அவரவர்களுக்கு சம வலிமை கொண்டவர்களுடன் போர் தொடங்கியது.

சில மணி நேரத்திற்குள்ளாகவே குருசேத்திரப் பூமியானது ரத்தமும், சதையுமாக கோரமாகிப் போனது.

அந்த அளவிற்கு பீஷ்மர், பாண்டவ சேனையை கண் மண் தெரியாத அளவிற்கு தாக்குதலை நடத்தி நடுக்கமுறச் செய்து வந்தார்.

அவருடைய ரதம் சென்ற வழியெல்லாம் எம வீழ்ச்சியாகவே இருந்தது.

இதைக் கண்டு பொறுக்க முடியாதவனான் அபிமன்யு. அதன்பொருட்டு 'பீஷ்மரை' எதிர்க்கலானான்.

இரு பக்கத்துப் படைவீரர்களின் நடுவில் சிறியவனான அபிமன்யு, மூத்தவரான பீஷ்மரை எதிர்த்தது தேவர்கள் உள்பட அனைவரையும் வியப்பிலாழ்த்தச் செய்தது.

அதற்குத் தகுந்தாற்போல கிருதவர்மனை ஒரு பாணத்தாலும், சல்லியனை ஐந்து பாணங்களாலும், பீஷ்மரை ஒன்பது பாணங்களாலும் அடித்தான்.

ஒரு அம்பினால் துர்முகி சாரதியின் தலை அறுபட்டுக் கீழே விழுந்தது. மற்றொரு பாணம் கிருபருடைய வில்லை ஒடித்தது.

அபிமன்யுவின் இதுபோன்ற வீரதீர செயல்களைக் கண்ட பீஷ்மரும், அவரைப் பின்பற்றிய வீரர்களும், அர்ஜுனனுக்குத் தகுந்த மகன் இவன் என்று பாராட்டினார்கள்.

அடுத்த கட்டத்தில் அவன் எய்த பாணங்களில் ஒன்று பீஷ்மருடைய பனைமரக் கொடியை அறுத்துப் பூமியில் வீழ்த்திடச் செய்தது.

பீஷ்மருடைய பனைமரக் கொடி கீழே அறுபட்டு விழுந்ததைக் கண்ட பீமன் பெருமகிழ்ச்சி அடைந்து உரத்த குரலில் சிம்மநாதம் எழுப்பினான்.

பெரியப்பாவினுடைய சிம்மநாதத்தைக் கேட்ட அபிமன்யு மேலும் உற்சாகமடைந்தான்.

பீஷ்மரும், அவனுடைய அற்புதப் போரைக் கண்டு மனம் பூரித்தார்.

அதே நேரத்தில் தனது தேரின் கொடியை அறுத்து வீழ்த்திய அபிமன்யுவை, தனது முழு பலத்தையும் பிரயோகிக்க வேண்டிய நிலை. அதற்காக சிறிது வருத்தப்பட்டார்.

வேறு வழியின்றி அபிமன்யுவின் மீது, பீஷ்மர் சரமாரியாக அம்புகளை எய்தலானார்.

பீஷ்மரின் அம்புகளிலிருந்து அபிமன்யுவைக் காப்பாற்றும் பொருட்டு விராடன், உத்திரன், துருபதன், திருஷ்டத்யும்னன், பீமன் என அனைவரும் ஒன்றுகூடி நின்று பிதாமகனான பீஷ்மரைத் தாக்கினார்கள்

அதன் பொருட்டு, அபிமன்யுவைத் தாக்குவதை விட்டுவிட்டு மற்றவர்களுடன் போரிடத் தொடங்கினார் பீஷ்மர்.

அவருடன் இணைந்து சண்டையிட்டுக் கொண்டிருந்த சல்லியனை விராடன் மகன் உத்திரன், யானையின் மேல் ஏறிச் சென்று எதிர்த்தான்.

சல்லியனோ, சக்ராயுதத்தை உத்திரன் மேல் வீசி, எறிந்தான். அது உத்திரனுடைய கவசத்தைப் பிளந்து உட்சென்றது. அவன் கையில் இருந்த அங்குசமும், தோமரமும் நழுவி விழுந்தன. அதேநேரத்தில் யானைப் பிடரியினின்று உத்திரன் உயிரற்ற பிணமாகக் கீழே விழுந்தான்.

அதைக் கண்ட உத்திரனின் தம்பி சுவேதன் நெய்விட்ட அக்னியைப்போல் கோபம் கொண்டு தனது ரதத்தினைச் சல்லியனை நோக்கி வேகமாக இயக்கி வந்தான்.

சல்லியனைக் காப்பாற்றும் பொருட்டு ‘ஏழு ரதவீரர்கள்’ சுவேதனைச் சூழ்ந்து கொண்டு போரிடலானார்கள்.

அந்த ஏழு ரத வீரர்களையும், ஏழு பாணங்களிலே அழித்தான்.

சுவேதன் செய்த போரினைக் கண்டு இரு பக்கத்து வீரர்களும் வியந்தார்கள்.

சல்லியனுக்கு ஏற்பட்டுள்ள ஆபத்தான நிலையைக்கண்ட துரியோதனன் ஒரு பெரும்படையை அந்த இடத்திற்கு அனுப்பினான்.

அந்தப் படையின் தாக்குதலின்பேரில் ஆயிரக்கணக்கான வீரர்கள் மாண்டார்கள். நூற்றுக்கணக்கான தேர்கள் உடைக்கப்பட்டன. யானைகளும், குதிரைகளும் ஆயிரக்கணக்கில் மடிந்தன.

அதையெல்லாம் பொருட்படுத்தாது வீரதீரத்துடன் செயல்பட்ட சுவேதன், துரியோதனனுடையப் படையைத் துரத்தியடித்துப் பீஷ்மனைத் தாக்கலானான்.

இருவரிடையே கோரமான முறையில் போர் நடந்தது.

பீஷ்மருடைய தேர்க் கொடியினை சுவேதன் அறுத்துத் தள்ளினான். பீஷ்மரும் தன் பங்குக்கு சுவேதனுடைய தேர்க் குதிரைகளையும், கொடியையும், சாரதியையும் வீழ்த்தினார்.

அப்போது சுவேதன் ஒரு சக்தி ஆயுதத்தை எடுத்துப் பீஷ்மர்மேல் எறிந்தான். அதைப் பீஷ்மர் தம் பாணத்தால் தடுத்துவிட்டார்.

அதன் பின்னர் சுவேதன் கதாயுதத்தை எடுத்துச் சுழற்றிப் பீஷ்மருடைய தேரின் மேல் எறிந்தான்.

தேர் ஒடிந்து பொடியாகும் என்று தெரிந்த பீஷ்மர் தேரினின்று கீழே குதித்தார்.

அக்கணமே கொடி மரத்துடன் தேர் சுக்கு நூறாயிற்று.

பீஷ்மர், கோபம் தலைக்கேற, வேறு தேரின் மேல் ஏறாமல், தரையிலிருந்தவாறே, நன்றாக வளைத்து ஒரு அம்பைச் சுவேதன் மேல் செலுத்தினார். அந்த அம்பு சுவேதனை எமலோகத்துக்கு கொண்டு சென்றது.

பீஷ்மரின் உக்கிரமான தாக்குதலை யாராலும் எதிர்கொள்ள முடியவில்லை.

மகாவீரனான சுவேதன் மடிந்ததைத் தொடர்ந்து, மேலும் தங்கள் தரப்பில் இழப்புகள் அதிகமாவதைக் கண்டு பாண்டவர்கள் மனம் கலங்கினார்கள்.

இந்தச் சூழ்நிலையில் சூரியன் அஸ்தமிக்க முதல் நாள் போர் முடிவுக்கு வந்தது.

கௌரவர்கள் வெற்றிச் சளிப்புடன் தங்களின் பாசறைகளுக்குச் சென்றனர்.

பாண்டவர்களோ தோல்வியில் துவண்டவர்களாகத் திரும்பினார்கள்.

அன்றிரவு...!

தருமனின் பாசறையில் பாண்டவர்கள் உட்பட அனைவரும் கவலையுடன் காணப்பட்டனர்.

கிருஷ்ணனிடம் தருமன் புலம்பலானான்.

"கிருஷ்ணா! போரில் வெற்றி பெறுவோம் என்ற நம்பிக்கை இன்று என்னிடமிருந்து போய்விட்டது.

பீஷ்மரின் ஆற்றலை யாரால் எதிர்கொள்ள முடியும்? அவர் ஒருவரே நமது மொத்தப் படைகளையும் அழித்து விடுவார் போலிருக்கிறதே. இதற்கு என்னதான் வழி?' என்று வருந்தினான்.

'தருமனே! கவலைப்படாதே! வீரர்களான தம்பிகள் உன்னோடு இருக்கிறார்கள். இன்னும் துருபதன், விராடன், திருஷ்டத்யும்னன், சாத்யகி போன்ற வீரர்கள் பக்க பலமாக இருக்கும்போது, எதற்காக பயம் கொள்கிறாய்? துணிவோடு இரு! தருமமே வெல்லும்' என்றான் கிருஷ்ணன்.

இரண்டாம் நாள் போர்

முதல் நாளில் பாண்டவ சேனை பயத்தினால் பீடிக்கப்பட்டதைக் கண்டு சேனாதிபதி திருஷ்டத்யும்னன் அடுத்தநாள் ஒரு பறவையின் வடிவாகக் காணப்படும் 'கிரௌஞ்ச' வியூகத்தை அமைத்து, படை வீரர்களுக்கு தைரியத்தையும், உற்சாகத்தையும் ஊட்டலானான்.

'வீரர்களே! உறுதியுடன் இன்றைய நாளில் போராடுங்கள். அர்ஜுனனுக்கும், பீமனுக்கும் நிகரான வீரர்களைக் காண்பது அரிது.

எல்லாவற்றையும் விடத் தருமரும், சாரதியாகக் கண்ணபிரான் என்ற கிருஷ்ணனும் இருக்க வெற்றி நம்முடையதே!' என்று உற்சாகப்படுத்தினான்.

துரியோதனனும் முதல் நாள் வெற்றிக் களிப்பில் வீரர்களிடம் பேசலானான்.

'வீரர்களே! நேற்று நாம் பெற்றது ஆரம்ப வெற்றி, பீஷ்மர், துரோணர், கிருபர், சல்லியர் போன்ற மகா வீரர்களுடன் இணைந்து வெற்றியின் பலனை விரைவுபடுத்துங்கள்' என்று தூண்டினான்.

பீஷ்மரின் தலைமையில் கௌரவப்படை மீண்டும் பாண்டவ சேனையை பலமாகத் தாக்கியது.

வியூகம் உடைந்து போய் பாண்டவ சேனையில் மறுபடியும் பெரும் நாசம் ஏற்பட்டது.

தனக்கு சாரதியாகயிருந்த கிருஷ்ணனைப் பார்த்து அர்ஜுனன் 'நாம் இப்படியே! அஜாக்கிரதையாக

இருந்தோமானால் பீஷ்மர் நம்முடைய சேனை முழுவதையும் சீக்கிரமே நாசம் செய்து விடுவார்.

பீஷ்மரை வதம் செய்தால் ஒழிய நம்முடைய படை தப்பாது' என்றான்.

'தனஞ்சய! அர்ஜுனா! இதோ பிதா மகனுடைய ரதத்தை அடையும் அளவிற்கு தேரைச் செலுத்துகிறேன். அவரைத் தாக்க ஆயத்தம் செய்து கொள்' என்று அர்ஜுனனுடைய தேரைப் பீஷ்மர் இருந்த இடத்தை நோக்கிச் செலுத்தினான் கிருஷ்ணன்.

வேகத்தோடு தம்மை நோக்கி வரும் அர்ஜுனனைக் கண்டு பீஷ்மர், அவனைப் பாணங்களால் வரவேற்றார்.

அதேநேரத்தில் பீஷ்மரைச் சுற்றியிருந்த வீரர்கள் அனைவரும் அர்ஜுனனைத் தாக்கத் தொடங்கினார்கள்.

தனஞ்சயன் அதையெல்லாம் கொஞ்சமும் லட்சியம் செய்யவில்லை.

தனஞ்சயனை எதிர்த்துப் போர் செய்யக் கூடியவர்கள், கௌரவ சேனையில் பீஷ்மர், துரோணர், கர்ணன் ஆகிய மூன்று பேர்களே. வேறு யாராலும் முடியாது என்பது பிரசித்தி என்பதை அறிந்திருந்த அர்ஜுனன் தன்னைத் தாக்க வந்த கௌரவப்படை வீரர்களின் மேல் அம்புகளை எய்தினான்.

அர்ஜுனனின் அஸ்திரத்திலிருந்து வெளிப்பட்ட அம்புகளோ மளமளவென்று அனைவரையும் எமலோகம் அனுப்பி வைத்தது.

கிருஷ்ணன் அங்குமிங்கும் செலுத்திய தேரினால், கௌரவப்படையினரை துவம்சம் செய்து கொண்டிருந்தது. அதைக் கண்டு துரியோதனன் நடுங்கினான்.

'பிதாமகரே! நீங்களும் துரோணரும் இருக்கும் போதே அர்ஜுனன் இப்படி வதம் செய்கிறானே!

அங்கே பாருங்கள்! அவன் விடும் அம்புகளால் அடுக்கடுக்காக நமது படைவீரர்களின் உயிர்கள் பலியாவதை...

நான் என்ன செய்வேன்! இப்போது அவனை எதிர்க்கக்கூடிய கர்ணனும் இங்கில்லையே? உங்களை நம்பியல்லவா... நான் கெட்டேன். ஏதாவது செய்து, அவனைத் தடுத்து நிறுத்துங்கள் என்று பீஷ்மரைத் தூண்டினான்.

துரியோதனனின் தூண்டுதலின் விளைவாக அர்ஜுனனை முன்பைவிட கடுமையாகத் தாக்க முற்பட்டார் பீஷ்மர்.

அர்ஜுனனோ, பீஷ்மரின் அம்புகளை மிக லாவகமாகத் தடுத்து அவரைத் தாக்கலானான்.

அதேநேரத்தில்

துரோணரைக் கொல்வதற்காகவே பிறந்த திருஷ்டத்யும்னன், அவரை அம்புகளால் துளைத்தான்.

துரோணரோ, அவனுடைய வில்லின் நாணை அறுத்து, ரதத்தின் சாரதியையும் வீழ்த்தினார்.

திருஷ்டத்யும்னன் கோபத்துடன் கதாயுதத்தை எடுத்துக் கொண்டு கீழே குதித்தான். துரோணரை நோக்கிச் சென்றான்.

துரோணர், பாணங்களால் அவன் கதாயுதத்தையும் உடைத்தார்.

ஆத்திரமடைந்த திருஷ்டத்யும்னன். தன் வாளை எடுத்துக் கொண்டு வேகமாக நடக்க, துரோணரோ, அவனை நகர முடியாமல் தொடர்ச்சியான அம்புகளால் தடுத்தார்.

இதைக் கண்டு ஓடோடி வந்த பீமன், துரோணரை தனது பாணங்களால் தாக்கியபடியே, திருஷ்டத்யும்னனை தன்னுடைய தேரில் ஏற்றிக் கொண்டு அங்கிருந்து விரைந்தான்.

இதனால் கோபம் கொண்ட துரியோதனன்,

'விடாதீர்கள்! பீமனை விரட்டிப்பிடித்துக் கொல்லுங்கள்' என்று சேனைக்கு உத்திரவிட்டான்.

விரட்டிச் சென்ற கலிங்கர்களின் படையை எதிர்த்த பீமன், தன் வாளினைக் கொண்டு, வெட்டி வீழ்த்திக் கொண்டே போனான்.

உடல் முழுவதும் ரத்தமும் சதையுமாக எமனைப்போலக் காணப்பட்ட பீமனைக் கண்டு, கௌரவசேனை கதி கலங்கி ஓடியது.

சேனைகளின் பயத்தைக் கண்ட பீஷ்மர், பீமனிடமிருந்து கலிங்கர்களைக் காப்பாற்ற விரைந்து வந்தார். அவரை அபிமன்யுவும், சாத்யகியும் எதிர்த்துத் தடுத்தனர்.

பீஷ்மருடைய சாரதியைக் குறி வைத்துக் கொன்றான் சாத்யகி. மிரண்டு போன குதிரைகள் தறி கெட்ட வேகத்தில் பாய்ந்து பீஷ்மரின் தேரை இழுத்துக் கொண்டு யுத்த களத்தை விட்டு விலகி ஓடின.

இதைப் பார்த்து மகிழ்ந்த பாண்டவர்சேனை, சூட்டோடு சூடாக கௌரவ சேனையைப் பலமாகத் தாக்கியது.

அர்ஜுனன் அன்று காட்டிய பராக்கிரமத்தால் கௌரவ சேனை பெரும் சேதமடைந்தது. சூரியன் எப்போது மறைவான் என்று கௌரவ சேனை எதிர் பார்த்துக் கொண்டிருந்தது.

சூரியன் அஸ்தமிக்கும் நிலையில் பீஷ்மர், துரோணரைப் பார்த்து, போரினை இப்போது நிறுத்துவதே நல்லது. நம்முடைய சேனையோ களைப்பும், பயமும் அடைந்திருக்கிறது என்றார்.

முதல் நாள் போரில் பாண்டவர்கள் பயந்தது போல் இரண்டாவது நாள் முடிவில் கௌரவர்கள் மனத் துயரடைந்தார்கள்.

மூன்றாம் நாள் போர்

சூரியன் உதயமானதும் பீஷ்மர் தமது சேனையைக் கருட வியூகமாக அமைத்தார்.

முதல்நாள் போரின் தோல்வியும், துரியோதனனின் இடித்துரைத்தல் வார்த்தைகளும் அவர் மனத்தினை உறுத்திக் கொண்டிருந்தன.

அதற்காக ஆக்ரோஷமாக அமைத்த வியூகம்தான் கருட வியூகம். அந்த வியூகத்தின் அலகு நுனியில் பீஷ்மர் பக்கபலத்துடன் நின்றார்.

துரோணர், கிருபர், அசுவத்தாமா, துரியோதனன் போன்றோர் வியூகத்தின் பின்புறத்தில் பலத்த படையுடன் நின்றனர்.

அந்த கருடவியூகத்தை வளைத்துத் தாக்கும் விதமாக தங்களுடைய சேனையை இரு கொம்பு போன்ற சந்திர வடிவமாக வகுத்தார்கள்.

அதன் ஒரு கொம்புப் பகுதியில் பீமனும், மறு கொம்புப் பகுதியில் அர்ஜுனனும் நின்றனர்.

இருபடைகளும் ஆவேசத்துடன் மோதிக் கொண்டன. மிகக் கடுமையான முறையில் போர் நடத்தியும், பீஷ்மர் அமைந்திருந்த கருட வியூகத்தை அர்ஜுனனால் உடைக்க முடியவில்லை.

அதேபோல் பாண்டவர்கள் அமைத்திருந்த வியூகத்தையும் கௌரவர்களால் சிதைக்க முடியவில்லை.

போர் மேலும் உக்கிரமாக விளங்கியது.

அர்ஜுனனின் ஒவ்வொரு அஸ்திரமும் நூற்றுக்கணக்கான வீரர்களைக் கொன்றது.

இந்த நிலையில் சகுனி பெரும்படையுடன் வந்தான். அவனது படையினை சாத்யகியும், அபிமன்யுவும் எதிர்த்தார்கள்.

சகுனியின் படையோ, சாத்யகியின் தேரினைத் தூள்களாக உடைத்தது.

உடனே சாத்யகி, அபிமன்யுவின் தேரில் ஏறிக் கொண்டு, இருவரும் ஒன்றாகச் சேர்ந்து சகுனியின் சேனையைத் தாக்கி துவம்சம் செய்தார்கள்.

அதேசமயத்தில் தருமனது படையை துரோணரும் பீஷ்மரும் தாக்கலானார்கள்.

இதனை அறிந்த நகுல, சகாதேவர்கள், தருமனுக்கு உதவி செய்ய விரைந்து துரோணருடைய படையை எதிர்த்தார்கள்.

பீமனும், அவன் மகன் கடோத்கஜனும் சேர்ந்து துரியோதனனை எதிர்த்தார்கள்.

அந்தப் போரில் கடோத்கஜன் தன் தந்தையை பீமனை மிஞ்சும்படியான பராக்கிராமத்தைக் காட்டினான்.

பாணங்களால் தாக்குண்ட துரியோதனன் மயக்கமுற்றான். அதனை அறிந்த அவனுடைய சாரதி, தேரினை போர்க்களத்திலிருந்து அப்புறப்படுத்தினான்.

அதைக் கண்ட கௌரவ சேனை பின் வாங்கி ஓட்டம் பிடித்தது.

பீமனும், கடோத்கஜனும் அவர்களைத் துரத்திச் சென்று துன்புறுத்தினார்கள். அவர்களின் பாணங்களால் வதைபட்டு கௌரவசேனை சிதறியது.

இந்நிலையில் மூர்ச்சை தெளிந்து எழுந்த துரியோதனன், அலறியடித்துக் கொண்டு பீஷ்மரிடம் ஓடி வந்தான்.

'பிதாமகரே! நமது படை பாண்டவர்களால் வதைக்கப் படுவதற்கு என்ன காரணம்?'

பாண்டவர்கள் மீது நீங்களும், துரோணரும், கிருபரும் கொண்ட பாசத்தால் தயங்குகிறீர்கள்! என்று கருதுகிறேன்.

போர் தொடங்குவதற்கு முன்பாகவே இதை நீங்கள் என்னிடம் எதையும் மறைக்காமல் சொல்லியிருக்கலாமே!

கர்ணனுடன் சேர்ந்து நான் ஏதாவது வேறு ஏற்பாடுகள் செய்திருப்பேனே! பிதாமகரே! அது மாதிரி எண்ணம் தங்களுக்கு இருப்பின் தயவு செய்து, மாற்றிக் கொண்டு என் மீது இரக்கம் கொண்டு, போரை உக்கிரமாக நடத்திடுங்கள் என்று கேட்டுக் கொண்டான்.

இவ்விதம் துரியோதனன் சொன்ன சந்தேக வார்த்தைகள் பீஷ்மரின் மனத்தைக் காயப்படுத்தின.

'துரியோதனா! நான் வயதானவன் என்றாலும், நீ நினைப்பது போல் பாண்டவர்களுக்கு விட்டுக் கொடுக்கும் நோக்கத்தில் போரிடவில்லை. என் மனசாட்சிக்கு விரோதம் இல்லாமல் தான் போரிடுகிறேன். நான் ஏற்கனவே உன்னிடம் சொல்லியிருக்கிறேன்! அதாவது கிருஷ்ண அர்ஜுனர்களை வெல்லக்கூடியவர்கள் யாருமில்லை' என்று. அப்படியிருந்தும் நீ தான் கேட்காமல் போரினைத் தொடங்கினாய்.

ஆனாலும், என் கடமையை நான் உறுதியாகச் செய்து வருகிறேன்.

போ... வீணாக என்மேல் சந்தேகப்படாமல் போய், போர்க்களத்தில் என்னுடைய முழுபலத்தையும் பார்? என்றார்.

துரியோதனனிடம் சொன்னது போலவே கீறி எழுந்தார் பீஷ்மர். ஓடிய கௌரவப்படையை ஒன்று சேர்த்த பீஷ்மர், பாண்டவர் படையை நோக்கி தேரினை செலுத்தலானார்.

ஒரே சமயத்தில் நூறு பீஷ்மர்கள் வந்து விட்டார்களோ என்று எண்ணும்படியாக எங்கு பார்த்தாலும் அவருடைய தேர் தென்பட்டது.

சுற்றிச் சுற்றி வந்து பாண்டவர் படையை வெட்டி வீழ்த்தினார். அஸ்திரங்களால் பொசுக்கினார். கதா யுதத்தால் அடித்துக் கொன்றார். எதிர்த்த அனைவரையும் எமலோகத்திற்கு அனுப்பிக் கொண்டேயிருந்தார்.

பீஷ்மரின் தாக்குதலை எதிர்கொள்ள முடியாத பாண்டவசேனை தைரியம் இழந்து சிதறிப்போக ஆரம்பித்தது.

கிருஷ்ணனும், அர்ஜுனனும், சிகண்டியும் எவ்வளவோ முயன்றும் பாண்டவர் சேனையை தடுத்து நிறுத்த முடியவில்லை.

இதைக்கண்ட கிருஷ்ணன் 'அர்ஜுனா! போரில் பீஷ்மர், துரோணர், கிருபர் முதலானவர்களை வீழ்த்துபவன் என்று நீ அன்று சபதம் எடுத்திருந்தாயல்லவா... அதனை நிறைவேற்றும்

காலம் வந்துவிட்டது. அதனை நினைவில் கொண்டு போரிடு. நீ நடத்தவிருக்கும் பலமான தாக்குதல்தான் நமது படைக்கு துணிவை உண்டாக்கும். அதற்காக இப்போது நீ பீஷ்மரைத் தாக்க வேண்டும்' என்றான்.

கிருஷ்ணா! நீ சொன்னதுபடியே செய்கிறேன். முதலில் தேரினை பீஷ்மரை நோக்கிச் செலுத்து என்றான் அர்ஜுனன்.

பீஷ்மரை நோக்கி மிக வேகமாக அர்ஜுனன் தேர் சென்றது.

அந்தத் தேரினைக் கண்ட மாத்திரத்தில் பீஷ்மர். சரமாரியாக அர்ஜுனன் மீது அம்புகளைப் பொழிந்தார்.

அர்ஜுனனோ காண்டீபத்தை வளைத்து மூன்று பாணங்களைச் செலுத்தி, பீஷ்மருடைய வில்லை உடைத்தான்.

உடனே பீஷ்மர் வேறொரு வில்லை எடுத்தார்.

அந்த வில்லும் முறிந்தது.

அர்ஜுனனுடைய லாவகத்தைப் பார்த்த பீஷ்மர், வேறொரு வில்லை எடுத்து பாணங்களைத் தொடுத்தார்.

அந்தத் தாக்குதல்களை அர்ஜுனன் தடுத்த முறையானது கிருஷ்ணனுக்குத் திருப்தி தரவில்லை. அதே நேரத்தில் பீஷ்மரின் தாக்குதல் பலமாக இருந்தது.

அர்ஜுனனின் தாக்குதல் குறைவாக இருந்தது. அதேநேரத்தில் அர்ஜுனனின் கைகள் சரிவர வேலை செய்யாது பீஷ்மர் பால் பரிவு காட்டுவது போலிருந்தது.

பாண்டவர் படை பயந்து ஓடிக் கொண்டிருக்கும் இந்தச் சமயத்தில் அர்ஜுனன் இவ்விதம் தயங்கினால் எப்படி என்று எண்ணினான் கிருஷ்ணன்.

இந்நிலையில் பீஷ்மரின் தொடர் தாக்குதல்களாலும், பலம் பொருந்திய கணைகளாலும் அர்ஜுனனும், கிருஷ்ணனும் பலமாக அடிபட்டனர். இருவரின் உடலிலும் காயம்பட்டு ரத்தம் கசியத் தொடங்கியது.

இதனால் ஆவேசமடைந்த கிருஷ்ணன்: 'அர்ஜுனா! உன்னுடைய மெத்தனப் போக்கால் பீஷ்மரை விட்டு வைத்திருக்கிறாய். என்னால் அப்படி இனியும் விட்டு வைத்திருக்க முடியாது. பீஷ்மரை நானே கொல்வேன்' என்று கர்ஜித்தபடி ரதத்தைவிட்டு இறங்கினான்.

கையில் சக்ராயுதத்தை ஏந்திய வண்ணம் பீஷ்மரை நோக்கி நடந்தான்.

'போரில் ஆயுதம் ஏந்தமாட்டேன்' என்று சொன்ன கிருஷ்ணன், தன் பொருட்டு சக்ராயுதம் ஏந்தி வருவதைக் கண்டு பீஷ்மர் மகிழ்ச்சி கொண்டார். கொஞ்சமும் பயம் கொள்ளாமல், மலர்ந்த புன்னகையுடன் கிருஷ்ணனை வரவேற்கலானார்.

'வா கிருஷ்ணா! வா... உன்னை நான் வணங்குகிறேன். எனக்காக நீ ரதத்தை விட்டு இறங்கி வருகிறாய் என்பதே எனக்குப் பெருமைதான்! வா. வந்து என்னைக் கொல். உன் கையால் இறந்தால் நான் நிச்சயம் மோட்சம் பெறுவேன்' என்றார்.

கிருஷ்ணனின் இந்த திடீர் முடிவினைக் கண்டு அதிர்ந்துபோன அர்ஜுனன், ஓடோடி வந்து மிக சிரமப் பட்டு கிருஷ்ணனைப் பிடித்துக் கொண்டான்.

'கிருஷ்ணா! போரில் ஆயுதம் ஏந்தாதவனாக இருப்பேன்' என்று வாக்களித்த நீயே. எங்கள் பொருட்டு வார்த்தை தவற வேண்டாம். என் தாயின் மீது ஆணையிட்டுச் சொல்கிறேன். நிச்சயமாக என் சபதத்தை நிறைவேற்றுவேன். துரியோதனனது படையை நிர்மூலமாக்குவேன். எனவே நீ போரில் இறங்க வேண்டாம். கோபத்தை விட்டுவிடு என்று வேண்டினான்.

அர்ஜுனனுடைய வேண்டுகோளை ஏற்று மீண்டும் தேரின் சாரதியாக வந்து அமர்ந்தான் கிருஷ்ணன்.

இதைத் தொடர்ந்து, அதுவரை யாரும் பார்த்திராத அளவிற்கு அர்ஜுனன் கொடுமையாகப் போரினை மேற்கொண்டான்.

அவனுடைய அஸ்திரங்களால் நூற்றுக்கணக்கான கௌரவப்படையினர் மடிந்தனர்.

எதிரணியினரும் பயப்படும்படியாக அவனது போர் இருந்தது.

சூரிய அஸ்தமனமானதும் கௌரவ சேனை பெரும் தோல்வியுற்றுத் தீவட்டிகளின் வெளிச்சத்தில் பாசறை திரும்பியது.

நான்காம் நாள் போர்

பொழுது புலர்ந்தது.

பீஷ்மர் கௌரவ சேனையை மறுபடி அணிவகுத்தார்.

துரோணர், துரியோதனன் போன்றோரால் சூழப்பட்டு நின்ற பீஷ்மர் தேவர்களால் சூழப்பட்ட வஜ்ஜிராயுதபாணியான இந்திரனைப்போல் விளங்கினார்.

இக்காட்சியினை 'வானரக்கொடி பறந்த தேரின் மேல் நின்ற அர்ஜுனன் பார்த்தான்.'

அக்கணமே போருக்கும் தயாரானான்.

போர்க்களத்தில் எல்லோரும் பரவலாக ஆங்காங்கே போர் செய்து கொண்டிருந்த வேளையில், அசுவத்தாமன், பூரிசிரவசு, சல்லியன், சலன், சித்திர சேனன் ஆகிய ஐந்து பேரும் சேர்ந்து அபிமன்யுவைச் சூழ்ந்து கொண்டு தாக்கலானார்கள்.

ஐவருக்கு நடுவே தனது மகன் தனியே போரிட்டுக் கொண்டிருப்பதைப் பார்த்த அர்ஜுனன் அனைவரையும் அஸ்திரங்களால் தாக்கினான்.

போரின் வேகம் மேலும் சூடுபிடித்தது.

"திருஷ்டத்யும்னன்" பெரியதொரு படையுடன் அங்கு வந்து சேர்ந்தான். போரிட்டுக் கொண்டிருந்த சலனின் மகனைக் கொன்றான்.

இதைக் கண்டு கோபம் கொண்ட சலனும், சல்லியனும், திருஷ்டத்யும்னனை பலமாகத் தாக்கினார்கள்.

திருஷ்டத்யும்னனுடைய வில்லைச் சல்லியன் ஒரு கூரிய பாணத்தை வீசி அறுத்தான்.

இதைக் கண்ட அபிமன்யு, சல்லியன் மேல் அம்புகளைப் பொழிந்தான்.

அபிமன்யுவின் கோபத்தைப் பார்த்துச் சல்லியனுக்கு 'ஆபத்து' வந்தது என்று துரியோதனனுடைய தம்பிகள் எட்டு பேர்கள் வந்து சல்லியனைச் சூழ்ந்து காத்தனர்.

அந்த வேளையில் அங்குவந்த பீமன் கதாயுதத்தைத் தாக்கிக் கொண்டு களத்தில் இறங்கி, துரியோதனனின் தம்பிகளை விரட்டி விரட்டி அடித்தான்.

இதைத் தடுப்பதற்காக துரியோதனன், யானைப் படையை பீமனின் மேல் ஏவினான்.

யானைகள் பிளிறியபடி ஓடிவர, பீமன் மிகுந்த துணிவுடன் அவைகளை எதிர்கொள்ள, ரதத்திலிருந்து கீழே இறங்கியவன், கையில் இரும்புக் கதையை எடுத்துக் கொண்டு யானைகளைத்

தாக்கினான். அவைகள் வெகுண்டு ஒன்றை ஒன்று தாக்கத் தொடங்கின.

பாண்டவசேனை வீரர்கள் அந்த சமயத்தைப் பயன் படுத்தி, யானைகள் மீது சரங்களைப் பொழிந்து அவற்றை இன்னும் வெறி கொள்ளச் செய்தனர்.

யானைகள் அங்குமிங்கும் ஓடி கௌரவப் படையினை நாசம் செய்தன.

பிறகு துரியோதனனுடைய கட்டளைப்படி எல்லாப் படைகளும் பீமனை எதிர்த்தன.

அவனோ மேருவைப்போல் காட்சி தந்தான்

அச்சமயம் பாண்டவ சேனையிலிருந்த முக்கியமான வீரர்கள் அவனுக்கு உதவிகரமாக வந்து சேர்ந்தார்கள்.

அவர்களையெல்லாம் மீறி, துரியோதனன் எய்த பாணங்கள் பீமனுடைய மார்பில் தைத்தன. அதனைப் பொருட்படுத்தாத பீமன், தேரின் மேல் ஏறித் தன் சாரதியான விசோகனைப் பார்த்து, 'விசோகனே! இந்த போர்க்களத்தில் என் முன்பாகத் திருதராஷ்டிர புத்திரர்கள் எட்டு பேர் வந்து நிற்பது எனக்கு வேகத்தை ஏற்படுத்துகிறது. இவர்களை நான் எமலோகம் அனுப்ப வேண்டும். அதற்கு நீ குதிரைகளைச் சரியாக இழுத்துப் பிடித்து நடத்து என்றான்.

இவ்வாறு சொல்லிவிட்டு வில்லை வளைத்து பல அம்புகளை செலுத்தினான். அந்த அம்புகள் துரியோதனனுடைய தம்பிகள் எட்டு பேரையும் வதம் செய்தன.

இதனால், துரியோதனன் வெறி கொண்டவனாக மாறிப் போனான். மிகுந்த கோபத்துடன் சரமாரியான அம்புகளால் பீமனை கடுமையாகத் தாக்கினான்.

அவனுடைய பாணங்களில் ஒன்று, பீமனை நடு மார்பில் தாக்கி வீழ்த்தியது. பீமன் மூர்ச்சையடைந்தான்.

அதைப் பார்த்த பாண்ட வீரர்களான 'அபிமன்யு' முதலானவர்கள் துரியோதனன் மேல் சரமாரியாக அம்புகளைப் பொழிந்தார்கள்.

தந்தை பீமனின் மயக்கமுறுதலைக் கண்ட கடோத்கஜனுக்கே கோபம் மேலிட்டுப் பெரும்போரைத் துவக்கினான்.

அந்தப் போரினை கௌரவப் படையினரால் எதிர்கொள்ள முடியவில்லை.

அதை உணர்ந்த பீஷ்மர் இந்த கடோத்கஜ இந்த அரக்கனோடு இன்று நாம் யுத்தம் செய்ய முடியாது. ஏனெனில் இருள் சூழும் நேரம் வந்துவிட்டது.

இருள் என்றால் 'அரக்கனுக்கு அதிக பலம் தரும். அதனால் போரினை இத்துடன் நிறுத்திக் கொள்வோம். நாளைய தினம் போரினைத் தொடர்வோம்' என்று துரோணரிடம் சொல்லி விட்டுச் சேனையைப் பாசறைக்குத் திருப்பினார் பீஷ்மர்.

துரியோதனன் தன் சகோதரர்களில் எட்டுப் பேரை இழந்த துக்கத்தால் பீடிக்கப்பட்டுக் கண்ணில் நீர் ததும்பப் பாசறையில் உட்கார்ந்து ஆழ்ந்து சிந்திக்கலானான்.

அஸ்தினாபுரத்திலிருந்த மன்னன் திருதராஷ்டிரன் போரின் அன்றாட நிகழ்வுகளைக் கேட்டு தெரிந்து கொள்வதில் ஆர்வம் காட்டி வந்தான்.

'சஞ்சயன்' அவனுக்குச் சொல்லி வந்தான்.

போரினைப் பற்றிக் கேட்டு வந்த திருதராஷ்டிரனுக்கு வேதனையே தொடர்ந்து வந்தது.

'சஞ்சயா! மகாவீரனான பீஷ்மர் தலைவராக இருந்தும், துரோணாச்சாரியார், கிருபாச்சாரியார் போன்ற ஜாம்பவான்கள் நம் கௌரவப் படையிலிருந்தும், என்னைச் சேர்ந்தவர்கள் கொல்லப்பட்டார்கள். துன்பப்பட்டார்கள்' என்றே எப்போதும் சொல்லி வருகிறாயே! அதைக் கேட்க என் மனதுக்கு மிகுந்த துக்கத்தை அளிப்பதாக உள்ளது. ஏன் இப்படிப் பாண்டவர்களிடம் நம்மவர்கள் தோற்றுப்போகிறார்கள். நம்மவர்கள் ஜெயிக்க வழியே இல்லையா? என்று ஆதங்கத்துடன் கேட்டான் திருதராஷ்டிரன்.

அதைக் கேட்ட சஞ்சயன்: அரசே! எங்கு தர்மம் இருக்கிறதோ, அங்குதான் வெற்றியும் இருக்கும் என்றான்.

'அப்படியென்றால் விதுரனுடைய வாக்கியங்கள் நிச்சயமாகி வருகின்றன' என்று சொல்லிக் கொண்டே பெருந்துயரத்தில் மூழ்கினான் திருதராஷ்டிரன்.

இதேபோன்று

அன்றிரவு கௌரவர் பாசறையில் பீஷ்மரும்,

'துரியோதனா! தம்பிகளை இழந்ததற்காக, வேதனைப்படுவதில் பயனில்லை. இப்படியெல்லாம் வரக்கூடாது

என்று தான் நானும் துரோணர், கிருபரும் சொன்னோம் நீ கேட்கவில்லை.

மீண்டும் சொல்கிறேன். தருமம் பாண்டவர்களிடத்தில் தான் இருக்கிறது. எனவேதான் அவர்கள் வெற்றி பெறுகிறார்கள். இப்போதும் ஒன்றும் மோசம் போகவில்லை. போரினைக் கைவிட்டு, பாண்டவர்களுடன் சமாதானமாகப் போய்விடு. மேலும் இழப்புகள் நேராமல் தவிர்க்கலாம், என்றார். சமாதானத்தையே விரும்பாத துரியோதனன். பதிலே சொல்லாமல் விலகிப் போனான்

ஐந்தாம் நாள் போர்

வழக்கம்போலப் பொழுது புலர்ந்தது.

பாசறைகள் பரபரப்படைந்தன.

இருபக்கமும் சங்கொலிகள் அலைமோதின.

பீஷ்மர் மகரவியூகம் அமைத்திருந்தார்.

பாண்டவ சேனாதிபதியான திருஷ்டத்யும்னன் பருந்து வியூகம் அமைத்திருந்தான்.

பீஷ்மரும், துரோணரும் மிகவும் எச்சரிக்கையுடன் ஒவ்வொன்றையும் கவனித்து அணிவகுத்திருந்தனர்.

பாண்டவர்களின் வியூகத்தின் முன் அணியில் பீமன் மதயானை போல நின்றான். சிகண்டி, திருஷ்டத்யும்னன், சாத்யகி மூவரும் பீமனுக்குப் பின்பலமாகப் படைகளை வகுத்து நின்றனர்.

இவர்களை அடுத்து அர்ஜுனன் வீரர்களுடன் நின்றான்.

கேகய மன்னன் வலப்பாரிச இறக்கையிலும், துருபத மன்னன் இடப்பாரிச இறக்கையிலும் படைவகுத்து நின்றனர்.

மீனைப் பருந்து கொத்திப் பாய்ந்தது போல, பாண்டவப்படை மோதிய சில நிமிடத்திற்குள்ளேயே, கௌரவப்படையின் வியூகம் பிளந்தது.

பீமன் தன் படையுடன் புகுந்தான். வீரதீரப் போர் புரிந்தான்.

பீஷ்மருக்கோ தன் வியூகம் பிளக்கப்பட்டதில் ஆத்திரம் எழுந்தது. அதன் விளைவாக மிகவும் பயங்கரமான

அஸ்திரங்களை, போரின் தொடக்கத்திலேயே கையாளத் தொடங்கினார்.

பீமன் தாக்குண்டு தளர்ந்தான். அவன் பின்னே நின்ற அர்ச்சுனன். சிகண்டியுடனும், திருஷ்டத்யும்னனுடனும் பீஷ்மரைத் தாக்கினான்.

பீஷ்மருக்குத் துணையாக துரோணரும் சல்லியனும் தங்கள் படையுடன் முன்னணிக்கு நகர்ந்தனர்.

பெண்பிறவியான சிகண்டியுடன், பீஷ்மர் போர் புரியாமல் ஒதுங்கலானார்.

இந்த பலவீனத்தைக் கண்டு கொண்ட அர்ச்சுனன், சிகண்டியை முன்னிறுத்தி, தான் பின்னணியில் நின்று போர்புரிந்தான்.

இதனை அறிந்த துரோணர் சிகண்டியை மட்டும் குறி வைத்து, மிகவும் கடுமையாகத் தாக்கினார்.

தாக்குப் பிடிக்க முடியாத சிகண்டி பின்னணிக்குப்பின் வாங்கினான். அதேசமயம் தளர்வு நீங்கப்பெற்ற பீமன், அர்ஜுனனுடன் சேர்ந்து கொண்டு கடும் போரிட்டான்.

முற்பகல் முழுவதும் கோரமான சங்குல யுத்தம் நடந்தது.

'சங்குல யுத்தம்' என்பது எல்லோரும் கூட்டம் கூட்டமாகத் தாக்கி அடித்துப் போரிடுதலேயாகும்.

இந்தப் போர் குறைந்த அளவு படையுடைய பாண்டவர்களுக்கு இது பாதகத்தை விளைவிக்கும் என்று பீஷ்மரும், துரோணரும் அதற்காகவே அந்த சங்குல யுத்தத்தைத் தொடங்கினார்கள்.

சேனை முழுவதும் கைகலந்து, இருபக்கத்திலும் வரம்பற்ற கொலை நடந்தது.

பிற்பகலில் துரியோதனன் 'சாத்யகியை' எதிர்க்கப் பெரும்படையை அனுப்பினான்.

அந்தப் படையை முற்றிலும் நாசம் செய்த சாத்யகி. பூரிசிரவசுவைத் தேடிச் சென்றான்.

பூரிசிரவசுவோ மகா பராக்கிரமசாலி. சாத்யகியின் படையை தாக்கி அனைவரையும் புறங்காட்டி, ஓட்டம் பிடிக்கச் செய்தான்.

அப்படையில் சாத்யகி ஒருவனே நின்றான். அவனது நிலையைப் பார்த்த அவனுடைய பத்து குமாரர்களும் வந்து பூரிசிரவசுவைத் தாக்கினார்கள்.

பத்துப்பேரும் அவனைச் சூழ்ந்து கொண்டு அம்புகளைச் செலுத்தினாலும், அவர்களுடைய விற்களைத் தன் அம்புகளால் பொடிப் பொடியாக்கி, பத்துப் பேரையும் எமலோகம் அனுப்பி வைத்தான்.

தன் குமாரர்கள் அத்தனை பேரும் கொன்று வீழ்த்தப்பட்டதைக் கண்ட சாத்யகி, கோபமும், சோகமும் மேலிட்டுப் பூரிசிரவசுவின் மேல் பாய்ந்தான்.

இருவருடைய ரதங்களும் ஒன்றுக்கொன்று மோதி நாசமாயின. அதன்பின் இருவரும் ஒருவரையொருவர் தரையில் நின்று கத்தியும், கேடயமுமாகத் தாக்கினார்கள்.

அந்த சமயம் பீமன் அங்குவந்து, சாத்யகியைத் தன் தேரில் ஏற்றிக் கொண்டு போய்விட்டான்.

ஏனெனில் கத்திச் சண்டையில் யாரும் பூரிசிரவசுவை ஜெயிக்க முடியாது என்பது பீமனுக்குத் தெரிந்திருந்ததே அதற்குக் காரணமாகும்.

அன்று மாலை ஆயிரக்கணக்கான வீரர்களை அர்ஜுனன் வதம் செய்தான். அவனை எதிர்த்து துரியோதனனால் அனுப்பப்பட்ட வீரர்கள் அனைவரும் நெருப்பில் விழுந்து உயிர் துறக்கும் பூச்சிகளைப் போலானார்கள்.

பாண்டவர் படையினர் அர்ஜுனனுக்கு ஜெய கோஷம் செய்தார்கள். அச்சமயம் சூரியனும் அஸ்தமித்தான்.

அதுகண்ட பீஷ்மர், தனது படைகளை யுத்த பூமியிலிருந்து பாசறைகளுக்குச் செல்ல உத்திரவிட்டார்.

ஆறாம் நாள் போர்

பாண்டவர் சேனை 'மகர' வியூகத்தில் அமைக்கப்பட்டிருந்தது. கௌரவசேனை 'கிரௌஞ்ச' வியூகத்தில் அமைக்கப்பட்டிருந்தது.

இரு சேனைகளும், உரிய நேரத்தில் ஒலிகளை எழுப்பியபடி மோதின.

சீக்கிரத்திலேயே இரண்டு வியூகங்களும் உருக்குலைந்து பிளவுபட்டு ஒருவரையொருவர் தாக்கியதின் பேரில் உயிர்ச்சேதமும், ஆயுத இழப்பும் அதிகமாகியது.

காரணம் பெரும்பாலும் சங்குல யுத்தமே நடைபெற்றது.

பீமனின் குறி, கௌரவர்கள் மீதே இருந்து. அனைவரையும் தான் ஒருவனே வதம் செய்யப்போவதாகச் சபதம் எடுத்திருந்தான்.

எனவே கௌரவர் நின்ற இடத்திற்கே சிறிய படையொன்றின் மூலம் சென்றுவிட்டான்.

துச்சாதனன், துர்விஷகன், துர்மதன், ஜயன், ஜப்தசேனன், விகர்ணன், சித்திரசேனன், சுதர்சனன், சாருசித்திரன், சுவர்மன், துஷ்கர்ணன் முதலிய கௌரவ சகோதரர்கள் பீமனை முதலில் உள்ளே நுழைய வழிவிட்டுப் பின்னர் பிளவை அடைத்து மூடிச் சூழ்ந்து கொண்டனர்.

அனைவரும் ஒரே சமயத்தில் பல திசைகளிலிருந்து தாக்கினார்கள். இதனால் இருதரப்பினர்க்கும் வேறு பக்கபலம் வந்து உதவ வாய்ப்பில்லாதிருந்தது.

பீமனை உயிருடன் பிடிக்க வேண்டும் என்பது, கௌரவர்களின் திட்டம், வலையில் மாட்டிக் கொண்ட மதயானையான பீமன் எல்லா வலைகளையும் அறுத்தெறிந்துவிட்டு, கதையுடன் கீழிறங்கினான். வளைத்துக் கொண்டவர்களுடன் கதைப் போர் நடத்தியபடி தேரைவிட்டு விலகி வெகுதூரம் சென்றான். வழியெங்கும் பிணக்குவியல்கள்.

திருஷ்டத்யும்னன், பீமனைக் காணாது தேடி வந்தான். தேர் மட்டும் நிற்பதைக் கண்டு கலங்கியவன் பாகனிடம் விசாரித்தான்.

'பீமன் படைக்குள்ளே புகுந்து சென்று விட்டான்' என்று பதில் கூறினான்.

இதைக் கேட்டவுடன் 'திருஷ்டத்யும்னனும்' குறைந்த படையுடன் உள்ளே புகுந்து சென்றான்.

பலரைக் கொன்று குவித்துத் தன் படையையும் இழந்து, உடலெல்லாம் அம்பு பாய்ந்து தனித்துக் கதையின் துணையோடு, தற்காத்து நிற்கும் பீமனைக் கண்டு, சற்று நிம்மதியடைந்த திருஷ்டத்யும்னன், தன் ரதத்தில் ஏற்றிக் கொண்டு வெளியேற முயற்சித்தான்.

இதனை சற்று தூரத்திலிருந்து பார்த்த துரியோதனன், ‘சகோதரர்களே! சண்டையை விட்டு விலகி ஓட நினைக்கும் அவர்களை விடாதீர்கள். தாக்குங்கள் என்று தன்படைக்கு ஆணையிட்டான்.

களைத்துப் போயிருந்த பீமனைக் காப்பாற்ற திருஷ்டத்யும்னன் ஒரு வழி செய்தான்.

தான் துரோணரிடம் கற்றிருந்த ஒரு ரகசிய அஸ்திரத்தை மந்திரத்துடன் ஏவி படையினர் அனைவரையும் மயங்கி விழச் செய்து தேருடன் தப்பினான்.

அப்படியிருந்தும் துரியோதனன் ரகசிய அஸ்திரத்திற்கு மாற்று மந்திர அஸ்திரத்தை ஏவி, அனைவரையும் உணர்வு பெறச் செய்தான்.

அதன்பொருட்டு துரியோதனனின் படைவீரர்கள் மறுபடியும் திருஷ்டத்யும்னனைத் தாக்கத் தொடங்கினர்

இதற்குள் அபிமன்யுவின் தலைமையில் பன்னிரு ரத வீரர்கள் பீமன், திருஷ்டத்யும்னனின் உதவிக்கு வந்து சேர்ந்தனர்.

திருஷ்டத்யும்னன் நிலைபெற்று நின்று போரைப் பயங்கரமாக நடத்தினான்.

அப்போது துரோணர், துரியோதனனின் துணைக்கு வந்து மிகவும் உக்கிரமாக அபிமன்யுவையும், திருஷ்டத்யும்னனையும் தாக்கினார்.

அதன் விளைவாக திருஷ்டத்யும்னனின் தேர் நொறுங்கியது. சாரதி கொல்லப்பட்டான். குதிரைகள் மாண்டு விழுந்தன.

அதனை அறிந்த திருஷ்டத்யும்னன் தேரிலிருந்து குதித்து, அபிமன்யுவின் தேரில் ஏறினான்.

பீஷ்மரின் போர் முறையினாலும், துரோணரின் உற்சாகத் தாக்குதலினாலும் பாண்டவசேனை பல முனைகளிலும் நிலை குலைந்து தடுமாறும்படியாகிவிட்டது.

பிறகு கடைசி நேரத்தில் சங்குல யுத்தம் வெறிபிடித்தாற்போல நடந்தது.

பலர் மாண்டனர்.

சூரியன் அஸ்தமிக்கும் நேரத்திற்கு முன்பாக பீமனும், துரியோதனும் நேரடியாக மோதிக் கொண்டனர்.

துரியோதனன், பீமனால் பலமாகத் தாக்கப்பட்டு மூர்ச்சையடைந்தான்.

இதனைக் கண்ட கிருபர், அவனைத் தன் தேரில் ஏற்றிக் கொண்டு காப்பாற்றினார்.

பீஷ்மரும் அச்சமயம் வந்துவிட்டார்.

அவ்விடத்தில் நடந்த யுத்தத்தைத் தாமே நடத்தி பாண்டவப் படைகளைத் துரத்தியடித்தார்.

சூரியன் அஸ்தமிக்கும் நேரத்தில், ஆயிரக்கணக்கான வீரர்கள் மாண்டார்கள்.

அதன்பிறகு போர் நிறுத்தப்பட்டது.

திருஷ்டத்யும்னனும், பீமனும், அபிமன்யுவும் உயிருடன் திரும்பியது தருமனுக்கு அளவற்ற மகிழ்வைத் தந்தது.

ஏழாம் நாள் போர்

*மு*தல் நாள் போரில் துரியோதனன் உடல் எங்கும் ஏற்பட்ட காயங்களுக்கு பீஷ்மர் கொடுத்த 'விசல்யகரணி' என்னும் மருந்தை காயம்பட்ட இடங்களில் தடவி, வலி நிவாரணம் பெற்ற நிலையில் மகிழ்வுடன் போருக்குப் புறப்பட ஆயத்தமானான்.

பாண்டவர்களும் தங்கள் படையுடன் களத்தில் அணி வகுத்தனர். போர் தொடங்கியது.

மச்ச நாட்டு மன்னனைத் துரோணரும், சிகண்டியை அசுவத்தாமாவும் திருஷ்டத்யும்னனைத் துரியோதனனும், நகுல சகாதேவர்களை அவர்களுடைய மாமன் சல்லியனும் எதிர்த்துப் போரிட்டனர்.

அர்ஜுனனைப் பல நாட்டு அரசர்கள் எதிர்த்துப் போரிட வந்தனர்.

காண்டீபத்தின் முழுவலிமையையும் அர்ஜுனன் பயன்படுத்தியதினால் அவனது, தாக்குதலைச் சமாளிக்க முடியாமல் அரசர்கள் தத்தளித்தனர்.

இந்நிலையில் பீஷ்மர் அர்ஜுனனை எதிர்க்க வேறு முனையிலிருந்து திரும்பி வந்தார்.

மறுமுனையில் விராடனுக்கும் துரோணருக்கும் கடும் போர் நடந்தது. அதில் விராடனின் தேரை உடைத்தார் துரோணர். உடனே விராடனின் மகன் சங்கன் தன் தேருடன்

வந்து, தன் தந்தையை ஏற்றிக் கொண்டு, போரினைத் தொடரச் செய்தான்.

வெகுண்ட துரோணர் நாகாஸ்திரம் ஒன்றைப் பிரயோகித்தார்.

அம்பும் வில்லும் கைநழுவ சங்கன் தன் தந்தையின் அருகிலேயே மாண்டான். விராடன் மகனின் சடலத்துடன் தேரை ஒதுக்கித் துரோணரின் பிடியிலிருந்து விலகி தேரினைச் செலுத்திச் சென்றான்.

சிகண்டிக்கும் அசுவத்தாமாவுக்கும் நடந்த போரில் சிகண்டி தோற்று வாளையும், கேடயத்தையும் இழந்து, சாத்யகியினுடைய தேரில் ஏறித் தப்பித்தான்.

பிறகு சாத்யகிக்கும் - அலம்புசன் என்னும் அரக்கனுக்கும் போர் நடந்ததில் அலம்புசன் பின் வாங்கி விலகி ஓடினான்.

கிருதவர்மா - பீமனை எதிர்த்து தோல்வியுற்ற கிருதவர்மா, சல்லியனின் தேரைச் சரணடைந்தான்.

அர்ஜுனன் மகன் அபிமன்யுவைக் கண்டு வீரர்கள் அஞ்சியதைவிட பீமனின் மகன் கடோத்கஜனைக் கண்டு கௌரவ சேனையே நடுங்கியது.

ஆனாலும் பகதத்தனின் வீராவேசம் கடோத்கஜனை நிலைகுலையச் செய்தது. அந்த நேரத்தில் பாண்டவ வீரர்கள் கடோத்கஜனை விட்டுப் பிரிந்ததினால், கடோத்கஜன் தோற்று ஓடும் நிலைக்கு ஆளானான்.

நகுல சகோதரர்கள், தாய் மாமனான சல்லியனைத் தாக்கினார்கள், மருமகன்களின் அம்புக்கு இலக்காகி மூர்ச்சையுற்றான்.

மேலும் போர்க்களத்தில் சல்லியன் இருந்தால், சல்லியன் மடிய நேரிடும் என்று நினைத்த தேர்ப்பாகன். தேரை விலக்கிப் பின்னணிக்குக் கொண்டுபோய், சிகிச்சையளித்தான்.

தருமன் அன்று வழக்கத்துக்கு மாறாக மிகவும் கொதிப்புடன் போர் புரிந்தான். கொடிய அஸ்திரத்தை ஏவி கிருதாயுவின் தேர்ப் பாகனையும், குதிரைகளையும் கொன்று வீழ்த்தினான்.

கிருதாயு தேரிலிருந்து இறங்கி, ஓட்டம் பிடித்தான்.

பலரிடம் சிக்கிப் போர் புரிந்து மீண்ட அபிமன்யுவை, கௌரவர்கள் தடுத்து நிறுத்திப் போரிட்டனர்.

அபிமன்யு அவர்களை மிக எளிதில் நிலைகுலையச் செய்தான். இருப்பினும் அவர்கள் பின் வாங்காமல் முனைந்து நின்றனர். பீமன், கௌரவர்கள் அனைவரையும் வதம் செய்யச் சபதம் எடுத்திருப்பதால், அபிமன்யு அவர்களைக் கொல்லாமல் விட்டு விலகினான்.

பீஷ்மர் மற்ற அரசர்களைத் தாக்குவதை நிறுத்தி விட்டு, அர்ஜுனனைத் தாக்குவதற்காக அவனை நோக்கித் தேரினை செலுத்தினான். மற்ற பாண்டவர்களும் அர்ஜுனனுக்குத் துணையாக வந்து சேர்ந்தனர்.

அவர்களுடன் சிகண்டியும் சேர்ந்து வந்தான். அவனுடன் போரிட மறுத்து வந்த பீஷ்மர், ஆத்திரம் எழுந்ததின் விளைவாக கணையொன்றினை ஏவிச் சிகண்டி வைத்திருந்த வில்லை முறித்தார்.

வில்லையிழந்த சிகண்டியைப் பார்த்த தருமன் 'பீஷ்மரைக் கொல்வதாகச் சபதம் செய்திருந்ததனை நினைவுபடுத்தி, அதனை செய்யுமாறு தூண்டினான். அவரைக் கொல்ல வேண்டுமானால் வீரமும் ஆண்மையும் காட்டாமலிருந்து வந்தால் எப்படி வதம் செய்வாய் என்று சிகண்டியிடம் எடுத்துரைத்து வந்தான் தருமன்.

இதையறிந்த பீஷ்மர், ஒரு பாணத்தைச் செலுத்தி, தருமனது வில்லையும், தேரின் கொடியையும் அறுத்திடச் செய்தார்.

தருமன் வில்லின்றித் தவித்த மறுகணம் பீஷ்மரின் கணை தேரின் குதிரைகளையும் மாய்த்தது.

தேரிழந்த தருமன் தம்பியரின் தேர் ஒன்றில் ஏறிக் கொண்டு பின்னணிக்குச் சென்றான்.

பீஷ்மர், பாண்டவர்களுடன் போரில் ஈடுபட்டுக் கொண்டிருந்தபோது சூரியன் அஸ்தமிக்கவே போர் நிறுத்தம் ஏற்பட்டது.

எல்லோரும் மிகவும் களைப்படைந்தவர்களாகவும், காயங்கள் பட்டவர்களாகவும் காணப்பட்டு, துன்பப்பட்ட நிலையில் பாசறைகளுக்குப் போய்ச் சேர்ந்தனர்.

இரு தரத்து வீரர்களும் உடலில் தைத்திருந்த அம்புகளைப் பிடுங்கி, வைத்திய முறைப்படி காயங்களைத் தடவியும், மருந்திட்டும் இளைப்பாறினார்கள்.

எட்டாம் நாள் போர்

கௌரவப்படை கூர்ம வியூகமாக அமைத்து சங்கொலி எழுப்பி பாண்டவப் படையை அழைத்தது.

பாண்டவர்படை 'சிருங்காடம்' வியூகம் அமைத்து கௌரவப்படையுடன் மோதத் தயாரானது.

கூர்ம வியூகத்தின் முனையில் பீஷ்மர், அவரையடுத்து துரோணர், பகதத்தன் ஆகியோர் நின்றனர். அடுத்த வரிசையில் துரியோதனன் தம்பியருடன் நின்றான்.

பீமன் ஒருபக்க முனையிலும், சாத்யகி மற்றொரு பக்க முனையிலும் நடுவில் தருமன், அதன் பின்னே அர்ஜுன நகுல சகாதேவர்களும் நின்றனர்.

இரு படைகளும் தாக்குதல் தொடங்கிய சிறிது நேரத்திலேயே முனைகள் கூர்மத்தில் புக, இரண்டு வியூகங்களும் உருமாறி, சந்தர்ப்பத்திற்கேற்றபடி போர் புரிந்தன.

பீஷ்மர் பாணங்களை விரைவுபடுத்தி பாண்டவ சேனையைக் கடுமையாகத் தாக்கி சேதத்தை விளைவித்தார்.

எதிர் நின்ற பீமன் தானும் சரமாரியாக அம்புகளை எய்தினான். அதன்மூலம் பீஷ்மரின் தேர்ப்பாகனைக் கொன்றான்.

பின்னணியிலிருந்து முன்னே வந்த துரியோதனனின் தம்பி 'சுநாபன்' என்பவனையும் கொன்றான்.

இதனால் கோபம் கொண்ட துரியோதனனின் மற்ற ஏழு தம்பியரும் ஒன்று கூடி வந்து பீமனைத் தாக்கினர். பீஷ்மரும் தாக்குதலை நிறுத்தவில்லை.

இருப்பினும் பீஷ்மரின் அடிகளை வாங்கிக் கொண்ட பீமன், அந்த அடிகளைப் பொருட்படுத்தாமல் துரியோதனனின் தம்பியர் மீதே கவனம் செலுத்தினான்.

சூதாட்ட மண்டபத்தில் பீமன் சபதம் செய்ததுபோல கௌரவ குலத்தையே அழித்து விடுவானோ! என்று துரியோதனன் அஞ்சினான்.

அவன் அஞ்சியது போலவே நேற்று எட்டு சகோதரர்கள். இன்று சுநாபன், விராஜன், தீர்க்கப்பாகு, மகரத்துவஜன், பாகு,

ஆதித்யகேது, பகவாசி, குண்டாதரன் போன்ற எட்டு பேரையும் ஒருவர் பின் ஒருவராகப் பீமன் பாணத்திற்கு இரையாக்கினான்.

தன் தம்பியரின் இழப்பால் துடித்தான் துரியோதனன். பீஷ்மர், துரோணரிடம் முறையிட்டு வருந்தினான்.

'பொறுத்திருந்து பார் துரியோதனா! இன்று பாண்டவர்களின் கதியை' என்று சமாதானம் சொல்லிய பீஷ்மர் பாணங்களைச் செலுத்தலானார்.

சகுனியும் போதிய படையுடன் அங்கு வந்து சேர்ந்தான், ஏற்கனவே அவனது சகோதரர்களைப் போரில் கொன்றிருந்த இராவான், அர்ஜுனனுக்கும் நாக கன்னிகை உலூபிக்கும் பிறந்த மகன் அவனைக் கொல்ல வேண்டும் என்ற நோக்கத்தில் வெறி கொண்டு தானே, அவனுடன் நேரில் போரிட்டான்.

அத்துடன் தனக்கு உறுதுணையாக மாயப்போர் புரிவதில் வல்லவனான அலம்புசனைச் சேர்த்துக்கொண்டு, தாக்குதல் நடத்தினான்.

ஆக்ரோஷத்துடன் போர்புரிந்த இராவானை வஞ்சகமாக, சகுனியும் அலம்புசனும் தாக்குதல் நடத்திக் கொன்றனர்.

இராவான் கொல்லப்பட்ட செய்தியைக் கேள்விப்பட்ட கடோத்கஜன் அங்கு வந்து, அவனைக் கொன்ற சகுனியையும், அலம்புசனையும் தாக்கினான்.

சூலாயுதத்துடன் மாயமாய் நின்று போர்புரிந்து கௌரவப் படையைச் சிதறியடித்தான்.

துரியோதனன் தானே கடோத்கஜனை எதிர்க்க வந்தான். அவனை நோக்கிய கடோத்கஜன். 'நீதானே! என் தந்தையைக் காட்டுக்கு அனுப்பியவன்!' என்று கூறியபடியே கொடுமையாகத் தாக்கினான்.

ஒரு பெரிய கத்தியை எடுத்துத் துரியோதனைக் கொல்ல வீசினான். அதனை அறிந்த வங்க நாட்டு வீரன் ஒருவன்' தன் யானையை ஊடே செலுத்தி, துரியோதனனைத் தப்பிக்கச் செய்தான்.

துரியோதனனைக் காக்கத் துரோணர், சோமதத்தன், ஜயக்ரதன், அசுவத்தாமன் ஆகியோர் வந்தனர்.

அனைவரையும் கடோத்கஜன் தோல்வியடையச் செய்தான். காரணம் என்னவென்றால், நினைத்த நேரத்தில் அவன் ஆகாயத்தில் பறந்து பறந்து போரிட்டு வந்ததேயாகும்.

கடோத்கஜனின் ஆரவாரத்தைக் காதில் கேட்ட தருமன், பீமனை அழைத்து, 'தம்பி! இராவானைக் கொன்றவர்களைத் தன்னந்தனியே நின்று இடும்பிக்கும் உனக்கும் பிறந்த கடோத்கஜன் போரிட்டுக் கொண்டிருக்கிறான். நீ அவனுக்கு உதவி செய்யச் செல்' என்று அனுப்பி வைத்தான்.

தனியாளாக நின்று போரிட்டுக் கொண்டிருந்த தன் மகன் கடோத்கஜனுடன் இணைந்து போர் செய்யலானான் பீமன்.

தந்தையையும் மகனையும் அடக்க நினைத்த துரியோதனன், பீஷ்மரைத் துணைக்கு அழைத்தான்.

பீஷ்மர் தன் போராட்ட நிலையை விடாமல், பீமன் கடோத்கஜனை அடக்க பகதத்தனை அனுப்பி வைத்தார்.

பகதத்தன் மிகக் கடுமையாகப் போர் புரிந்தான். பீமனின் குதிரைகளைக் கொன்று தேர்ப்பாகனையும் காயப்படுத்தினான்.

பீமன் கதையுடன் தரையில் குதித்துப் போரிட, தந்தைக்கு உதவியாக மகன் கடோத்கஜனும் வானில் தாவி போர் புரிந்தான்.

அதன் பின்னர் போரின் நிலை மாறியது.

முனைகள் மாறி மாறி வீரர்கள் போரிட்டனர்.

ஏராளமான பேர் மாண்டனர்.

துரியோதனனின் தம்பியரில் மேலும் சிலர் பீமனால் கொல்லப்பட்டனர் என்ற செய்தி தெரியவந்தது.

அதே நேரத்தில், போர் முனையில் தன்னை மறந்து போரிட்டுக் கொண்டிருந்த அர்ஜுனனுக்கு தன் மகன் இராவான் இறந்த செய்தி தெரிய வந்தன. மிகவும் துயரத்திற்குள்ளானான்.

'ஒரு புதல்வன் இறந்ததற்கே இவ்வளவு வேதனைப்படுகிறாயே. ஒவ்வொரு நாளும் பல மக்களை இழக்கும் திருதராஷ்டிரனின் மனநிலையை எண்ணிப்பார். அப்போது உனக்கேற்பட்ட துயரம் மறைந்து விடும்' என்றான்.

பீமனின் மகன் கடோத்கஜனைத் தோற்கடிக்க, கிருபர், துரோணர், அசுவத்தாமன் என வல்லமை படைத்த வீரர்கள் எதிர்த்து நின்று போரிட்டு, கடோத்கஜனை எதிர்கொள்ள முடியாமல் தோற்றுத் திரும்பினார்கள்.

அசுவத்தாமன் மட்டும் விடாப்பிடியாக சண்டையிட, அவனை தனது மாயத்தால் மயங்க வைத்து விட்டு, கௌரவப்படையைப் பெரிதும் நாசப்படுத்தினான்.

துரியோதனனின் படைவீரர்கள் பயந்து அலறிய வண்ணம் பாசறைக்குத் திரும்பி ஓடிய நேரத்தில், சூரியனும் அஸ்தமித்தான் அன்றையப் போரும் நின்றது...

ஒன்பதாம் நாள் போர்

வழக்கம்போலவே பீஷ்மரிடம், துரியோதனன் புலம்பலானான். 'பிதாமகரே! பாண்டவர்களைத் தோல்வியுறச் செய்ய உங்களுக்கு விருப்பமில்லை என்றால் சொல்லி விடுங்கள்' என்று கேட்டான்.

'துரியோதனா! சிகண்டி ஒருவனை மட்டும் நான் எதிர்த்துப் போரிடமாட்டேன். தவிர, தருமனாக இருந்தாலும் எனக்கு தாட்சண்யம் இல்லை' என்றார்.

இதைக் கேட்ட துரியோதனன், துச்சாதனனிடம் சென்றான். 'தம்பி! நாம் முழுபலத்தையும் பிரயோகிக்க வேண்டும். அதன் மூலம் விரைவிலேயே வெற்றியை நிலைநாட்ட வேண்டும்' என்றான்.

"அவ்விதமே செய்வோம் அண்ணா!' என்று பதிலளித்தான் துச்சாதனன்.

அத்துடன் துச்சாதனனிடம் ஒரு எச்சரிக்கையும் துரியோதனன் செய்தான். 'தம்பி! பீஷ்மர், சிகண்டியைத் தவிர யாருக்கும் இரக்கப்படமாட்டார். அதனால் சிகண்டியிடமிருந்து நாம் பீஷ்மரைக் கண்காணிப்புடன் காக்க வேண்டும்' என்றான்.

அதன் பொருட்டு பீஷ்மரை முன்னிறுத்தி கௌரவ வீரர்கள் சூழ்ந்து பீஷ்மருக்குப் பாதுகாப்புக் கொடுத்துப் போரிட்டனர்.

இதைக் கவனித்த அர்ஜுனன், திருஷ்டத்யும்னனிடம் "நண்பா! சிகண்டியைக் கவசமாகப் பயன்படுத்தி நீ பீஷ்மரைத் தாக்கு. நான் சிகண்டிக்கு ஆபத்தின்றிப் பாதுகாத்துக் கொள்கிறேன்' என்றான்.

இந்த வியூகத்தினால் பீஷ்மர், துரியோதனனுக்கு வாக்குறுதியளித்தபடி பாண்டவப் படையைப் பெரிதும் சின்னாபின்னப்படுத்த முடியவில்லை.

வேறு முனைகளில் போர் கடுமையாக நடைபெற்று வந்தது. அபிமன்யு மிகத் திறமையாகப் போரிட்டுக் கௌரவ சேனையை அழித்து வந்தான்.

அவனை எதிர்த்த அலம்புசன், பலமுறைகளைப் பின்பற்றியும், அபிமன்யுவின் தாக்குதலுக்கு தாக்குப்பிடிக்க முடியாமல் தோற்று ஓடினான்.

அசுவத்தாமாவுக்கும், சாத்யகிக்குக்கும் இடையில் கடும்போர் நிகழ்ந்தது. வெகுநேரம் போராடிய அசுவத்தாமா மூர்ச்சையுற்றான் என்பதைக் கேள்விப்பட்ட துரோணர் தன் புதல்வனைக் காப்பாற்ற விரைந்தார்.

கடுமையாக சாத்யகியைத் தாக்கினார்.

சாத்யகி நிலை தடுமாறும் போது, அர்ஜுனன் சாத்யகிக்கு உதவியாக வந்து துரோணருடன் பலமாகப் போரிட்டான்.

இன்னொருபுறம் பீமனும் கடுமையாகப் போரிட்டுக் கொண்டிருந்தான்.

பீஷ்மரோ தன் மீது அம்புகளைச் செலுத்தும் சிகண்டியை எதிர்க்காமல், அவன் தனது உடலில் ஏற்படுத்தும் காயங்களையும் பொருட்படுத்தாமல், அதற்குப் பதிலாக ஒட்டுமொத்த கோபத்தையும் பாண்டவர் சேனையின்மீது காட்டினார்.

பாண்டவர் சேனை அவருடைய ஆக்ரோஷத் தாக்குதலை எதிர்கொள்ள முடியாமல் திக்குமுக்காடியது.

இதைப் பார்த்த அர்ஜுனன், பீஷ்மரை செயலிழக்கச் செய்யும் விதத்தில் அவரின் மீது தொடர்ந்து பாணங்களைத் தொடுத்தான்.

ஒருவருக்கொருவர் சளைக்காமல், மாறி மாறி அஸ்திரங்களைத் தொடுத்து தாக்கிக் கொண்டார்கள்.

போரிட்டுக் கொண்டிருந்த இரு தரப்பு வீரர்களும்கூட பீஷ்மர் - அர்ஜுனன் போரை வியப்புடன் பார்த்து போரிட்டு வந்தனர்.

ஆனாலும் கிருஷ்ணனுக்கு, அர்ஜுனனின் போர் நிறைவைத் தரவில்லை. பீஷ்மரைத் தாக்குவதில் அர்ஜுனன் தயக்கம் காட்டுவதாக நினைத்தான்.

'பாசத்தால் வசப்பட்டு அர்ஜுனன் மதிமயங்கிப் போய்விட்டான். இவனிடம், பீஷ்மரைக் கொல்லச்

சொல்வதைவிட, நானே பீஷ்மரைக் கொன்று விடுகிறேன்' என்று சக்ராயுதம் எடுக்கப் போனான் கிருஷ்ணன்.

'கிருஷ்ணா! நீ ஆயுதத்தைத் தொடாதே! என்னை நம்பு. நான் என் சபதத்தை நிறைவேற்றுகிறேன். நிச்சயம் பீஷ்மரை வீழ்த்திக் காட்டுகிறேன்' என்று கூறி அர்ஜுனன் சக்கரம் போல் சுழன்று போரிட்டான்.

பலவகை அஸ்திரங்களை விட்டான். பீஷ்மரே நிலை குலைய வேண்டியதாகிவிட்டது.

ஆனால் அதற்குள் சூரிய அஸ்தமனம் வந்தது. போரும் நிறுத்தப்பட்டது.

அர்ஜுனன் ஏமாற்றத்துடன், கிருஷ்ணனுடன் பாசறை திரும்பினான்.

★ ★ ★

பாசறைக்குத் திரும்பிய பாண்டவர்கள் மிகுந்த கவலைப்பட்டார்கள். போகிற போக்குச் சரியில்லை பீஷ்மர், சூறாவளி போல பாண்டவர் படையை அழித்து வருவதே அதற்கான காரணம்.

இந்தக் காரணம் குறித்து கிருஷ்ணனிடம் கூறினான்.

'தருமா! கவலை கொள்ள வேண்டாம். பீஷ்மரின் இறுதிக்காலம் நெருங்கிக் கொண்டிருக்கிறது. தேவர்களையும் வெல்லக் கூடியவன் அர்ஜுனன். அவன் பீஷ்மரை வெல்வான் என்பதில் எந்த மாற்றமுமில்லை.'

'நம்பிக்கை எனக்கு இருக்கிறது. ஆனாலும் எனக்கு ஒரு யோசனை தோன்றுகிறது.'

'சொல்லுங்கள் தருமரே!'

'பிதாமகர் எங்கள் மீது உள்ளார்ந்த அன்புடையவர். அவரிடமே சென்று நாம் வெற்றிபெற வழி என்ன என்று கேட்டால் நல்ல ஆலோசனை கூறுவார்' என்றான்.

இந்த யோசனை சரியானதுதான் என்று எல்லோராலும் ஒப்புக்கொள்ளப்பட்டது. எல்லோரும் அந்த இரவிலேயே அவரது பாசறைக்குச் சென்றனர்.

அனைவரும் பீஷ்மரை வணங்கினார்கள்.

பீஷ்மர் அவர்களை ஆசீர்வதித்து வரவேற்றார்.

‘தருமா! என்னிடம் எதையோ எதிர்பார்த்து வந்திருக்கிறீர்கள் என்பது எனக்குப் புரிகிறது. அஸ்தினாபுரத்தின் அரியணைக்கு பாதுகாப்பாகப் போரிட வேண்டியது என் கடமை. அதைத் தவிர வேறு எதை வேண்டுமானாலும் நீங்கள் கேட்கலாம்’ என்றார்.

‘பிதாமகரே! தர்மம் நிலைக்க வேண்டும் என்று நீங்கள் நினைத்தால் போரில், நாங்கள் வெற்றி பெற வேண்டும். நீங்கள் தோல்வியடைந்தால் தான் அது நடக்கும் என்பது உங்களுக்கே தெரியும். ஆனால் யாராலும் வெல்ல முடியாதவர் நீங்கள், எனவே, உங்களைப் போரில் வெல்ல என்ன வழி என்று நீங்கள் தான் சொல்ல வேண்டும்!’ என்று கேட்டான் தருமன்.

‘ஆம் தருமா! ஆயுதம் ஏந்தி நான் போரில் இருக்கும்வரை என்னை யாராலும் ஜெயிக்க முடியாது. அதனால் நான் ஆயுதத்தைத் துறந்து விட்டால் என்னை வீழ்த்திவிடலாம்’ என்றவர் தொடர்ந்து சொன்னார்.

‘பயந்து பின் வாங்கி ஓடுபவர்கள், பெண்ணால் வெல்லப்பட்டவர். பெண் தன்மை கொண்டர். அலி போன்றவர்களுக்கு எதிராக நான் ஆயுதம் ஏந்தமாட்டேன். எனவே அர்ஜுனா! நாளைய போரில் சிகண்டியை நிறுத்தி என்னோடு போர் நடத்து. அவன் பெண்ணாகப் பிறந்து ஆணாக மாறியவன் என்பதால் அவனை எதிர்த்து நான் போரிடமாட்டேன்.

அப்போது நீ, சிகண்டியின் பின்னாலிருந்து என்னை வீழ்த்தலாம் என்று வழி வகுத்துக் கொடுத்தார்.

இதன் பிறகு அனைவரும் விடைபெற்றுத் திரும்பினார்கள்.

‘இன்று நாம் பின்பற்றிய முறையை மேலும் சிறப்பாகக் கடைப்பிடிக்க வேண்டும். பீஷ்மர் ஓய்ந்து ஒதுங்கும்போது, பாவம் என்று பார்க்காமல் அர்ஜுனன் பீஷ்மரைக் கொல்ல வேண்டும். தருமத்திற்காக அதருமம வழியில் வதைப்பதை இராமபிரானே செய்திருக்கிறான்’ என்றான் கிருஷ்ணன்

பத்தாம் நாள் போர்

சிகண்டியை முன்னால் வைத்துக் கொண்டு அர்ஜுனன் பிதாமகரைத் தாக்கினான். கொழுந்துவிட்டு எரியும் நெருப்பைப்போல் பீஷ்மர் ஜொலித்தார்.

சிகண்டியின் அம்புகள் பீஷ்மரின் மார்பை துளைக்கத் தொடங்கின. அப்போது பீஷ்மருடைய கண்களிலிருந்து தீப்பொறிகள் பறந்தன.

பீஷ்மரின் அந்த அனல் பார்வை சிகண்டியை எரித்துவிடும் போலிருந்தது. அடுத்த நிமிடம் அவர் கோபம் தணிந்து, தம் காலம் வந்து விட்டது என்று எண்ணி பெண் ஜன்மமாகிய சிகண்டியை எதிர்த்துப் பாணங்களை செலுத்தாமலே இருந்தார்.

பார்த்தவர்களுக்கெல்லாம் இது ஒரு வியப்பான விஷயமாகவே இருந்தது.

இதனை அறிந்த துச்சாதனன், சிகண்டிக்கு முன்னே வந்து அவனைத் தடுத்துத் தாக்கினான். அவன் மீது அர்ஜுனன் அடுக்கடுக்காக அம்புகளைச் செலுத்தினான். அத்தோடு துச்சாதனனின் வில்லையும், கவசத்தையும் உடைத்து அவனுடைய தேரையும் முறித்தான். வேறு வழியில்லாமல் துச்சாதனன் பின்வாங்கி ஓடினான்.

அதைத் தொடர்ந்து ஏராளமான கௌரவ வீரர்கள், துரியோதனனின் கட்டளைப்படி பீஷ்மருக்குப் பாதுகாப்பாக வந்து நின்று அர்ஜுனனையும் சிகண்டியையும் தாக்கினார்கள்.

அர்ஜுனன் தனது அஸ்திரங்களை ஆக்ரோஷமாகச் செலுத்தி அவர்களைக் கொன்று குவித்தான்,

சிறிது நேரத்திற்குள்ளே போரின் போக்கினைப் பீஷ்மர் உணர்ந்து விட்டார். ஆனால் மடியும் வரையில் தனது கடமையில் எவ்வித தொய்வும் இருக்கக்கூடாது என்று விரும்பிய பீஷ்மர், அணையப் போகும் விளக்கு சுடர்விட்டு எரிவதைப்போல, மிகவும் ஒளிமயமாகச் சுடர்விட்டுக் கொண்டே தன்னுடைய கணைகளைத் தொடுத்தார்.

வானவில் போன்ற அழகிய பெரிய வில், கதிர்க்கணைகளைப் பரப்பின.

அர்ஜுனன் சிகண்டியை முன்னே நிறுத்திக் கொண்டு மீண்டும் பீஷ்மரைத் தாக்கத் தொடங்கினான்.

கிருஷ்ணனின் ஏவலின் படி தன் மனத்தைக் கல்லாக்கிக் கொண்ட அர்ஜுனன் தன் காண்டீபக் கணைகளைச் சரமாரியாய்ப் பொழிந்தான்.

எதிர்பார்த்த இந்தத் தாக்குதலுக்குப் பின், பீஷ்மர் தன் வில்லை எடுத்து விடுத்தார். சக்தியாஸ்திரமான வில்லை, காண்டீபன் மூன்று கணைகளாக்கி வெட்டி எறிந்தது.

அதைக் கண்டு வெறிகொண்ட பீஷ்மர் கத்தியும் கேடயமும் எடுத்துக்கொண்டு ரதத்திலிருந்து கீழே இறங்கி போர் புரிய முற்பட்டார். அப்போது அர்ஜுனன் தன் அம்புகளால் அவற்றை நொறுக்கினான்.

அதன் பின்னர் கடைசியாக விட்ட அர்ஜுனனின் பாணம் பீஷ்மரின் மர்மஸ்தானத்தைத் தாக்கியது.

அந்தத் தாக்குதலைத் தாங்கமுடியாத பீஷ்மர் ரதத்திலிருந்து கீழே சாய்ந்தார். அவர் உடலின் நாலா பக்கங்களிலும் அர்ஜுனன் விட்ட கணைகளே நீட்டியபடியிருந்ததினால் பீஷ்மரின் உடல் மண்ணைத் தொடவில்லை. அம்புகளையே படுக்கையாக்கி வீழ்ந்தார்.

பாரதப் போரின் பத்தாவது நாளில் பீஷ்மர் ரதத்திலிருந்து கீழே விழுந்தார்.

பீஷ்மர் விழும்போது கௌரவர்களுடைய இருதயங்களும் கூட விழுந்தன என்கிறார் வியாசர்.

பீஷ்மரின் உடல் பாகங்கள் அத்தனையையும் அம்புகள் தாங்கி நின்றன. அவ்வாறு நிலத்தைத் தீண்டாமல் 'அம்பு சயனத்தில் கிடந்த அந்த உடல் புது தேஜசுடன் ஜொலித்தது.'

உடனே போர் நிறுத்தம் அறிவிக்கப்பட்டது. அத்தனை நாட்டு மன்னர்களும், போர் வீரர்களும், கண்ணீர்விட்டபடி, கைகூப்பித் தொழுதபடி பீஷ்மர் கிடக்கும் இடம் தேடி வந்தனர். வரிசையாக வந்து வணங்கி ஆசிபெற்றுச் சென்றனர்.

தருமன், பீமன், நகுல சகாதேவரும் வந்து வணங்கினார்கள்.

அப்போது பீஷ்மர், தருமனிடம் இப்போது திருப்தி தானே என்று கேட்பதுபோலக் கடைக்கண்ணால் பார்த்தார்.

அதைக் கண்ட தருமன் விசும்பியபடியே அவ்விடத்திலிருந்து நகர்ந்தான்.

அடுத்து அர்ஜுனன் வந்தான். குற்றமுள்ள நெஞ்சு குறுகுறுக்கும் என்பது போலிருந்தது அவனது உள்ளம். பீஷ்மரின் பாதங்களில் தனது தலைபடும்படியாக கீழே அமர்ந்து மன்னிப்புக் கேட்பது போலக் கண்ணீர்விட்டான்.

அதைக் கண்டவர், தனது கையால் அவனது தலையைத் தொட்டு ஆசீர்வதித்தார்.

'அர்ஜுனா! தாய் நண்டின் உடலைக் குஞ்சுகள் தாம் துளைக்கும். அதுபோல நான் படுத்திருப்பது சிகண்டியின்

அம்புகள் மேல் அல்ல. உன்னுடைய அம்புகளின் மீது தான் படுத்திருக்கிறேன். அதுவே எனக்கு மிகுந்த மகிழ்ச்சி' என்றார்.

அதைக் கேட்ட அர்ஜுனன் தலை கவிழ்ந்தபடி இருந்தான். உடல் முழுவதும் அம்புகளின் மீது பரத்தப்பட்டிருந்ததால், பீஷ்மரின் தலை ஆதாரமின்றித் தொங்கியது.

'அதனை உணர்ந்த பீஷ்மர் என் தலை தொங்கிக் கொண்டிருக்கிறதே தொங்காத அளவிற்கு ஏதாவது செய்யுங்களேன்' என்றார்.

உடனே துரியோதனன் துச்சாதனனைப் பார்த்துப் பட்டுத் தலையணைகளைக் கொண்டு வரும்படி கூறினான்.

'அதெல்லாம் இந்தத் தலைக்குப் பொருந்தாது' என்றவர் 'அர்ஜுனா! நீ தான் தலை உயரத்தை சரி செய்ய வேண்டும் என்று கேட்டுக் கொண்டார்.

அர்ஜுனனும் தன்னுடைய மூன்று பாணங்களைத் தரையில் குத்தி, அதன் மீது பிதாமகரின் தலையை வைத்தான்.

'அரசர்களே! ஆச்சாரியர்களே! அம்புப் படுக்கைக்கு ஏற்றாற்போலவே அர்ஜுனன் என் தலைக்கு தலையணை போன்றும் அமைத்து சௌகரியம் செய்துவிட்டான்.

ஆனாலும் நான் இப்போது மடிய விரும்பவில்லை. என் தந்தையின் வரத்தின்படி நான் விரும்பியபோது உயிர் துறக்கலாம்.

அப்படி பார்க்கும்போது 'உத்தராயணம்' திரும்பியதும்தான் உயிர் துறப்பேன். அதுவரை என்னை இங்கேயே படுத்திருக்க விடுங்கள். நான் உயிர்துறக்கும் வரை யார் வந்து என்ன வேண்டுமானாலும் கேட்கலாம்.

ஆனால் உங்களில் யார் யார் அதுவரை உயிருடன் இருக்கப் போகிறீர்களோ என்று தன் வருத்தத்தையும் தெரிவித்துக் கொண்டார்.

அதன் பின்னர் அன்புக்குரிய பேரனே! அர்ஜுனா! என் உடல் எங்கும் அம்புகளாகி இருப்பதால் தாகம் அதிகம் எடுக்கிறது. குடிக்கக் கொஞ்சம் நீர் தருகிறாயா? என்று கேட்டார்.

உடனுக்குடன் அர்ஜுனன் காண்டீபத்தை எடுத்தான். கணையைத் தொடுத்தான். நேரே கீழ் நோக்கிப் பூமியில் பாய்ச்சினான். அம்பு பூமியைத் துளைத்தது. அந்தத் துளையிலிருந்து பாதாள கங்கையின் ஊற்றுச் சுரந்து மேல்நோக்கிச் சென்று, வளைந்து திரும்பி பீஷ்மரின் வாயில் பீச்சியது.

ஆவல் தீரக் குடித்துப் போதுமென்று பீஷ்மர் தலையை அசைத்ததும் நீர் நின்றது.

புன்னகை ததும்ப அர்ஜுனனைப் பார்த்த பீஷ்மர், 'பேரா! என் தாயின் அமுதம் கிடைத்தது' என்றார்.

சற்று நேரம் கழித்து துரியோதனனை அழைத்தார் பீஷ்மர். துரியோதனன் அருகில் வந்து, தன்னுடைய சகல வலிமையையும் இழந்தவனைப் போலக் காணப்பட்ட அவனிடம்,

"துரியோதனா! இப்போதாவது நல்லறிவு பெறுவாயாக. அர்ஜுனனின் செயல்களைப் பார்த்தாயா! இன்னும் வீண் பிரமை உனக்கு வேண்டாம். அதருமம் யார் துணையானாலும் வெற்றி பெறாது.

இனியும் தாமதிக்காதே! இந்தப் போர் என்னுடைய பலி தானத்தின் அடிப்படையில் முடிவடையட்டும்.

இருவரும் சமாதானமாக வாழுங்கள். ஒரு கொடியில் பூத்த மலர்களைப்போலச் சிரித்து வாழுங்கள்' என்று கேட்டுக் கொண்டார்.

துரியோதனன் அமைதியாக இருந்தான். தனது வார்த்தைகள் அவனுக்குப் பிடிக்கவில்லை என்பதைப் புரிந்து கொண்ட பீஷ்மர், அவனை நல்வழிப்படுத்த முடியாது என்று எண்ணி தானும் மௌனமானார்.

எல்லோரும் அவரவர் பாசறைகளுக்குத் திரும்பினார்கள்.

இரவு சூழ்ந்த நேரத்தில், பீஷ்மரின் அருகில் கண்களில் நீர் கசிந்த வண்ணம் வந்து நின்றான் கர்ணன். மனம் பதறினான்.

அவர் தன்னை எத்தனை முறை அவமதித்திருந்தாலும், இகழ்ந்து பேசியிருந்தாலும் 'நீர் வீழ்ந்த பின்னரே நான் படைக்குத் தலைமை தாங்குவேன், ஆயுதம் எடுத்துப் போரிடுவேன்' என்று சபதமிட்டிருந்தாலும், அவற்றையெல்லாம் அந்த நேரத்தில் மறந்து விட்டான். தன் குலத்தின் ஆணிவேர் போன்றிருந்த பிதாமகர் என்பது ஒன்றே தலை தூக்கி நின்றது.

பதறியபடியே அவர் அருகே சென்று, 'குருகுலச் செம்மலே! நான் ராதையின் மகன் கர்ணன் வணங்குகிறேன்' என்று கூறிப் பணிந்தான்.

பீஷ்மர் தன் காலடியில் நின்றிருந்த கர்ணனைப் பார்த்து, 'அருகில் வா கர்ணா! என்று அன்புடன் அழைத்தார்.

அருகில் வந்த அவனுடைய தலையைக் கோதியவாறே, ‘பரிதாபத்திற்குரிய கர்ணா! நீ ராதைக்கும், அதிரதனுக்கும் பிறந்த மகன் அல்ல. குந்தியின் முதல் மகன் என்ற விபரத்தினை வியாசரும், நாரதரும் எனக்கு முன்பே சொல்லிவிட்டார்கள்.

‘ஆமாம்! பிதாமகரே! இந்த விஷயத்தை குந்தி தேவியாரே என்னிடம் கூறினார்’ என்றான் கர்ணன்.

பீஷ்மரின் உள்ளத்தில் ஒரு சோகம் கலந்த பரிவு ஏற்பட்டது. அதன்பேரில், ‘கர்ணா! உனக்கு ரொம்ப அழுத்தமான நெஞ்சு. அதனால்தான் சகோதரர்களை எதிர்த்துக் கடைசிவரை நிற்க நினைக்கிறாயோ... வேண்டாம் கர்ணா! உன் சகோதரர்களிடம் ஒற்றுமையாகிவிடு. ஏனெனில் தருமம் அவர்கள் பக்கம் இருக்கிறது. உன் பகைமை என்னோடு தீரட்டும்’ என்று எடுத்துச் சொன்னார் பீஷ்மர்.

‘பிதாமகரே! மன்னிக்கவும். ஊரும், பேரும், குலமும் தெரியாத என்னை வளர்த்தவர்களே தாய் தந்தையர் ஆவர். என்னை நண்பனாக்கி, ஒரு நாட்டின் மன்னனாக்கி, தன் செல்வத்தையெல்லாம் வாரி வழங்க அதிகாரம் கொடுத்து, அதனால் உண்டாகும் புகழையும் பலனையும் எனக்கே கொடுத்த துரியோதனனுக்கு நான், உயிரைக் கொடுப்பேன்.

நீங்கள் இப்போது, உங்கள் கடமையை முடித்துக் கொண்டு, என்னை மட்டும் கடமையை மீறச் சொல்லலாமா? என்று கேட்டான் கர்ணன்.

கர்ணனின் உறுதி தவறாத கடமையுணர்ச்சி பீஷ்மரைப் பெரிதும் மகிழ்வுறச் செய்தது.

‘கர்ணா! உன்னை மனமாரப் பாராட்டுகிறேன். இருந்தாலும், உன்னை நினைத்து வெதும்பும் பெற்ற மனத்தைப் பற்றிச் சற்றுச் சிந்தித்துப் பார்’ என்றார் பீஷ்மர்.

‘விபரம் தெரிந்த நாள் தொட்டு நான் அனுபவித்த மனவேதனைகளுக்கு யார் காரணம்? என் தாய்தானே. அந்த வேதனைகள் அத்தனையையும் களைந்து மனப்புண்ணுக்கு மருந்து கட்டியவன். எனக்கும் சரிநிகராக சிம்மாசனம் அளித்தவன் யார்? துரியோதனன் தானே. அவனுக்கு நான் துரோகம் செய்யலாமா! சொல்லுங்கள் குருவே!’

‘கர்ணா நீ சொல்வதெல்லாம் உண்மைதான்’

‘அப்படியென்றால் என்னை ஆசீர்வதியுங்கள் குருவே!’

'ஆசீர்வதிக்கிறேன். நீ என்றும் சரித்திரத்தில் வாழ்வாய். ஆனால், தருமம் தோற்றதாக சரித்திரம் வழிகாட்டக் கூடாது' என்று கூறிப் புன்னகைத்தார்.

கர்ணனால் அதை ஒப்புக்கொள்ள முடியவில்லை.

'குருகுலத் தலைவரே! தேவ விரதரே! உம்மைவிடத் தருமத்தைக் கடைப்பிடித்தவர்கள் யார்? சத்தியத்திற்குக் கட்டுப்பட்டவர் யார்? கடமைக்காக உயிரை விடக் காத்திருப்பவர் யார்? நீர் சிகண்டியின் அம்பினால் அடிபட்டு வீழ்ச்சியுற்றால், தருமம் எப்படி வென்றதாகச் சரித்திரம் கூறமுடியும்! அதனால் துரியோதனன் அதர்மத்தின் வழியே சென்றாலும் அவனுக்கு வெற்றி கிடைக்க வேண்டும் என்பதே என் பிரார்த்தனை.

சிகண்டியை முன்னே நிறுத்தி, அர்ஜுனன் தங்கள்மீது கணை தொடுத்தது தருமமா? அதற்கு தருமரும் உடந்தையாக இருந்தது தருமமா? சத்திரியனுக்கு வீரம் மட்டுமே தருமம். அர்ஜுனன் அதையும் மீறி அதர்மம் புரிந்தான். ஆகையால் அவர்களின் பக்கமும் தருமம் இல்லை என்று கூறினான் கர்ணன்.

கர்ணனின் தூய உள்ளத்தையும், அவனுடைய நியாயமான நல்லெண்ணத்தையும் உணர்ந்து கொண்ட பீஷ்மர், 'நட்பைப் புனிதமாகப் போற்றுபவனே! உனது விருப்பம் போலவே செய். கௌரவப் படையைக் காத்து, துரியோதனனுக்கு வெற்றியைத் தேடித் தர முயற்சி செய்' என்று ஆசீர்வதித்து அனுப்பினார்.

துரோணரின் தலைமையின் கீழ் பதினோராம் நாள் போர்

பீஷ்மர் வீழ்ந்ததினால் கௌரவப்படைக்கு யாரை சேனாதிபதியாக நியமிப்பது என்று துரியோதனனும், கர்ணனும் ஆலோசித்தார்கள்.

'போர் வீரர்கள் அனைவருக்கும் போர்ப் பயிற்சி அளித்த துரோணாச்சாரியாரை சேனாதிபதியாக்குவதே கௌரவப் படைக்கு வலுவாகவும், பலனாகவும் இருக்கும். அது மட்டுமல்லாமல், ஆயுதம் ஏந்தியவர்களில் சிறந்த வரும் அவரே, அவருக்கு நிகராக சத்திரியன் எவனும் இல்லை'.

'அவரையே தலைவராக நியமனம் செய்வோம்' என்று கர்ணன் ஆலோசனைக் கூறினான்.

அதையே துரியோதனனும் ஒப்புக் கொண்டான்.

இதனால் மனம் நெகிழ்ச்சியடைந்த துரோணர்: 'துரியோதனா! பீஷ்மருக்குப் பின் என்னை படைத்தளபதியாக்கி கௌரவப்படுத்திய உனக்கு நான் என்ன செய்ய வேண்டும் கேள்' என்றார்.

'ஆச்சார்யாரே! பாண்டவர்களில் மூத்தவனான தருமனை உயிருடன் பிடித்துக் கொண்டு வரவேண்டும். இதை நீங்களே செய்து முடித்தால் மிகவும் மனம் மகிழ்வேன்' என்றான் துரியோதனன்.

இவ்விதம் துரியோதனன் கேட்டது துரோணருக்கு வியப்பாக இருந்தது.

'தருமனைக் கொல்ல வேண்டும்' என்று விரும்பாமல் அவனைப் பிடித்துத் தருமாறு நீ கேட்டது. என் மனதுக்கு மிகுந்த திருப்தியைத் தருகிறது. இதிலிருந்து தருமன் உயிருடன் இருக்க வேண்டும் என்று நீ விரும்பும் நல்ல எண்ணம் எனக்குப் புரிகிறது. அதுவும் பாதி ராஜ்ஜியத்தை அவனிடமே திருப்பித் தந்து சமாதானம் செய்துகொள்ள விரும்புகிறாய் அப்படித்தானே' என்று ஆவலுடன் கேட்டார் துரோணர்.

அதைக் கேட்ட துரியோதனன், வஞ்சகமாகச் சிரித்து பதில் சொல்லலானான்.

'ஆச்சாரியாரே! தருமனைக் கொன்று விடுவதின் மூலம் போர் ஒரு முடிவுக்கு வந்து விடும் என்று சொல்வதற்கில்லை. அப்படிச் செய்தால் பாண்டவர்கள் நம்மைக் கொல்லாமல் விடமாட்டார்கள்.

அதற்காக நான் என்ன செய்ய நினைத்திருக்கிறேன் என்றால்...

'சொல்லு துரியோதனா!' என்று துரோணர் கேட்டார்.

அதற்கு துரியோதனன் தருமனை மீண்டும் சூதாட்டத்தில் ஈடுபடுத்தி சகுனியின் மூலம் அவனைத் தோற்கடிப்பதின் மூலம் பாண்டவர்கள் அனைவரையும் மீண்டும் காட்டுக்குத் துரத்துவேன். இதற்காகத்தான் தருமனை உயிருடன் பிடித்து வருமாறு தங்களிடம் கேட்டுக் கொண்டேன் என்றான்.

துரியோதனன் கூறிய இந்த பதிலால் துரோணருக்கு சற்று ஏமாற்றமாக இருந்தாலும், தருமனை கொல்ல வேண்டிய அவசியமில்லை என்பதனை அறிந்து துரோணர் சற்று மன ஆறுதல் கொண்டார். ஆனாலும் அப்படியே செய்கிறேன் என்று ஒப்புதல் அளித்தார் துரோணர்.

இச்செய்தி பாண்டவர்களுக்கு ஒற்றர்கள் மூலம் உடனே எட்டியது.

பாண்டவர்கள் அதற்கேற்றவாறு, உத்திகளை வகுத்துக் கொண்டனர். எப்போதும் தருமனுக்குப் பாதுகாப்பு குறைவில்லாமல் பார்த்துக் கொண்டதோடு, எந்த நிலையிலும் போர்க்களத்தில் முன்னணிக்கு வரவிடாமல் படையின் நடுவில் நிறுத்தினார்கள்.

துரோணர் தலைமையில் நடக்கும் முதல் போர் என்பதினால் அதிதீவிரமாக படைகளை முடுக்கிவிட்டார்.

அதற்குத் தகுந்தாற்போல தருமன், தன் கூறிய பாணங்களை ஆச்சாரியார் மேல் தொடுத்தான்.

உடனே துரோணர் மிகவும் சாமார்த்தியமாக, தருமன் மீது அம்பு அடிபடாமல், தேர், தேர்க்கொடி, தேர்த்தட்டு, வில், அம்பு ஆகியவற்றைக் குறிபார்த்து அடித்தார்.

வில்லிழந்த தருமனின் தேரினை வெகுவிரைவாக நெருங்கினார் துரோணர்.

இதைக்கண்ட திருஷ்டத்யும்னன் தன் பாணங்களால் தடுத்து நிறுத்த முயன்றான் முடியவில்லை.

அப்போது அர்ஜுனன் திடீரென்று அங்குவந்து சேர்ந்தான் காண்டீபத்தை வெகு விரைவாக இயக்கினான், காண்டீபம் இடைவிடாது கணைகளைக் கக்கின.

அந்தக் கணைகளின் முன்னால் துரோணரால் நிற்க முடியவில்லை. கணைத் தாரைகளில் நனைந்தார்.

கணைகளால் வானத்தை மூடியதுபோல் ஓர் உணர்வு எல்லோருக்கும் உண்டாகியது. வானில் சூரியனே மறைக்கப் பட்டதுபோல மாலையும் வந்தது.

தோல்வியைத் தவிர்க்க நினைத்த கௌரவ சேனையினர், உடனடியாகப் போரினை நிறுத்திவிட்டுப் பாசறைகளுக்குப் புறப்பட்டனர்.

பகதத்தன் வதம்
பன்னிரண்டாம் நாள் போர்

'முதல் நாளிலேயே தருமனை துரோணர் பிடிக்காது விட்டுவிட்டாரே' என்று துரோணர்மீது குறைபட்டுக் கொண்டான் துரியோதனன்.

அதனை அறிந்த துரோணர் 'துரியோதனா! உன் எண்ணத்தினை நான் அறிவேன். ஆனால் அர்ஜுனன் தருமன் அருகில் இருக்கும் வரை தருமனைப் பிடிப்பதென்பது சாத்தியமில்லை. அதனால் அவனை எப்படியாவது தருமனை விட்டு விலக்கி வெகுதூரம் கொண்டு போய்விட்டால், தருமனை நான் பிடித்து விடுவேன்' என்றார்.

துரோணர் சொன்னது போலவே அர்ஜுனனை திசை திருப்புவதற்காக திரிகர்த்த தேசத்து மன்னனான சுசர்மனையும், அவனுடைய சகோதரர்களையும் ஏற்பாடு செய்தான் துரியோதனன்.

அந்தச் சகோதரர்கள் அர்ஜுனன் முன் சென்று 'அர்ஜுனா, வா! வந்து எங்களுடன் போரிடு' என்று வஞ்சகமாக அழைத்தனர்.

ஒருவர் போரிட அழைக்கும்போது அதை மறுப்பது வீரத்துக்கே அவமானம் என்பதாலும், அது சத்திரிய தர்மம் அல்ல என்ற காரணத்தினாலும் அர்ஜுனன் அவர்களுடன் போரிடச் சென்றான்.

அதற்குமுன் தருமனுக்குப் பாதுகாப்பாக பாஞ்சால அரச குமாரன் சத்ய ஜித்தை நியமித்துவிட்டுப் போனான் அர்ஜுனன்.

அவன் விலகிப் போனதைக் கண்ட துரோணர், தருமனைப் பிடிப்பதற்காக அவனை நோக்கிச் சென்றார்.

ஆனால், அவரை முன்னேற விடாமல் திருஷ்டத்யும்னன் இடைமறித்துத் தாக்கினான். இருப்பினும் துரோணர் அவனைத் தவிர்த்துவிட்டு தருமனை நோக்கிச் சென்றார்.

துரோணர் நெருங்கி தன்னுடன் போர் புரிய வந்துள்ளது, தருமருக்கு ஒருபக்கம் பயம் இருந்தாலும், மறுபக்கம் அதை வெளியே காட்டிக் கொள்ளாமல் துரோணரை எதிர்த்துப் போரிட்டான்.

அப்போது அர்ஜுனனால் தருமனுக்குப் பாதுகாப்பாக நியமிக்கப்பட்டிருந்த சத்ய ஜித்தும், துரோணரை தனது பாணங்களால் தாக்கினான்.

துரோணரோ இருவரையும் ஒன்று சேர எதிர்த்துப் போரிட்டார்.

அப்போது பாண்டவர் சேனையின் வீரர்கள் பலரும் தருமனுக்குத் துணையாக வந்தனர்.

வந்த பாண்டவர் சேனை துரோணரை சுற்றி வளைத்து, நாலாத்திசைகளிலிருந்து தாக்கத் தொடங்கினார்கள்.

இதைக் கண்ட துரியோதனன், தனது கௌரவ சகோதரர்கள் பலரையும் அழைத்துக் கொண்டு துரோணரைப் பாதுகாப்பதற்காக விரைந்தான்.

அவர்களைத் தடுத்து நிறுத்தித் தாக்கினான் பீமன்.

துரியோதனனுக்கும் பீமனுக்கும் மிக உக்கிரமாக போர் நடந்தது.

இதனை அறிந்த பகதத்தன் என்னும் மன்னன், துரியோதனனுக்கு உதவ யானையின் மீது ஏறிவந்தான்.

அவன் ஏறி வந்த யானை 'சுப்ரதீகம்' இந்திரனின் ஐராவத யானைக்கு நிகரானது.

பகதத்தன், பீமனையும் அவனுடைய வீரர்களையும் அற்புத மான அஸ்திரங்களைக் கொண்டு தாக்கி காயப்படுத்தினான்.

பகதத்தனின் யானையோ வெறியுடன் பிளிறியது. அதனால் பீமனின் குதிரைகள் மிரண்டுபோய் ரதத்தை இழுத்துக்கொண்டு போர்க்களத்தைவிட்டு ஓடின.

ஸம்சப்த சகோதரர்களுடன் போரிட்டுக் கொண்டிருந்த அர்ஜுனன் யானையின் பிளிறல் சத்தத்தைக் கேட்டதும் பதறிப் போனவன், கிருஷ்ணனை நோக்கி,

"இது பகதத்தனின் யானையான. சுப்ரதீகத்தின் பிளிறல்தானே!" என்று கேட்டான்.

'ஆமாம்! என்று பதில் கூறினான் கிருஷ்ணன்.'

'அவனால் தருமருக்கு ஆபத்து நேர்ந்திருக்குமோ' என்று அச்சமாகக் கேட்டான்.

'அர்ஜுனா! நீ ஸம்சப்த சகோதரர்களை முதலில் வீழ்த்தி விடு... அப்புறம் செல்வோம்' என்றான் கிருஷ்ணன்.

கோப ஆவேசத்துடன் ஸம்சப்த சகோதரர்களை வீழ்த்தி விட்டுப் புறப்பட்டான்.

பகதத்தன் வயோதிகன் என்றாலும் இளைஞனைப் போலவே போரிட்டுக் கொண்டிருந்தான். பாண்டவர் படை அவனது தாக்குதலைச் சமாளிக்க முடியாமல் திணறியது.

அதனைப் பார்த்துக் கொண்டே வந்த அர்ஜுனன் மிகுந்த கோபத்துடன் பகதத்தனைத் தாக்கலானான்.

தொடக்கத்திலேயே அர்ஜுனனை அழித்து விட வேண்டுமென்று எண்ணிய பகதத்தன், மிகவும் சக்தி வாய்ந்த 'வைஷ்ணாவா ஸ்திரம் என்ற அஸ்திரத்தை அர்ஜுனன் மீது பியோகித்தான். அதிவேகத்தோடு அர்ஜுனனை அழித்து விடப் பாய்ந்து வந்தது அந்த அஸ்திரம்.

அது வலிமையுடன் வந்து அர்ஜுனனைத் தாக்கும் முன்பாக, கிருஷ்ணன் தனது மார்பில் அந்த அஸ்திரத்தைத் தாங்கிக் கொண்டான். அப்போது அது 'வைஜயந்தி' என்ற மாலையாகி அவனுடைய கழுத்தை அலங்கரித்தது.

அதன் பின்னர் கிருஷ்ணன் அர்ஜுனா! பகதத்தனைப் பார். அவன் தனது வயதின் காரணமாக சதைகள் தொங்கிக் காணப்படுகிறான்.

அத்துடன் தனது கண்களை மூடும் சதையை, பட்டுத் துணியால் தூக்கிக் கட்டியிருக்கிறான். நீ அம்பை எய்தி அவனுடைய தலைப்பாகையை அறுத்து விடு.

அப்போது அவனுடைய சதைகள் கீழே விழ விழுந்து கண்களை மறைக்கும். அதன் காரணமாகப் போரிட முடியாமல் தடுமாறுவான். அந்தச் சமயத்தில் பாணத்தை எய்து அவனைக் கொன்று விடு என்று ஆலோசனை கூறினான்.

அந்த ஆலோசனையை ஏற்ற அர்ஜுனன், ஒரு பாணத்தின் மூலம் பகதத்தன் அணிந்திருந்த பட்டுத் துணியை அறுத்தான். சதைகள் தொங்கி பகதத்தனின் பார்வையை மறைத்தது. பார்வையிழந்த பகதத்தனை மற்றுமொரு பாணத்தை எய்தி உயிரை வதம் செய்தான்.

அதன் பின்னர் தருமனுக்குத் துணையாக நின்று சகுனியின் இரு சகோதரர்களைக் கொன்று, கௌரவ வீரர்கள் பலரையும் வதம் செய்தான்.

பகதத்தனை வதைத்த பெருமையோடு அர்ஜுனன் துரோணரிடம் திரும்பினான். துரோணரைக் காக்க நின்ற கர்ணன், அர்ஜுனனுடன் மோதினான்.

எடுத்த எடுப்பிலேயே இரு வீரர்களும் கனல் கக்கும் பாணங்களுடன் மோதினர். வெகுநாட்களாக வளர்ந்த பகைமை நேருக்கு நேர் நின்று அனல் கக்கியது.

அர்ஜுனனுக்கு உறுதுணையாகத் திருஷ்டத்யும்னன், சாத்யகி இருவரும் தங்களது வில்களை ஏந்திப் பாணங்களைத் தொடுத்தனர்.

கர்ணனுக்குப் பக்கபலமாகத் துரியோதனனும், ஜயக்ரதனும் இருந்தனர்.

போர் தொடரும் நிலையில் சூரியன், தன் மகன் கர்ணனின் போரைப் பார்க்க நேரமில்லை என்று கூறுவதைப் போல மேற்கு திசையில் மறைந்துவிட்டான். போரை நிறுத்திய படைகள் பாசறைகளுக்குத் திரும்பின.

அபிமன்யு வதம்
பதின்மூன்றாம் நாள் போர்

பதின்மூன்றாம் நாள். துரோணர் தனது சேனையை யாராலும் எளிதில் உடைக்க முடியாத ‘தாமரைப்பூ’ போன்ற வியூகமாக அமைத்திருந்தார்.

அந்த வியூகத்தைப் பிளக்கக்கூடியவன் அர்ஜுனன் மட்டும்தான். அவன் கவனத்தைத் திசை திருப்பும் பொருட்டு நேற்று வீணாக போருக்கு அழைத்த ஸம்சப்தர்கள் மீண்டும் தங்களுடன் போரிடுமாறு அறை கூவல் விடுத்தார்கள்.

அவனும், துரோணரின் வியூகத்தில் நாட்டம் செலுத்தாமல் ஸம்சப்தர்களுடன் போரிடச் சென்றான்.

அந்த சகோதரர்கள் போரிட்டுக் கொண்டே அர்ஜுனனை தென் திசைக்கு அழைத்துச் சென்றார்கள். அங்கே அவர்களுக்குள் பெரும்போர் நடைபெற்றது.

இங்கே, துரோணரின் பத்ம வியூகத்தை உடைக்க பாண்டவர்படை பெரும் முயற்சி செய்தது.

பீமன், திருஷ்டத்யும்னன், துருபதன், கடோத்கஜன், சிகண்டி, சாத்யகி என எல்லோரும் எதிர்த்துப் போரிட்டும், பத்ம வியூகத்தைப் பிளக்கவே முடியவில்லை.

அதைப் பயன்படுத்திய துரோணர் அதிவேகத்துடன் பாண்டவர் படையை சின்னாபின்னாப்படுத்தி வந்தார். அவரை எப்படித் தடுப்பது என்று புரியாமல் திகைத்தான் தருமன்.

திருஷ்டத்யும்னன், பீமன் ஆகியோருடன் கலந்தாலோசித்தான். அப்போது, அர்ஜுனன் தன் மகன் அபிமன்யுவுக்கு பத்மவியூகத்தைத் தகர்ப்பதற்கான பயிற்சி அளித்துள்ளான் என தருமனிடம் சொன்னார்கள்.

அதன் பொருட்டு அபிமன்யுவை அழைத்தான். வந்த அபிமன்யுவிடம், 'குழந்தாய், அபிமன்யு. இந்த பத்ம வியூகத்தைத் தகர்க்க உனது தந்தை இல்லாது போனது நம் துரதிர்ஷ்டம். நீ இந்த வித்தையை உன்னுடைய தந்தையிடம் கற்றிருப்பதாகக் கேள்விப்பட்டேன். உன்னால் பத்ம வியூகத்தை உடைக்க முடியுமா! என்று கேட்டான்.

'தந்தையே! எனது தந்தை வியூகத்தை உடைத்து உள்ளே நுழைய மட்டும் கற்றுக் கொடுத்துள்ளார். ஆனால் அதிலிருந்து விடுபட்டு வெளியேறுவதற்கு இன்னும் பயிற்சி தரவில்லை' என்றான் அபிமன்யு.

'பரவாயில்லை மகனே! வியூகத்தை உடைத்தாலே போதும். நீ உடைத்து உள்ளே நுழை. அந்த வழியின் பிளவைப் பயன்படுத்தி நான், சாத்யகி, திருஷ்டத்யும்னன், பீமன் ஆகியோர் வருகிறோம். எல்லோரும் சேர்ந்து வியூகத்தைச் சிதைத்து, துரோணரின் திட்டத்தையும் குலைப்போம்' என்றான் தருமன்.

அதைக் கேட்ட அபிமன்யுவுக்கும் இப்படியொரு சாகசத்தை செய்ய வேண்டும் என்பதில் ஆர்வம் ஏற்பட்டது. அதன் விளைவாக 'தந்தையே! தங்கள் ஆணையினை மேற்கொள்ள விழைகிறேன்' என்று கூறியவன், படைக்கு முன்னணியில் சென்றான். அங்கிருந்த தேர்ப்பாகனிடம், 'பாகனே! தேரை, கௌரவ சேனையை நோக்கிச் செலுத்து' என்று கூறி தேரில் ஏறிப் புறப்பட்டான்.

அவனது தேரின் பின்னே மற்ற தேர்களும் பின் தொடர்ந்தன.

சிறிது தூரம் சென்ற பின்னர், தேர்ப்பாகன், தேரினை நிறுத்தி, 'இளவரசே! நீர் இளம் வயது கொண்டவர். அனுபவம் உங்களுக்கு குறைவு, உங்கள் தந்தை அர்ஜுனன் ஒருவராலேயே பத்மவியூகத்தை உடைத்து போரிட முடியும். அதனால் போருக்குச் செல்லாமல் திரும்புவது நல்லது' என்றான்.

போருக்கென புறப்பட்டு பாதி தூரம் வந்த பிறகு, திரும்பிச் செல்வது என்பது சத்திரிய வீரனுக்கு அழகல்ல. பரவாயில்லை. என் தந்தை எனக்குக் கற்று தந்த வித்தையினைக் கொண்டு போரிடுகிறேன் என்று துணிவுடன் கூறி தேரினை இயக்கிடச் செய்தான்.

அபிமன்யுவின் இளமை வேகம் அவனை வெகுவாக முன்னேறச் செய்தது. முன்னேறி வந்த அபிமன்யுவின் வேகத்தைத் தணித்திட துரோணரும் மற்ற வீரர்களும் கணைகளைத் தொடுத்தனர்.

அவைகளை எதிர்கொண்டு, அபிமன்யுவும், அவனுக்குப் பின்னே வந்த பீமன் போன்ற பாண்டவர்களும் அஸ்திரங்களை எதிர்த் தாக்குதல் தொகுத்தனர்.

'எதிரி யாரும் வியூகத்தைப் பிளக்க வந்தால் முதலில் கடுமையாக எதிர்த்து, பிறகு களைத்தவர்கள் போல் வழிவிடுங்கள். அவர்கள் உள்ளே நுழைந்ததும் மறுபடியும் முகப்பு அணி மூடி மறைந்து மற்றவர்களை நுழையவிடாமல் கடுமையாகத் தாக்குங்கள். எத்தனை உயிர்கள் பலியானாலும் மறுபடியும் வியூகம் உடையாமல் பார்த்துக் கொள்ளுங்கள். உள்ளே நுழைந்த படையை வழிவகுத்து வெகுதூரம் உள்ளுக்குள் இழுத்துச் சென்று விடுங்கள்' என்று தனது திட்டத்தை முன் கூட்டியே துரோணர் கௌரவ சேனையினர்க்கு சொல்லியிருந்தார்.

அதன்படியே, அபிமன்யு தேரில் வரவே, கௌரவ வியூகம் பலவீனப்பட்டுப் பிளப்பது போல தந்திரம் செய்தது. அதனைப் பயன்படுத்திய அபிமன்யு தேருடன் உள்ளே நுழைந்தான்.

அம்பு மழை பொழிந்து எதிரே நின்ற வீரர்களை வீழ்த்திப் பாதையை உண்டாக்கினான்.

இதைக் கண்ட பாண்டவ சேனை வெற்றி முழக்கம் செய்து உவகையினை வெளிப்படுத்திய வண்ணம் உள்ளே நுழைந்து முன்னேறியது.

ஆனால் திட்டமிட்டபடி பீமன், திருஷ்டத்யும்னன், தருமன், சாத்யகி முதலானவர்களால் அவனைப் பின் தொடர்ந்து உள்ளே நுழைய முடியவில்லை.

அவர்கள் ஒருவரைக்கூட வியூகத்தினுள் நுழையவிடாமல் ஆக்ரோஷமாகத் தடுத்தான் ஜயக்ரதன்.

துரியோதனனின் சகோதரி துச்சலையின் கணவனும், சிந்து நாட்டின் மன்னனுமான ஜயக்ரதன். முன்பு ஒருமுறை சிவபெருமானிடம் வரம் ஒன்றினைப் பெற்றிருந்தான்.

அந்த வரமாவது போர்க்களத்தில் நான் ஒருவனாக தனித்து நின்று பாண்டவர்கள் அனைவரையும் தடுத்திடும் ஆற்றல் கொண்ட வரம் வேண்டும் என்று சிவபெருமானிடம் கேட்டிருந்தான்.

அவனது தவத்தை மெச்சிய சிவபெருமானும்: ஜயக்ரதா! நீ வேண்டும் வரத்தை யாம் அளிக்கிறோம். ஆனால் ஒரே ஒரு முறை மட்டுமே அதனை நீ சாதிக்க முடியும் என்று அருளியிருந்தார்.

இப்போது அந்த வரம் அவனுக்கு கைகூடவே, தருமன், பீமன், முதலான அனைவரையும் தனி ஒருவனாக நின்று வியூகத்தினுள் நுழையவிடாமல் தடுத்தான்.

பாண்டவர்கள் போராடி வியூகத்தினுள் நுழைய முயற்சிப்பதற்குள் கௌரவ வீரர்கள் வியூகத்தை நன்றாக மூடி பலப்படுத்தினார்கள்.

தன்னந்தனியாளாக வியூகத்தில் சிக்கிக் கொண்டான் அபிமன்யு.

அவனை கௌரவப்படை சூழ்ந்து கொண்டு தாக்கியது.

கொஞ்சமும் கலவரமேயில்லாமல் தன்னை எதிர்த்து நின்ற வீரர்களையெல்லாம் பாணங்களை எய்தி மளமளவென்று கொன்று குவித்தான் அபிமன்யு.

அவனுடைய அஸ்திரங்கள் ஒன்று நூறாகி, கௌரவப் படையை மிகப் பயங்கரமாக நாசப்படுத்தியது.

அவனை எதிர்த்த துரியோதனன் அபிமன்யுவின் பாணங்களால் தாக்கப்பட்டு மூர்ச்சித்துக் கீழே விழுந்தான்.

அபிமன்யு சிறுவன் என்றும் பாராமல், போரின் தர்மத்தை மீறிடும் வண்ணம் திருபர், அசுவத்தாமன், கர்ணன் போன்ற மகாவீரர்கள் ஒரே சமயத்தில் அவனை மொத்தமாகத் தாக்கினார்கள்.

அத்தனை பேருக்கும் ஈடுகொடுத்துப் போரிட்ட அபிமன்யுவின் வீரம் எல்லோரையுமே வியக்க வைத்தது

‘அப்பன் அர்ஜுனனுக்குத் தப்பாத பிள்ளை அபிமன்யு. இவனுக்கு நிகரான வீரன் நம்மிடம் இல்லையே’ என்று மனம் திறந்து பாராட்டினார் துரோணர்.

அந்த நேரத்தில் மயக்கம் தெளிந்திருந்த துரியோதனன், துரோணர் சொன்னதைக் கேட்டு பெருங்கோபம் கொண்டான்.

‘கர்ணா! அபிமன்யு தனது மாணவன் என்பதாலும், தன்னுடைய அபிமானச் சீடன் அர்ஜுனனின் மகன் என்பதாலும் துரோணர் அவனை வீழ்த்தத் தயங்குகிறார் போலிருக்கிறது. எனவே, நமது படையை நாசம் செய்து கொண்டிருக்கும் அந்தச் சிறுவனைக் கொன்று விடு’ என்று கட்டளையிட்டான்.

அதனை சிரமேற்கொண்ட துச்சாதனன் சென்று ஆவேசத்துடன் அபிமன்யுவை எதிர்த்தான். சிறிது நேரத்திலேயே அபிமன்யுவின் பாணத்தால் அடிபட்டு மயங்கி விழுந்தான்.

மேலும், அபிமன்யுவைத் தாக்க முனைந்தவர்கள் எல்லோருமே அடுத்தடுத்து பிணங்களானார்கள்.

துரியோதனனின் மகனான லட்சுமணனும் அபிமன்யுவால் கொல்லப்பட்டான்.

மகன் கொல்லப்பட்ட ஆத்திரத்தில் துரியோதனன் கத்தலானான். ‘ஆச்சாரியாரே! பிசாசு போல இயங்கும் இந்த அபிமன்யுவை வதம் செய்யுங்கள்’ என்று கர்ஜித்தான்.

துரோணர் ஒரு முடிவுக்கு வந்தவராக கர்ணனிடம் சொல்லலானான்.

‘கர்ணா! அபிமன்யுவை வீழ்த்துவது மிகவும் கடினம். அவன் அணிந்திருக்கும் கவசத்தை எளிதில் உடைக்க முடியாது. இந்தக் கவசம் பூட்டும் வித்தையை நான் அர்ஜுனனுக்குச் சொல்லித் தந்தேன். அவன் தன் மகனுக்குக் கற்றுக் கொடுத்திருக்கிறான். அதனால் கவசத்தை உடைத்து அவனைக் கொல்வது சாத்தியமல்ல. அவனுடைய வில், நாண் கயிறு போன்றவற்றை அறுத்தும், குதிரைகளையும் ரதத்தின் சாரதியையும் கொன்று தான் அபிமன்யுவைக் கொல்ல முடியும். அவைகளையெல்லாம் இவன் எதிரே நின்று செய்வது என்பது முடியாத காரியம். அதனால் பின்புறத்திலிருந்து நீ தாக்கு. முன்புறம் நான் பார்த்துக் கொள்கிறேன்’ என்றார்.

துரோணர் சொன்னது இந்த தர்மநியதியினை விலக்குவது போன்றுள்ளதே. இது சரியான யோசனை அல்ல. மகா

அதர்மத்துக்கு ஈடானாது என்று கர்ணன் சற்று தயங்கினான். ஆனாலும் கௌரவப் படையைத் தொடர்ந்து நாசப்படுத்திக் கொண்டிருக்கும் அபிமன்யுவை வீழ்த்தியே ஆக வேண்டும் என்ற கட்டாயத்துக்குக் கட்டுப்பட்டான்.

அதனை மையமாகக் கொண்டு அபிமன்யு தனது வீரதீரச் செயல்களை நடத்திக் கொண்டிருக்கும்போது, கர்ணன் அவனை வீழ்த்துவதற்கான ஆயத்த பணியிலீடுபட முனைந்தான்.

மற்றவர்கள் அபிமன்யுவை சூழ்ந்துகொண்டு அடுக்கடுக்காக அம்புகளைப் பொழிந்தார்கள். அந்த நேரத்தில் கர்ணன், துரோணர் சொன்னது மாதிரி அபிமன்யுவின் கவசத்தை பிளந்தான்.

இத்தனை இக்கட்டான நிலையிலும் அபிமன்யு கொஞ்சம் கூட மனம் தளராது தொடர்ந்து வீர சாகசங்கள் நிகழ்த்தினான்.

அசுமகன் என்பவன் தன் ரதத்தை வேகமாக ஓட்டி அபிமன்யுவின் மேல் ஏற்ற முயன்றான். அவனை ஒரே பாணத்தால் வீழ்த்தினான் அபிமன்யு.

பல வீரர்கள் அவனது வீரத்தைக் கண்டு புறங்கட்டி ஓடினார்கள். அவனால் கடுமையாகத் தாக்கப்பட்டு வீழ்ந்த துச்சாதனனின் மகன், கோபம் கொண்டு கதாயுதத்துடன் ஓடி வந்தான்.

அபிமன்யு எதிர்பாராத நேரத்தில் அவனுடைய தலையில் ஓங்கியடித்து மண்டையைப் பிளந்தான். கர்ணனும் பின்பக்கமிருந்து பாணம் விட்டு வதம் செய்தான்.

கடைசி நேரம் வரையிலும் கௌரவர்களைக் கதிகலங்க வைத்த இளம் வீரனான அபிமன்யு மண்ணில் விழுந்தான். அவன் உயிர் உடலை விட்டுப் பிரிந்தது.

கர்ணன் அபிமன்யுவை வதம் செய்தது பற்றி மகிழ்ந்து வெற்றிச் சங்கு ஊதினர். களிப்பு மிகுதியினால் ஆடிப் பாடி மகிழ்ந்தனர்.

அதைக் கண்ட தருமனின் மகன் 'யுயுச்சு' ஆத்திரமடைந்தான். மூடர்களே! நீங்கள் செய்த அயோக்கியத் தனத்திற்கு எக்காளம் வேறா! என்று திட்டித் தீர்த்தான்.

அந்த சமயத்தில் சூரியனுடைய அஸ்தமனமும் ஏற்பட்டது. அன்றைய போரும் முடிவுக்கு வந்தது.

அன்றைய இரவு.

பாசறைக்கு திரும்பியிருந்த அர்ஜுனன்,

அங்கிருந்த அனைவரையும் பார்த்து திட்டலானான். சோகமும், கோபமும், அழுகையும் கலந்த குரலில் பேசலானான்.

"ஐயோ! உங்களை நம்பி அனுப்பி வைத்த என்னுடைய வீரமகனை இப்படி பலி கொடுத்து விட்டீர்களே.' கோழைகளே உங்களுக்கு எதற்கு ஆயுதங்கள்? பாவி நான் பத்ம வியூகத்தைப் பிளக்கச் சொல்லி மகன் அபிமன்யுவுக்குக் கற்றுக் கொடுத்தவன். அதிலிருந்து மீளும் வழியை அவனுக்குக் கற்றுத் தராமல் போய்விட்டேனே! அவனது மரணத்துக்கு நானும் ஒரு காரணமாகி விட்டேனே! என்று புலம்பினான்.

தொடர்ந்து: என் மகனின் மரணத்துக்குக் காரணமானவன் யார்? முதலில் அதைச் சொல்லுங்கள். அவனைக் கொன்று பழி தீர்த்தால்தான் என் மகனின் ஆத்மா சாந்தியடையும்' என்று கொந்தளித்தான்.

அதைக் கேட்ட தருமன், துயரம் தோய்ந்த குரலில் சொல்லலானான். 'அர்ஜுனா! பத்ம வியூகத்தை உடைத்துச் சென்ற அபிமன்யுவின் பின்னால், நாங்கள் செல்ல முடியாதபடி தடுத்தவன் ஜயக்ரதன் அவன் தான் அபிமன்யுவின் மரணத்துக்குக் காரணம்' என்று சொல்லி நடந்தது அனைத்தையும் விவரமாக எடுத்துக் கூறினான்.

அர்ஜுனன் தொண்டை நரம்புகள் புடைக்க, ஆவேசத்துடன் சபதம் செய்தான்.

'என் மகனின் மரணத்துக்குக் காரணமான அந்த ஜயக்ரதனை என் காண்டீபத்தால் கொல்வேன்! நாளை, சூரிய அஸ்தமனத்துக்குள் செய்து முடிப்பேன். அப்படி முடியாவிட்டால், நான் இந்த போர்க்களத்திலே தீக்குளித்து இறப்பேன். இது சத்தியம்' என்று கூறினான்.

இவ்விதம் அர்ஜுனன் செய்து கொண்ட சபதம் கௌரவர்கள் மத்தியிலும், போர்க்களத்தில் ஈடுபட்டு வந்த வேற்று நாட்டு அரசர்களின் மத்தியிலும் பரவியது.

இதைக் கேட்ட ஜயக்ரதன் பதறிப் போனான். துரியோதனனின் முன் சென்று நடுங்கி நின்றான்,

'துரியோதனா! உன் பொருட்டு அபிமன்யுவைக் கொன்றேன். இப்போது என்னைக் கொன்று தீர்வேன்' என்று அர்ஜுனன் சபதம் செய்துள்ளான். சொன்னதை செய்து முடிப்பவன்

அர்ஜுனன். அவனிடமிருந்து என்னைக் காப்பாற்றும் வல்லமை நமது படையில் யாருக்கும் இருப்பதாக எனக்குத் தெரியவில்லை.

எனவே நீ அனுமதி தந்தால், நான் இப்போதே யுத்த களத்தை விட்டுப் புறப்பட்டு, பாண்டவர்களின் கண்களில் படாமல் எங்காவது போய் ஒளிந்து கொள்வேன் என்று அச்சத்துடன் கூறினான்.

'ஜயக்ரதா! மாவீரனான நீயா! இப்படிப் பயப்படுகிறாய்? அர்ஜுனனிடமிருந்து உன்னைப் பாதுகாக்க நாங்கள் எங்கள் உயிரையும் தருவோம். கவலைப்படாதே. கர்ணன், சல்லியன், அஸ்வத்தாமன், சுசர்மன் போன்ற மகாவீரர்கள் நாளை உனக்குத் துணையாக காவல் நிற்பார்கள். தன்னுடைய சபதத்தில் தோற்று அர்ஜுனன் தீக்குளிப்பதை நீ காணத்தான் போகிறாய்! கலக்கமில்லாமல் இரு' என்று தேற்றினான் துரியோதனன்.

துரோணரும் அவனுக்கு தைரியம் கூறினார்.

'ஜயக்ரதா! இன்று போல் நாளையும் அர்ஜுனன் உன்னை எளிதில் நெருங்கவே முடியாதபடி வலிமையான வியூகம் அமைத்து உன்னைக் காப்பாற்றுகிறேன். துயரமில்லாமல் இரு' என்றார்.

இதனால் ஜயக்ரதன், தன் பயத்தை விட்டு பாசறைக்குத் திரும்பினான்.

ஜயக்ரதன் வதம்
பதினான்காம் நாள் போர்

பதினான்காம் நாள் போர்.

இருபுறமும் முழங்கின.

இன்றைய போருக்குத் தக்கவாறு வியூகங்களை அமைத்தார் துரோணர்.

முன்னால் 'சக்கரவியூகம்' எனப்படும் சகடவியூகம். அதன் பின்னே நடுவில் ஊசி வியூகம். அதன் பின்னே கடைசியில் பத்மவியூகம்.

இவ்வாறு அமைத்த பின்னர், ஜயக்ரதனை அழைத்த துரோணர். 'நீ கர்ணன், அசுவத்தாமன், சல்லியன், விருட்சசேனன், கிருபர், சோமதத்தன் மகன் ஆகியோர் என்னை அணுகாமல்

ஆறு குரோசத்துக்கு அப்பால் நில்லுங்கள். லட்சம் குதிரைகள், அறுபதினாயிரம் காலாட்படை என அனைவரும் உனக்குப் பக்கபலமாக நிற்பார்கள் தைரியமாக இரு' என்று கூறினார்.

அதன்படியே, துர்மர்ஷணன் சேனையின் முன் அணியில் நின்றான். துச்சாதனன் விகர்ணன் இருவரும் அடுத்து நின்றார்கள்.

ஊசிமுனை வியூகத்தின் முனையில் கிருதவர்மன் நின்றான். அவனுக்குப் பின்புறத்தில் ஜெயசந்தனும், கம்போஜனும் நின்றார்கள். அவர்களின் பின் துரியோதனனும், கர்ணனும் நின்றார்கள். அவர்களுக்குப் பின்னே பெரிய சேனையால் சூழப்பட்டு ஜயக்ரதன் பாதுகாப்புடன் நின்றான்.

துரோணர் சகடவியூகத்தின் முனையில் நின்றார்.

இவ்விதம் அணிவகுத்தபின் போருக்குத் தயார் என்ற வகையில் ஆரவாரமும், சங்கநாதமும் எழுப்பினார்கள் கௌரவர்கள்.

திருஷ்டத்யும்னனும், சதாகனும் பாண்டவ சேனையை அணிவகுத்தனர். வியூகம் என்று எதுவும் இல்லை. துரோணரின் வியூகங்களை உடைத்து, அர்ஜுனனுக்குத் துணையாக நின்று சபதத்தை நிறைவேற்றச் செய்யவேண்டிய நோக்கத்தைக் கொண்டு பாண்டவர்களின் அணி அமைந்திருந்தது.

அர்ஜுனன் தன் தேவதத்தத்தை முழக்கினான், கிருஷ்ணன் தன் பாஞ்சஜன்யத்தை முழக்கினான்.

அத்தனை கூட்டத்தின் நடுவிலிருந்த ஜயக்ரதனின் காது களில் ஒலிக்கவே, இடியோசை கேட்ட நாகமென நடுங்கினான்.

மகனைப் பறிகொடுத்த வெறியுடன் காண்டீபத்தைப் பிடித்து அம்பு மழை பொழிந்தான் அர்ஜுனன்.

பீமன் முதலான பாண்டவ சேனையினர், அர்ஜுனனைப் பாதுகாப்பதிலும், வியூகங்களை உடைப்பதிலும் கவனம் செலுத்தினார்கள்.

அர்ஜுனனின் கணைகள் இடிகளாகப் பாய்ந்தன. யானைகளைப் பிளந்தன. குதிரைகளைப் பிளந்தன. ரதங்களைப் பிளந்தன. படைவீரர்களின் இதயங்களைப் பிளந்தன. முடிவில் துரோணரின் வியூகங்களையும் பிளந்தன.

கௌரவப் படைகள் சிதறி ஓடத் துவங்கின. படைகளை ஒன்றுபடுத்தித் தைரியம் ஊட்ட துச்சாதனன், அர்ஜுனனைக் கடுமையாக எதிர்த்தான்.

மதங்கொண்ட அர்ஜுனனின் முன், துச்சாதனன் ஏவிய யானைப்படையே நிலைகுலைந்து போனதோடு, துச்சாதனனும் புறமுதுகு காட்டி ஓடும்படி செய்தது.

துச்சாதனனைத் தோற்கடித்த பின்னர் ஜயக்ரதனை அடைவதற்காக முன்னேறிச் சென்றான் அர்ஜுனன்.

துரோணர் மிகவும் கொடிய பாணங்களுடனும், படைகளுடனும் சினத்துடன் எதிர்த்து நின்றார்.

அவருடன் மோதி வெற்றி தோல்வியின்றி வீணாக நேரத்தைப் போக்குவதைவிட அவரிடம் பணிவதே நல்லது என்ற முடிவுக்கு வந்த அர்ஜுனன்,

'ஆச்சார்யாரே! அனுமதி வேண்டும். இன்றையப் பொழுதுக்குள் நான் ஜயக்ரதனைக் கொல்வதாகச் சபதம் செய்திருக்கிறேன். உங்களுக்கு விரோதி அல்ல நான். உங்கள் மாணவன். மகனுக்கும் சமமானவன் என்னைப் போக அனுமதியுங்கள்' என்று வேண்டினான்.

'அர்ஜுனா! படைக்குள் புகுந்து செல்லும் அனுமதியைத் தவிர, நீ சொல்லும் மற்ற அனைத்தையும் நான் ஒப்புக் கொள்கிறேன். ஜயக்ரதனை நீ கொல்ல வேண்டுமானால் முதலில் என்னைக் கொல். அதன்பிறகு வேண்டுமானால் உள்ளே நுழை' என்று கூறிவிட்டார் துரோணர்.

அத்துடன் அவன் மீது பாணங்களையும் தொடுக்கலானார். தன்னுடைய காண்டீபத்தால் துரோணரின் பாணங்களைத் தடுத்தான்.

ஆனால் குருவைத் தாக்காமல் போரிலிருந்து விலகி ஒதுங்கி வேறுபக்கமாகப் புறப்பட்டான்.

அதைக் கண்ட துரோணர் 'அர்ஜுனா! நில். பகைவனை எதிர்க்காமல் வேறுபக்கம் போகாதே. அது உனக்கும் இழிவு. ஒதுங்கும் உன்னை அடித்தால் எனக்கும் இழிவு' என்றார் துரோணர்.

'ஆச்சார்யாரே! நீங்கள் என் பகைவர் அல்லர். உங்களுக்குப் புறமுதுகிடுவதனால் எனக்கு இழிவல்ல' என்று கூறிவிட்டு வேறு பக்கமாகச் சென்று கௌரவ சேனையைத் தாக்கலானான்.

கௌரவப்படைவீரர்கள், அர்ஜுனனின் ஆக்ரோஷமான பாணங்கள் வீசுதலைக் கண்டு நடுங்கி, சிதறி ஓடினர். அதன் மூலம் ரதத்தை உள்ளே செலுத்தினான் கிருஷ்ணன்.

அதைக் கண்ட துரியோதனன், வேகமாக துரோணர் இருக்கும் இடம் சென்றவன், கடும் சொற்களால் தாக்க லானான்.

'உம்மை நம்பி நான் மோசம் போனேன். போருக்கு வரமாட்டேன் என்று சொன்ன ஜயக்ரதனுக்கு நம்பிக்கையூட்டி, அவனைப் போருக்கு அழைத்து வந்தேன். அவனுக்கு வியூகங்கள் வகுத்துக் காப்பதாகச் சொல்லிய நீரே, உம் நம்பிக்கைக்குரிய சீடனை உள்ளே விட்டு விட்டீரே. இது பெரிய துரோகம்' என்று அவர் மேல் சீறினான்.

இந்நிலையில் அர்ஜுனன் போரிட்டபடியே ஜயக்ரதனை நோக்கி முன்னேறினான்.

அதனை துரியோதனன் தடுக்க முன் வந்தான்.

அவனது மார்பினை நோக்கி அஸ்திரங்களை எய்தான். துரியோதனனால் அவற்றைத் தடுத்து நிறுத்த முடியவில்லை.

ஆனாலும் அர்ஜுனனின் பாணங்கள் துரியோதனனின் மார்பில் பட்டதும் சக்தியிழந்து விழுந்தன. அதற்கான காரணத்தை அறிந்த கிருஷ்ணன். 'அர்ஜுனா! துரியோதனன் ஆச்சார்யாரின் கவசத்தை இரவல் வாங்கி அணிந்து வந்திருக்கிறான். சரியான பாடம் கற்பி' என்றான்.

புரிந்து கொண்ட அர்ஜுனன், கவசமற்ற முன் கைகள், முகம், காது போன்றவற்றில் பாணங்களால் அடித்தான். பாணங்களைத் தடுக்க முடியாமல் துரியோதனன் மனவேதனை அடைந்தான். அந்த சமயத்தில் அவனது குதிரைகளைக் கொன்றான். வில்லை முறித்தான். தாக்குபிடிக்காத துரியோதனன் போரிலிருந்து ஒதுங்கி ஓடினான்.

உடனே பாஞ்ச ஜன்யத்தை கிருஷ்ணன் ஊதினான். இதைக் கண்டதும் ஜயக்ரதனுக்குக் காவலாக நின்ற பூரிசிரவசு, சலன், கர்ணன், சல்லியன், அசுவத்தாமா முதலியோர் தேர்களில் வந்து அர்ஜுனனை எதிர்த்தார்கள்.

தனித்துப் புகுந்த அர்ஜுனனுடன், பீமன், சாத்யகி ஆகியோர் இணைந்து போரிட்டான்.

பீமனின் வீரசாகசத்தைக் கண்ட பூரிசிரவசு அங்கிருந்து நகன்று, சாத்யகியைத் தாக்கலானான்.

இருவரும் பயங்கரமாகப் போரிடலானார்கள்.

குதிரைகள் கொல்லப்பட்டன. விற்கள் அறுபட்டன.

ரதங்கள் நொறுங்கின. அதன் பின்னர் இருவரும் வாள் போர் புரிந்தனர்.

ஏற்கனவே பல வீரர்களுடன் போரிட்டு வென்று வியூகத்திற்குள் நுழைந்த சாத்யகியின் களைப்பு, அவனைத் தளர்ச்சியில் ஆழ்த்தத் தொடங்கியது.

இதைக் கண்ட கிருஷ்ணன் 'அர்ஜுனா! உன் நண்பனும், எங்கள் குலத்து வீரனுமான சாத்யகி தளர்ந்து போய், பூரிசிரவசுவிடம் மாட்டிக் கொண்டிருக்கிறான். நீயோ ஜயக்ரதனை வதம் செய்வதிலேயே கவனமாக இருக்கிறாய். நானோ ஆயுதம் எடுக்கக் கூடாது. அதனால் சாத்யகியை இக்கட்டிலிருந்து காப்பாற்ற பூரிசிரவசுவைத் தாக்கு' என்றான்.

'கிருஷ்ணா! அவன் இப்போது என்னுடன் போருக்கு வரவில்லை. அப்படியிருக்கும்போது நான் அவனை எப்படி தாக்குவது' என்று கூறிச் சாத்யகியைப் பார்த்தான்.

சாத்யகியோ உடல் முழுவதும் தளர்ச்சியடைந்து, கையில் ஆயுதமும் இன்றிக் கீழே கிடந்தான். பூரிசிரவசு இந்த நிலையைப் பயன்படுத்திக் கொண்டு, சாத்யகியைக் கொல்ல இடையிலிருந்த சிறு வாளை உருவி ஓங்கிக் குத்த முயல நெருங்கினான். அதற்குமேல் அர்ஜுனனால் பார்த்துக் கொண்டு சும்மா இருக்க முடியவில்லை. உடனே காண்டீபத்தை எடுத்து அம்பைச் செலுத்தி பூரிசிரவசுவின் வாள் உயர்த்திய கையைத் துண்டித்தான்.

பூரிசிரவசு அதிர்ச்சியடைந்தான். தன்னைத் தாக்கியது அர்ஜுனன் என்பதை அறிந்து கொந்தளித்தான். கோபமும் இகழ்ச்சியுமாகப் பேசினான்.

'அர்ஜுனா! நீயா இப்படியொரு கேவலத்தைச் செய்தாய்? இதுவா யுத்த தர்மம்! கிருஷ்ணன் தான் குறுக்கு வழியைக் கையாள்வான் என்றால் நீயும் இப்படியாகிவிட்டாயே. அவன் சொன்னான் என்பதற்காக நீ இப்படிச் செய்யலாமா! இது உன் வீரத்துக்கே இழுக்கல்லவா? என்று குமுறினான்.

'பூரிசிரவசு' உனக்கு ஒரு அநீதி என்றதும் சீறிப் பேசுகிறாயே! நீ செய்ய நினைத்தது சரியா.

'எது சரியில்லை சொல்லு...'

'நாளெல்லாம் போரிட்டுக் களைத்து மயங்கி விழுந்த சாத்யகியை நீ கொல்ல முயன்றது மட்டும் அநீதிதானே!'

அதைத் தடுக்கவே நான் இப்படிச் செய்தேன். யுத்த தர்மம் பற்றிப் பேச கௌரவ சேனையை சேர்ந்த உங்கள் யாருக்கும் அருகதையில்லை. என்னுடைய மகன் அபிமன்யுவைக் கொன்றபோது, இந்தப் போர் நெறியும் யுத்த தர்மமும் நினைவுக்கு வரவில்லையா? என்று கேட்டான் அர்ஜுனன்.

அதைக் கேட்டு தலைகுனிந்த பூரிசிரவசு. துண்டிக்கப்பட்ட தன் கையைத் தூக்கி அர்ஜுனன் மேல் அடித்துவிட்டு அப்படியே தரையில் அமர்ந்து தியானத்தில் மூழ்கினான்.

அந்தச் சமயத்தில் மயக்கம் தெளிந்த சாத்யகி, எதையும் யோசித்துப் பார்க்காமல், நேராக பூரிசிரவசு தியானமிருந்த இடத்திற்குச் சென்றவன், தன் இடுப்பில் வைத்திருந்த வாளினை உறுவி, பூரிசிரவசுவின் தலையை வெட்டி வீழ்த்தினான்.

சாத்யகி இப்படிச் செய்வான் என்று யாரும் எதிர் பார்க்கவில்லை. யுத்த நெறியை மீறிய செயலாகக் கருதப்பட்டது.

அநீதியான செயல்களை இருதரப்பினருமே இவ்விதம் செய்தார்கள்.

சூரிய அஸ்தமனம் நெருங்கிக் கொண்டிருந்தது.

இதைப் பார்த்த துரியோதனன் கர்ணனிடம் சொல்லலானான்.

'கர்ணா! சூரியன் அஸ்தமிக்க இன்னும் சிறிது நேரமே உள்ளது. ஜயக்ரதனை நாம் பத்திரமாகப் பாதுகாத்து காப்பாற்றிவிட்டால் போதும். சபதம் நிறைவேறாமல் அர்ஜுனன் தானே தீக்குளித்து மாண்டு போவான்.

அவனுடைய பிரிவைத் தாங்காமல் மற்ற பாண்டவர்களும் மாண்டு போவார்கள். அதன்பிறகு ராஜ்ஜியம் நமக்கே சொந்தமாகிவிடும். போ கர்ணா! ஜயக்ரதனை பாண்டவர்களை நெருங்கவிடாமல் தடுத்துக் காப்பாற்று என்று கூறி அனுப்பினான்.

அவனது சொற்படி கர்ணன் குறிப்பிட்ட இடத்திற்கு விரைந்தான். அவனுடன் கிருபர், அசுவத்தாமன், சல்லியன் போன்றோரும் சென்றனர்.

எதிர்கொண்ட அர்ஜுனன், சம்பந்தப்பட்டவர்களுடன் போரில் ஈடுபட்டான்.

அப்போது சூரியன் அஸ்தமனநிலைக்கு வந்தான்.

சபதத்தை நிறைவேற்ற முடியாமல் போய்விடுமோ... என்று அவன் சோர்வு கொள்ளலானான்.

இதனை அறிந்த கிருஷ்ணன், அவரிடம் புன்னகையுடன் சொல்லானான்.

'அர்ஜுனா! பயப்படாதே, சூரியன் இன்னும் அஸ்தமனமாகிவிடவில்லை. நான்தான் வேண்டுமென்றே தற்காலிகமாக சூரியனை மறைத்து வைத்திருக்கிறேன். ஏனெனில் சூரியன் அஸ்தமனமாகிவிட்டான். இனி நம்மை அர்ஜுனால் கொல்ல முடியாது என்ற மகிழ்வில் ஜயக்ரதன் தானாகவே வெளியே வருவான். அவனது வருகைக்காகவே அவ்விதம் செய்துள்ளேன். ஒளிந்திருக்கும் அவன் வெளியே வரும்போது நான் மறைந்திருந்த சூரியனை வெளிக்கொணர்வேன். அந்தச் சமயத்தில் நீ அவன் மீது அம்பை எய்து உன் சபதத்தை நிறைவேற்று' என்றான்.

கிருஷ்ணன் சொன்னது போலவே சூரியன் மறைந்ததும் ஒளிந்திருந்த ஜயக்ரதன் உற்சாகமானான்.

'அர்ஜுனா! என்னைக் கொல்ல வேண்டும் என்று நீ போட்ட சபதம் தோற்றது. நீ இனி தீக்குளி' என்று அர்ஜுனனைக் கேலி செய்த வண்ணம் வெளியே வந்தான்,

அவன் தலை தெரிந்தவுடன், அர்ஜுனன் அவனை நோக்கிக் கணையைச் செலுத்தினான்.

அந்த நேரத்தில் கிருஷ்ணன் மறைத்து வைக்கப் பட்டிருந்த சூரியனும் வெளிப்படவே, ஜயக்ரதனின் தலை துண்டிக்கப்பட்ட நிலையில் கிருஷ்ணன் பதட்டத்துடன் சொன்னான்.

'அர்ஜுனா! ஜயக்ரதனின் அறுபட்ட தலை தரையில் விழாமல் மேலும் அம்புகளைச் செலுத்து. ஏனெனில் அவனுடைய தந்தை விருத்தச்சத்திரன் பாஞ்சாலத்தில் தவம் செய்து கொண்டிருக்கிறான். தலையை அவனுடைய மடியில் போய் விழுமாறு செய். அப்போதுதான் ஆபத்திலிருந்து நீ விடுபட முடியும்' என்றான்.

அர்ஜுனனும் கிருஷ்ணன் சொன்னதைப் போலவே செய்து முடித்தான். அவனுடைய அம்புகள் ஒன்றன் பின் ஒன்றாகச் சென்று ஜயக்ரதனை, அந்தரத்தில் சுமந்து சென்று, அவனது தந்தை விருத்தசந்திரனின் மடியில் கொண்டுபோய் போட்டன.

தியானத்திலிருந்த விருத்தசத்திரன் திடுக்கிட்டுப்போய் எழுந்து நின்றான். அந்த நேரத்தில் அவனுடைய மடியில் இருந்த தலை தரையில் விழ, 'என் மகனுடைய தலையை

எவன் தரையில் தள்ளுகிறானோ, அவன் தலை சிதறி மாண்டு போவான்’ என்று சாபம் சொன்னவனுக்கே பலித்ததினால் தலை சிதறி இறந்துபோனான் விருத்தச் சத்திரன்.

அர்ஜுனனுடைய சபதம் நிறைவேறிய மகிழ்ச்சியில் பாண்டவர்கள் கொண்டாடிய நேரத்தில் கௌரவர்கள் துக்கத்தில் மூழ்கினர். மேலும் அவர்களின் மனதில் வெறி எண்ணம் கிளம்பியது.

அதன் விளைவாக, பதினான்காம் நாள் போர், பகலுடன் முடியாமல் இரவிலும் தொடரச் செய்தது.

துரியோதனன் மிகுந்த சோகத்தில் கொந்தளித்துப்போனான். தனது தம்பிகளில் பெரும்பாலானோர், பூரிசிரவசு, ஜயக்ரதன் போன்றவர்களின் இழப்பு, அவன் மனத்தினை அலைக்கழிக்கச் செய்தது.

மேலும் அவனது கோபத்தைத் தூண்டுவதாக அமைந்தது. கடோத்கஜனின் போர்.

அவனுடன் இணைந்து அரக்கர் கூட்டமும், துரியோதனனின் படையை அந்த இரவுப் போரில் தொடர்ந்து வதைத்துக் கொண்டிருந்தார்கள்.

அதற்கு மேலும் வளரவிடக்கூடாது என்பதற்காக கர்ணனிடம் சென்ற துரியோதனன். கர்ணா! மற்ற எவரையும் நான் நம்பப் போவதில்லை. நீ தான் என்னைக் காப்பாற்ற வேண்டும். அதோ பார் பீமபுத்திரன் கடோத்கஜனும் அவனுடைய அரக்கர் படையும், நமது படையை அழித்துக் கொண்டிருக்கிறது. போ. அந்த கடோத்கஜனை எப்படியாவது நீ, அவனை எப்படியாவது தீர்த்துக்கட்டி நமது படையை தக்க வை’ என்று கேட்டுக் கொண்டான்.

ஏற்கனவே கடோத்கஜன் நடத்திவந்த போரினைக்கண்டு கோபம் கொண்டிருந்த கர்ணன் கொஞ்சமும் முன்யோசனையின்றி அர்ஜுனனை வீழ்த்துவதற்காகவே வைத்திருந்த, இந்திரன் அளித்திருந்த அற்புதமான சக்தி ஆயுதத்தை கடோத்கஜன் மீது ஏவினான்.

அந்த சக்தி ஆயுதம் குறி தவறாமல் சென்று கடோத்கஜனை தாக்கிக் கொன்றது. அத்துடன் கர்ணனிடம் அந்த ஆயுதம் வராமல் இந்திரனிடம் போய்ச் சேர்ந்தது. அப்போது தான், தான் தவறான முறையில் சக்தி ஆயுதத்தைப் பயன்படுத்தி விட்டோம் என்று வருந்தினான்.

அதேநேரத்தில் 'கடோத்கஜனின்' மரணத்தால் பாண்டவர்கள் மனம் கலங்கி வருந்தினார்கள்.

அவர்களுக்கு கிருஷ்ணன் ஆறுதல் கூறலானான்.

'மைத்துனர்களே! கடோத்கஜன் மாண்டு விட்டானே என்று நீங்கள் மனம் வருந்துவது சரியல்ல. ஏனெனில் அவன் அர்ஜுனனின் உயிரைக் காப்பாற்றியிருக்கிறான் என்று நான் மனம் மகிழ்கிறேன்.

எவ்விதமெனில் அந்த சக்தி ஆயுதத்தை யாராலும் வெல்ல முடியாது. அப்படிப்பட்ட ஆயுதத்தை கடோத்கஜனைக் கொல்வதற்குப் பயன்படுத்திவிட்டதால் அர்ஜுனனுக்கு வரவிருந்த ஆபத்து நீங்கிவிட்டது இனி அர்ஜுனனை எதிர்க்க யாராலும் முடியாது. உங்களுக்கு வெற்றி கிடைக்கப் போகிறது என்று விளக்கினான்.

இரு தரப்பு வீரர்களும் மிகவும் களைத்துப்போய் ஓய்வெடுக்கத் தொடங்கிய பின்னிரவில் பதினான்காம் நாள் போர் முடிவுக்கு வந்தது. அதனால் எல்லோரும் பாசறைக்குத் திரும்பினார்கள்.

பாண்டவர்கள் திரும்பிய பாசறையில், நாளை போரில் எவ்விதம் கலந்து கொள்ள வேண்டும் என்ற விபரங்கள் குறித்து கிருஷ்ணன் கூறலானான்.

'அர்ஜுனா! நாம் அடையக்கூடிய வெற்றிக்குப் பெரும் தடையாக இருப்பவர் ஆச்சார்ய துரோணர் தான். அவர் தொடர்ந்து நமது படையை நிர்மூலப்படுத்தி வருகிறார்.

எவ்வளவுதான் முயற்சியினை மேற்கொண்டாலும் அவரை நம்மால் வெல்ல முடியவில்லை. அதற்கு அவர் கையில் ஆயுதங்கள் இருப்பதேயாகும். அதனால் அவரது கையிலிருக்கும் ஆயுதத்தைக் கீழே போடுமாறு தந்திரம் ஏதாவது ஒன்றினை மேற்கொள்ள வேண்டும்.'

'என்ன தந்திரத்தை மேற்கொள்ளலாம். அதனை நீங்களே சொல்லுங்கள் என்று கேட்டான் அர்ஜுனன்.'

'போரில் சர்வ வல்லமை படைத்தவனாக விளங்கி வருபவன் துரோணரின் மகன் அசுவத்தாமன். அவன் போரில் கொல்லப்பட்டான் என்று கேள்விப்பட்டால், அவர் மனம் சோர்ந்து ஆயுதத்தைக் கீழே போட்டு விடுவார். அந்த சமயத்தைப் பயன்படுத்தி அவரை வதம் செய்து விடுவோம்' என்று கூறினான்.

'கிருஷ்ணா! நீ சொல்வது சரியான தந்திரம்தான். ஆனால் அசுவத்தாமனை வீழ்த்துவது எளிய காரியம் அல்ல. எப்படி அவனை வீழ்த்துவது?' என்று கேட்டான் அர்ஜுனன்.

'அர்ஜுனா! நீ சொல்வது போன்று அசுவத்தாமனைக் கொல்வது எளிதான காரியமல்ல என்பதை நான் அறிவேன். அசுவத்தாமன் கொல்லப்பட்டான். ஆனால் கொல்லப்படவில்லை.'

'கிருஷ்ணா! எனக்கு ஒன்றும் புரியவில்லையே.'

'அசுவத்தாமனைக் கொல்ல வேண்டும் என்பதில்லை. அவன் கொல்லப்பட்டதாக பொய் சொன்னால் கூடப் போதும்.'

'கிருஷ்ணா! இது அநியாயம். இதை நான் ஏற்றுக் கொள்ள மாட்டேன். இது அதர்மமான வழி' என்றான் அர்ஜுனன்.

'அதர்மம்தான்! ஒப்புக் கொள்கிறேன். ஆனால் லட்சக் கணக்கான வீரர்கள் மாண்டு போகாமலிருக்க வேண்டுமானால், இப்படியொரு பொய் சொல்வதில் தவறில்லை. அதேபோன்று இறுதியில் தருமம் நிலையாக வெல்ல வேண்டுமானால், இடையில் இதுபோன்ற சிறு சிறு அதர்ம காரியங்கள் நடைபெற்றுத் தான் தீர வேண்டும்' என்றான் கிருஷ்ணன்.

அவனது யோசனையை ஏற்றுக்கொள்வதில் பாண்டவர்களுக்குத் தயக்கம் இருக்கத்தான் செய்தது. இருப்பினும் துரோணரை வேறு எந்த விதத்தில் வீழ்த்துவது? யார் வீழ்த்துவது? என்று யோசித்துப் பார்த்தனர். வேறு எந்தவிதமான காரணமும் அவர்களுக்குப் புரியவில்லை. கிருஷ்ணன் சொன்ன வழிதான் ஓரளவுக்குச் சரியெனப்பட்டது. வேறு வழியின்றி ஒப்புக் கொள்ள வேண்டியதாகிவிட்டது.

இந்த அதர்ம திட்டத்தில் தருமனுக்குத்தான் முக்கியப்பங்கு என்பதும் பாசறையில் தீர்மானிக்கப்பட்டது.

தர்மத்தை வெல்ல
பதினைந்தாம் நாள் போர்

பதினைந்தாம் நாள் போர் தர்மத்தை வெல்வதற்கான, அதர்மச் செயலுடன் தொடங்கியது.

அன்றும் வழக்கத்திற்கு மாறாக துரோணர், பாண்டவப்படையை உக்கிரத்துடன் வீழ்த்திக் கொண்டிருந்தார்.

சில காரணங்கள் இருக்கத்தான் செய்தன. அதாவது துரியோதனனுக்கு வாக்களித்தபடி தருமனை சிறைப்பிடித்து ஒப்படைக்க முடியாதது ஒரு பக்கம்.

தினம் தினம் துரியோதனன், பாண்டவர்களுக்காகப் பரிந்து கொண்டு போரில் சிலரைக் கொல்ல தயக்கம்காட்டி வருவதாக குத்திக்காட்டிப் பேசி வருவது மறுபக்கம்.

இவ்விருபக்க குற்றச்சாட்டுகள் துரோணரை உக்கிரத்துக்கு ஆளாக்கியது. அதன் பொருட்டு பாண்டவர் மீது பாணங்களை செலுத்தி இம்சிக்கலானார்.

அவரது உக்கிரத்தை பாண்டவர்கள் கண்டு கிருஷ்ணன் சொன்ன உபாயத்தை கடைப்பிடிக்க வேண்டியதைத் தவிர வேறு வழி இல்லையென்ற எண்ணத்திற்கு வந்தனர்.

அதனை கடைப்பிடிக்கும் விதமாக முதலில் பீமன் தனது கதாயுதத்தைத் தூக்கிக் கொண்டு போய் அசுவத்தாமன் என்ற யானையை தாக்கிக் கொன்றான்.

அடுத்த கணத்தில் துரோணர் இருந்த இடத்திற்குச் சென்று அவர் காதில் விழும்படியாக நான் அசுவத்தாமனைக் கொன்றுவிட்டேன் என்று சத்தமாகக் கூறினான்.

இந்தப் பொய்யான விஷயத்தைச் சொல்ல நேர்ந்ததற்காக வெட்கப்பட்டு தலைகுனிந்தான்.

இருப்பினும் இதைக் கேட்ட துரோணர் அதிர்ந்து போனார். அப்போது அவர் பாண்டவர் சேனையை அழித்து விடும் முடிவில் கையில் பிரம்மாஸ்திரம் ஏந்தியிருந்தார்.

பீமன் கூறியதைக் கேட்டதும், அவரின் மனம் பதை பதைக்கலானார். இதற்கும் அசுவத்தாமனை யாரும் எளிதில் வீழ்த்திவிட முடியாது என்பதனை அறிந்திருந்தார். அப்படியிருந்தும் அவரின் மனதில் சிறு சஞ்சலம் ஏற்பட்டது.

தனது சந்தேகத்தினைத் தீர்க்கும் பொருட்டு தருமனை அழைத்தவர் ‘தருமா! பீமன் சொன்னது உண்மையா! என்று கேட்டார் துரோணர்.

தருமன் என்ன சொல்லப் போகிறானோ என்று பாண்டவர்கள் பதைபதைப்புடன் காத்திருந்தார்கள்.

மனத்தினைத் திடப்படுத்திக் கொண்ட தருமன் ஆச்சார்யாரே! அசுவாத்தமன் இறந்தான் என்று சத்தமாகச்

சொல்லிவிட்டு 'அசுவத்தாமன் என்ற யானை' என்பதை மெல்லிய குரலில் சொல்லி முடித்தான்.

அசுவத்தாமன் இறந்தான் என்று தருமன் சொன்னதுமே, கிருஷ்ணன் தனது பாஞ்ச சன்யத்தை எடுத்து பெரிதாக முழங்கினான். அதன் சத்தத்தில், தருமன் அடுத்ததாகச் சொன்ன அசுவத்தாமன் என்ற யானை என்பது துரோணரின் காதில் விழாமலே போனது.

தருமன் இப்படிப் பொய் சொன்னதுமே அது வரையில் பூமியின்மேல் படாமல் நான்கு அங்குலம் உயரே சென்று கொண்டிருந்த அவனுடைய ரதம், சட்டென்று கீழே இறங்கி மண்ணைத் தொட்டது.

மகன் அசுவத்தாமன் இறந்துவிட்டான் என்று கேட்டதுமே, துரோணருக்கு வாழ்க்கை வெறுத்துப்போனது, கையில் ஏந்தியிருந்த ஆயுதங்களைக் கீழே எறிந்துவிட்டு தேர்த்தட்டின் மேலேயே அமர்ந்து யோக நிஷ்டையில் மூழ்கினார்.

மனத்தில் பிரம்மத்தை நினைக்கத் தொடங்கினார்.

அந்த தருணத்தைப் பயன்படுத்திட திருஷ்டத்யும்னன் நினைத்தான். துரோணரைக் கொல்வதற்காகவே பிறந்தவனான அவன், ஓடோடி வந்து துரோணரின் தேரில் ஏறினான்.

பிரம்மநிஷ்டையிலிருந்த துரோணரின் தலைமை தன் வாளால் வெட்டி வீழ்த்தினான்.

இதைப் பார்த்துக் கொண்டிருந்தவர்கள் 'ஐயோ பாவம்' என்றனர். அவர்களின் கண்ணெதிரிலேயே, துரோணரின் ஆத்மஜோதி ரூபமாக விண்ணுலகுக்குச் சென்றது.

குலகுருவான ஆச்சார்யாரைக் கொன்ற விதம் குறித்து திருஷ்டத்யும்னனைக் கண்டித்தான் அர்ஜுனன்.

ஆனால் பீமனோ, கௌரவர்கள் தங்களுக்கு இழைத்த அநியாயங்களைப் பட்டியலிட்டு, அதைத் தட்டிக் கேட்காமல் மௌனமாக துரோணரைக் கொன்ற விதம் குறித்து அலட்டிக் கொள்ளத் தேவையில்லை' என்று சொல்லி ஆதரித்தான். பார்

துரோணர் சொல்லப்பட்ட விதம் குறித்து அவருடைய மகன் அசுவத்தாமன் கொதித்துப் போனான்.

அதன் பேரில் பாண்டவர்களைக் கொன்றிட வேண்டும் என்று எண்ணத்தில் பெரும் போரில் இறங்கினான். அவனுடைய ஆவேசத் தாக்குதலை யாராலும் எதிர் கொள்ள முடியவில்லை.

அசுவத்தாமன் விடுத்த 'நாராயணாஸ்திரம்' என்ற அஸ்திரம் ஆயிரக்கணக்கான ஆயுதங்களை வெளிப்படுத்திக் கொண்டு பாண்டவர்சேனையை அழித்து விடுவதற்காகப் பாய்ந்து வந்தது.

இதைக் கண்ட கிருஷ்ணன், பாண்டவர் சேனையை நோக்கி, 'எல்லோரும் ரதத்திலிருந்து கீழே இறங்கி, கையிலிருக்கும் ஆயுதங்களைக் கீழே போட்டுவிட்டு, நிராயுதபாணிகளாக நில்லுங்கள்' எதிர்க்க முன் வராதவர்களை' நாராயணஸ்திரம் ஒண்ணும் செய்யாது' என்று கூறினான்.

எல்லோரும் கிருஷ்ணன் கூறியது போலவே செய்தார்கள்.

நாராயணாஸ்திரம், எதிர்ப்பார் யாருமில்லாததால் உக்கிரத்தை இழந்து மறைந்து போனது,

அப்போது அங்குவந்த துரியோதனன் அசுவத்தாமரே! மறுபடியும் நாராயண அஸ்திரம் விடும் என்று கேட்டுக் கொண்டாள்.

'துரியோதனா! அஸ்திரத்தை ஒரே சமயம் இரு முறை உபயோகப்படுத்தக்கூடாது. அப்படி பிரயோகித்தால் ஏவுபவனுக்கே ஆபத்து என்றான் அசுவத்தாமன்

'அப்படியானால், வேறு அஸ்திரம் விட்டு எதிரிகளை அழிக்கலாமே' என்றான் துரியோதனன்.'

போர் மிகவும் மும்முரமாக நடந்தது. திருஷ்டத்யும்னனும் பீமனும் இடைவிடாது அசுவத்தாமனைத் தாக்கினர். இருப்பினும் அசுவத்தாமனின் கணைகளைப் பொறுத்துக் கொள்ள முடியாமல் பாண்டவசேனைக் கலைந்தது.

அதன் பின்னர் அர்ஜுனன், அசுவத்தாமனை எதிர்த்தான். அசுவத்தாமன் அக்னி அஸ்திரத்தை ஏவினான். அர்ஜுனன் பிரம்மாஸ்திரம் விடுத்து அதனைப் பயனின்றிச் செய்தான்.

இவ்விதம் பல அஸ்திரங்களும் அர்ஜுனனிடம் பயனற்றுப் போயின.

அசுவத்தாமனுக்கு விரக்தி ஏற்பட்டது. ஓகோ! இவையெல்லாம் மாயையோ என்று கூறித் தேரிலிருந்து இறங்கி வில்லையும் கணைகளையும் எரிந்து விட்டுப் போர்க்களத்தை விட்டு பாசறைக்குச் சென்றான். அத்துடன் பதினைந்தாம் நாள் போரும் முடிவுக்கு வந்தது.

அன்றைய இரவு

கௌரவர் பாசறை துயரத்திலும், துக்கத்திலும் மூழ்கியிருந்தது. துரோணர் மாண்டு போனதால் அடுத்த படைத் தளபதியாக கர்ணனுக்கு முடிசூட்டினான் துரியோதனன்.

தளபதி பதவியினை ஏற்ற கர்ணன் 'துரியோதனா! எனக்கென்று தனி விருப்பம் எதுவுமில்லை. உன் விருப்பமே என் விருப்பம். உன் விருப்பப்படியே பாண்டவர்களை வீழ்த்திக் காட்டுவேன்' என்றான் கர்ணன்.

'அப்படியே ஆகட்டும்' என்றான் துரியோதனன்.

கர்ணன் வீழ்த்தப்பட்டான்
பதினாறாம் நாள் போர்

பதினாறாம் நாள் போரில் கௌரவர் படை களம் வந்தது. கர்ணன் மகர வியூகம் அமைத்தான்.

வியூகத்தின் வாயில் கர்ணன் நின்றான். உலூகனும், சகுனியும் கண்களில் நின்றார்கள்.

அசுவத்தாமன் தலையில் நின்றான். துரியோதனன் வியூகத்தின் நடுவில் நின்றான்.

கிருபர் வலக்கையிலும் கிருதவர்மா இடக்கையிலும் நின்றார்கள். சங்குகள் முழங்கின.

அர்த்த சந்திர வடிவில் பாண்டவர்சேனை வியூகிக்கப்பட்டது.

பீமன் ஒரு முனையிலும், அர்ஜுனன் ஒரு முனைப்பிலும், சாத்யகி அடுத்து நின்று போரிட்டனர்.

அசுவத்தாமனுக்கும், பீமனுக்கும் யானைப் போர் நடந்தது. இருவரும் வெகுநேரம் போரிட்டுக் களைத்துத் தேர்த்தட்டில் சாய்ந்தனர்.

நகுலனும் கர்ணனும் முதலில் மோதினர். சவால்கள் விட்டபடி பாணங்களால் தாக்கிக் கொண்டனர்.

நகுலனால் கர்ணனை எதிர்க்க முடியவில்லை. குதிரைகளை இழந்தான். தேரும் நொறுங்கியது. இந்த நிலையில் நகுலன் கதையைக் கையிலெடுத்துக் கொண்டு கீழே குதித்தான்.

அவனது கதையையும் ஒடித்தான். அதற்குமேல் தாங்காது நகுலன் ஓடினான். ஓடியவனைக் கொல்லாது விடுத்தான். ஏனெனில் தன் தாய்க்குக் கொடுத்த வாக்கினைக் காத்தான்.

தருமனுக்கும் துரியோதனனுக்கும் போர் நடைபெற்றது. துரியோதனன் தேரையும், பாகனையும் இழந்து தரையில் நின்றான்.

இதைக் கண்ட அசுவத்தாமன் விரைந்து வந்து துரியோதனனைத் தன் தேரிலேற்றிக் கொண்டதோடு, தருமனுடன் போரிடவும் செய்தனர். அந்த நேரத்தில் கர்ணனும் அங்கு வந்து சேர்ந்தான்.

போர் தொடர்ந்து உக்கிரமாக நடைபெற்றது. துரியோதனனைக் கொல்ல சக்தி ஆயுதத்தை எடுத்தான் தருமன். ஆனாலும் பீமன் செய்துள்ள சபதம் நினைவிற்கு வரவே துரியோதனனை தாக்காது விட்டு விட்டான்.

அர்ஜுனன் பல முனைகளிலும் போரிட்டுக் கௌரவ சேனையை அழித்தான். போர்க்களம் பிணக்காடாக மாறியது.

அன்றும் பாண்டவர்கள் தரப்பே வெற்றி முழக்கமிட, போர் முடிவுக்கு வந்தது.

கௌரவர் பாசறையில் கவலையோடு பேசலானான் கர்ணன்.

'அஸ்திர வித்தையில் அர்ஜுனனுக்குச் சகல விதத்திலும் நிகரானவன் நான். ஆனாலும், அவனுக்கு கிருஷ்ணன் சாரதியாக இருப்பது போல எனக்கு ஒரு திறமையான சாரதி அமையவில்லை. என் எண்ணத்தை சரிவர புரிந்து கொண்டு ரதம் செலுத்தும் அறிவாளியான சாரதி மட்டும் எனக்குக் கிடைத்து விட்டால், நான் எளிதாக பாண்டவர்களை ஜெயித்து அர்ஜுனனைக் கொன்று விடுவேன்' என்றான்.

'கர்ணா! கவலைப்படாதே. மந்திரதேசத்து மன்னனும், நகுல சகாதேவர்களின் தாய் மாத்ரியின் சகோதரனும், பாண்டவர்களின் தாய் மாமனான சல்லியனை உனக்கு சாரதியாக இருக்க ஏற்பாடு செய்கிறேன், அவன் உனக்குப் பலவிதத்திலும் உன் எண்ணப்படியே பயன் படுவான் என்று கூறினான்.

இவ்விஷயத்தை அறிந்த சல்லியன் உள்ளுக்குள் கோபம் கொண்டான்! இதைச் செய்ய அவனுக்கு விருப்பமில்லையென்றாலும், தருமனுக்கு தான் அளித்த வாக்குப்படி, கர்ணனின் மனஉறுதியைச் சிதைப்பதற்காக துரியோதனனின் யோசனைக்கு சம்மதித்தான்.

பதினேழாம் நாள் போர்

கௌரவப் படையின் முன்னனியில் வில்லேந்தி நின்ற கர்ணன், சாரதியாக அமர்ந்திருந்த சல்லியனிடம் சொன்னான்.

'சல்லியா! அர்ஜுனனை நோக்கித் தேரைச் செலுத்து. இன்று என் அபார ஆற்றலை மூவுலகமும் காணப் போகிறது. அர்ஜுனனை வதைத்து அவன் தலையை மண்ணில் வீழ்த்திக் காட்டுகிறேன் பார்! என்றான்.

சல்லியன் கேலியும், கிண்டலும் கலந்த குரலில் 'கர்ணா! வீண் ஜம்பம் பேசாதே! அர்ஜுனனிடமும், பீமனிடமும் பலமுறை தோற்றவன் நீ. அர்ஜுனனுடைய வீரத்துக்கும், அஸ்திரத் திறமைக்கும் கால்பங்கு கூட நீ இணையாகமாட்டாய். எதற்காக இப்படி தற்பெருமை பேசுகிறாய். அவனோடு சண்டையிடப் பயந்து பின் வாங்கி ஓடாமல் இருந்தால் சரிதான்' என்று கர்ணனை இழிவுபடுத்தும் விதமாகப் பேசினான்.

அவனும் பதிலுக்குப் பதிலாக சல்லியனைத் தாக்கிப் பேசினான். வாக்குவாதம் நீடித்ததின் பேரில், 'சல்லியா! வீண் வாக்குவாதம் வேண்டாம். நடக்க வேண்டியதைப் பார்ப்போம்' என்று சொல்லி காரியத்தில் இறங்கலானான்.

சல்லியன் ஏற்படுத்திய கோபத்தினால் பன்மடங்கு அதிகமாக பாண்டவர் படையின் மீது காட்டி, அவர்களை ஓட ஓட விரட்டினான்.

ஆனாலும் அவ்வப்போது அவனை அவமதிப்பாகப் பேசிக்கொண்டே இருந்தான்.

அவனது இளக்காரப் பேச்சினை பொருட்படுத்தாமல் போரினை நடத்திக்கொண்டே இருந்தான்.

ஆனாலும் அவன் மனதிற்குள், அவனது தலை விதியை மாற்றியமைத்திடும் இரண்டு சாபங்கள் அவனுக்குக் கவலையளித்துக் கொண்டே இருந்தது.

வில்வித்தையில் வல்லவரான பரசுராமரிடம் 'வில் வித்தையைக் கற்றுக் கொள்ள கர்ணன் விரும்பினான். ஆனால் அவர் சத்திரியர்களுக்கு வில் வித்தைக் கற்றுத் தரமாட்டார். அதற்காக அந்தணரைப் போல வேடம் தரித்துக் கொண்டு பரசுராமரிடம் சென்று சீடராகச் சேர்ந்தான். பிரம்மாஸ்திரம் முதல் அத்தனை அஸ்திரங்களையும் கற்றுத் தேர்ந்தான்.

ஒருநாள்,

கர்ணனின் மடியில், தலைவைத்துப் படுத்திருந்தார் பரசுராமர். அப்போது இந்திரன் வண்டின் உருவத்தில் வந்து அவனது தொடையைக் குடைந்து உள்ளே புகுந்தான்.

கர்ணன் வலியினால் துடித்தான் என்றாலும், அசைந்தால் மடி மீது தலைவைத்து படுத்திருக்கும் குருவின் தூக்கம் கலைந்துவிடும் என்பதால், அதைப் பொறுத்துக் கொண்டு அமர்ந்திருந்தான்.

அப்படியிருந்தும் வண்டு மேலும் மேலும் குடைந்துகொண்டே இருந்ததால், தொடையிலிருந்து ரத்தம் பெருகியது. அது பரசுராமரை நனைத்தது.

விழித்துக்கொண்ட பரசுராமர் எழுந்து பார்த்தார். நடந்ததைத் தெரிந்து கொண்டார். கர்ணனின் மன உறுதி அவரை வியப்பில் ஆழ்த்தினாலும் சந்தேகம் அவருக்கு ஏற்பட்டது.

சந்தேகத்தை தீர்த்துக் கொள்ளும் விதமாக, 'சீடனே! நீ ஒரு பிராமணனா! பிராமணனாக இருந்தால் இவ்வளவு மன உறுதி கொண்டவராக இருக்க முடியாது. அந்த வழியில் பார்க்கும்போது நீ சத்திரியனாகத்தான் இருக்க முடியும். நீ யார்? உண்மையை மறைக்காமல் சொல்?' என்று கேட்டார்.

கர்ணன் தலைகுனிந்தபடி, தயக்கத்துடன் உண்மையைச் சொன்னான். அதைக் கேட்டு பரசுராமர் கோபம் கொண்டார்.

'பொய் சொல்லி நீ என்னிடம் கற்றுக்கொண்ட பிரம்மாஸ்திரம், வில், போன்ற அத்தனை அஸ்திரங்களும் உனக்கு மரணம் ஏற்படும் தருவாயில் பயன்படாமல் மறந்துபோகக் கடவாய்' என்று சபதம் அளித்தார்.

இதேபோன்று இன்னொரு அந்தணரின் சாபம் நடந்தது. அதாவது ஒருமுறை கர்ணன் தானே ரதம் ஓட்டிக் கொண்டு விரைந்து சென்றபோது, குறுக்கே ஒரு பசு வந்து தேர்க்காலில் விழுந்து இறந்துவிட்டது.

எதிர்பாராமல் நேர்ந்த தவறுதான் என்றாலும், இறந்தது ஒரு யாகப் பசு. அதனால் கோபித்துக் கொண்ட பசுவுக்குச் சொந்தக்காரரான அந்தணர். 'துஷ்டனே! ஓடிவரும் பசுவையும் கவனிக்காமல், அகந்தையாக தேர் ஓட்டிக் கொண்டு வந்து, எனது பசுவைக் கொன்றுவிட்டாயே! அதன் பொருட்டு உன்னைச் சபிக்கிறேன்.

எதிரியுடன் நீ போரிடும்போது உன் தேர்ச்சக்கரம் பூமியில் புதைந்து போவதின் மூலம் நீ கொல்லப்படுவாய்' என்று சாபமிட்டார்.

எவ்வளவோ அந்த அந்தணரிடம் கர்ணன் கெஞ்சிப் பார்த்தபோதும், அந்தணர் அந்த சாபத்தை மாற்றிக் கொள்ளவேயில்லை.

இவ்விரண்டு சாபங்களும் இந்தப் போரில் பலித்துவிடுமோ என்று அஞ்சினான் கர்ணன்.

அதன்பின்னர் சுதாரித்துக் கொண்டு, எதுவானால் என்ன? விதிப்படிதானே எல்லாம் நடக்கும் என்று மனதைத் தேற்றிக் கொண்டு போரில் ஈடுபட்டான்.

அர்ஜுனனுக்குத் துணையாக வந்த பீமனை, துச்சாதனன் தனது பாணங்களால் தடுத்தான். அவனைக் கண்டதுமே, பாஞ்சாலியின் மானத்தைப் பறிக்க மேற்கொண்ட புடவை இழுப்பு, பீமனுக்கு நினைவுக்கு வர, பீமன் பற்களை நெறித்தபடி ஆவேசமானான்.

'இன்று என்னிடம் வசமாகச் சிக்கினாய் துச்சாதனா! சூதாட்ட மண்டபத்தில் நான் செய்த சபதத்தை, இப்போது நிறைவேற்றி விடுகிறேன் வா. அதற்கு உன் கதையை இத்தோடு முடித்து விடுகிறேன்' என்று சொல்லி கர்ஜித்தான்.

துச்சாதனனும் ஆக்ரோஷத்துடன் போரிட்டான். அவனுடைய கணைகள், பீமனின் தேர்க் குதிரைகளைக் கொன்று வீழ்த்தின. தேர்ப்பாகனும் கொல்லப்பட்டான். மேலும் கூரிய அம்புகளால், பீமனுடைய உடலைக் குத்திக் கிழித்தான். அவனுடைய தேரை உடைத்துப் போட்டான்.

தேரை இழந்த பீமன், கதாயுதத்துடன் ஓடி துச்சாதனனின் தேரில் ஏறினான். ஏறிய வேகத்திலே அவனை இழுத்துத் தரையில் தள்ளினான். கண்கள் சிவந்து நரம்புகள் புடைக்க அவன்மேல் பாய்ந்தான்.

'துச்சாதனா! பாஞ்சாலியின் புடவையைப் பற்றியிழுத்தது இந்தக் கைகள் தானே? என்று கூறியபடியே துச்சாதனின் கைகளை பலத்துடன் பற்றி உடைத்து, அவனது உடலிலிருந்து கைகளைப் பிய்த்து தனியே எறிந்தான்.

அதனால் ஏற்பட்ட வலி தாங்காது அலறினான். துடிதுடித்தான் துச்சாதனன்.

இப்படி துச்சாதனனின் அங்கங்கள் ஒவ்வொன்றையும் தனித்தனியாக உடைத்து சித்ரவதைப்படுத்தி இறுதியாக அவனுடைய கழுத்தின் மேல் காலை வைத்து நெரித்துக் கொன்றான் பீமன்.

அதன் பின்னர் துச்சாதனனின் நெஞ்சைப் பிளந்தான்.

இந்தக் கோரக் காட்சியைப் பார்த்துக் கொண்டிருந்தவர்கள் குலை நடுங்கிப் போனார்கள்.

அப்படியிருந்தும் கோபம் அடங்காமல் துச்சாதனனின் உடலைச் சுழற்றித் தூக்கி வீசிய பீமன், 'நாளை, துரியோதனனுக்கும் இதேகதிதான்' என்று சொல்லி கர்ஜனை செய்தான்.

எதற்குமே அஞ்சாத கர்ணனும், பீமன் நடத்திய துச்சாதனனின், வதம் கண்டு நடுங்கித்தான் போனான்.

ஆனாலும் 'முன்னைக் காட்டிலும் ஆவேசம் அவனுக்கு எழுந்ததினால், பாண்டவர்களை வீழ்த்தியே தீருவேன்' என்றான்.

துச்சாதனனின் கோர முடிவைக் கண்டு துக்கத்தில் மூழ்கியிருந்த துரியோதனனிடம் வந்த அசுவத்தாமன் 'துரியோதனா! மேலும் மேலும் நிகழும் அழிவுகளைக் காண என்னால் சகிக்க முடியவில்லை. அதனால் இனியும் போர் வேண்டாம். எஞ்சியிருப்போராவது உயிரோடு இருந்திட்டுப் போகட்டும். அதற்காக சமாதானத்தைக் கடைப்பிடித்து போரினை நிறுத்திடச் செய்யலாம்' என்று கூறினான்.

'அசுவத்தாமா! போரில் வெற்றி பெறுவோம் என்ற நம்பிக்கை எனக்கும் இல்லாமல் போய் விட்டது. துச்சாதனன் வதமான விதத்தைப் பார்த்தபிறகு, எனக்கும் உயிர் வாழும் ஆசையில்லாமல் போய்விட்டது.

பிதாமகர் பீஷ்மர், துரோணர், ஜயக்ரதன் பகதத்தன், துச்சாதனன் போன்ற பெரும் வீரர்கள் எல்லாம் என் பொருட்டு பலியானார்கள்.

இதற்குமேல் யுத்தத்தை நிறுத்தி சமாதானம் செய்து கொள்வது என்பது நான் உயிர் பிழைக்கவா? எனக்கு அதில் விருப்பமில்லை. இருந்தாலும் நான் போரைத் தொடரத்தான் போகிறேன். விரக்தியான குரலில் உறுதியுடன் சொன்னான் துரியோதனன்.

கர்ணனும் உயிரை வெறுத்துத்தான் அர்ஜுனனுடன் போரிட்டுக் கொண்டிருந்தான். இருவருக்குள்ளும் பெரும்போர் நடந்து கொண்டிருந்தது.

கர்ணன் தன்னுடைய முக்கிய அஸ்திரமான நாகாஸ்திரத்தை எடுத்தான். அதனை அர்ஜுனன் மேல் குறி வைத்தான்.

அந்த நாகாஸ்திரம் அர்ஜுனனின் மேல் பகை கொண்ட ஒரு பாம்பின் அஸ்திரம்.

முன்பு ஒருமுறை, காண்டவ வனம் என்ற காடு எரிந்து போவதற்கு அர்ஜுனன் துணையாக இருந்தான். அந்த நெருப்பில் ஏராளமான பாம்புகள் இறந்து போயின. இருப்பினும் அதில் தப்பிப் பிழைத்த அசுவசேனன் என்ற பாம்பு மட்டும் தன் இனத்தாரை அழித்த அர்ஜுனனைக் கொல்வதற்காக பழிவெறியுடன் காத்திருந்தது.

இப்போது அந்தப் பாம்புதான் கர்ணனின் நாகாஸ்திரத்தில் அடைக்கலம் புகுந்து, அர்ஜுனனைக் கொல்லத் தயாராக இருந்தது.

கர்ணன் நாகாஸ்திரத்தைச் செலுத்தத் தயாரானான். அதுவரை சல்லியன் தொடர்ந்து கர்ணனைக் கேலி செய்தாலும், ஒரு கட்டத்தில் அவனுக்கு மனசாட்சி உறுத்தியது.

துரியோதனனுக்கு துரோகம் செய்கிறோமோ என்று கலக்கம் ஏற்பட்டது. இனியாவது சேர்ந்த இடத்துக்கு விசுவாசமாக இருக்கத் தீர்மானித்த சல்லியன், கர்ணன் நாகாஸ்திரத்தை குறி வைத்த விதம் கண்டு மனம் தாளாமல் அவனிடம் சொன்னான்.

'கர்ணா! நீ அர்ஜுனனின் தலைக்குக் குறி வைப்பதாக எனக்குத் தோன்றுகிறது. அந்தக் குறியை அவனுடைய கழுத்துக்கு நேராகக் குறி வைத்து நாகாஸ்திரத்தைச் செலுத்து' என்றான்.

'சல்லிய மன்னா! உன் யோசனைக்கு நன்றி. ஆனால் நான் எப்போதும் வைத்த குறியை மாற்றுவதில்லை. அப்படியெல்லாம் மாற்றி, மாற்றிக் குறி வைத்து எதிரியை ஏமாற்றும் பழக்கமும் எனக்கில்லை என்று சொல்லி, நாகாஸ்திரத்தை அர்ஜுனனின் தலைமேல் ஏவினான்.

அர்ஜுனனை நோக்கி வஞ்சத்துடன் சீறிச் சென்றது நாகாஸ்திரம். அதைக் கவனித்த கிருஷ்ணன், சட்டென்று காலை அழுத்தி தங்களுடைய தேரை பூமிக்குள் அழுந்துமாறு செய்தான்.

கள்ளிப்பட்டி சு. குப்புசாமி | 239

தேர் பூமியில் புதைய, சீறி வந்த நாகாஸ்திரம், அர்ஜுனனுடைய கிரீடத்தைத் தட்டி வீழ்த்தி விட்டுப் பறந்தது.

அசுவசேனனாகிய நாகாஸ்திரம் மீண்டும் கர்ணனிடம் வந்தது.

'வீரனே! நீ சரியாகக் குறி வைக்காததால், என்னால் அர்ஜுனனின் மகுடத்தைத்தான் வீழ்த்த முடிந்தது. எனவே மறுபடியும் என்னைச் செலுத்து! இம்முறை குறி தப்பாது அவனுடைய தலையைக் கொய்து விடுகிறேன்' என்றது.

'நாகமே! நீ இந்த அஸ்திரத்தில் புகுந்ததே எனக்கு இப்போது தான் தெரிகிறது. மற்றவரின் உதவியோடு எதிரியை வீழ்த்துவதில் எனக்கு உடன்பாடில்லை. அது தவிர, ஒரே அஸ்திரத்தை இரண்டு முறை ஏவும் பழக்கமும் எனக்குக் கிடையாது.

எல்லாவற்றிற்கும் மேலாக நாகாஸ்திரத்தை ஒருமுறைக்கு மேல் பயன்படுத்தமாட்டேன் என்று தாய்க்கு வாக்குக் கொடுத்திருக்கிறேன். என்னை மன்னித்துவிடு' என்று அசுவசேனனிடம் கேட்டுக் கொண்டான் கர்ணன்.

இவ்விதம் கர்ணன் சொன்னதைக் கேட்ட நாகம் ஏமாற்றமடைந்தது. ஆனாலும் சும்மா இருக்கவில்லை. தனக்கு இருந்த ஆத்திரத்தினால், தானே திரும்பிச் சென்று அர்ஜுனனைக் கொன்று விடும் நோக்கத்தில் சென்றது.

அதனை அறிந்த அர்ஜுனன் தனது அம்புகளால் அந்தப் பாம்பை பல துண்டுகளாக்கி வெட்டி வீழ்த்தினான்.

அதன் பின்னர் கர்ணனை, இடைவிடாத பாணங்களால் தாக்கி அவனுடைய கவசத்தைப் பிளந்தான் அர்ஜுனன். அத்துடன் கர்ணனின் வில்லின் நாணை அறுத்தான். அடுத்தடுத்து பாணங்களைச் செலுத்தினான் அர்ஜுனன்.

அவைகளை தடுக்கும் முயற்சியில் கர்ணன் மிகவும் களைத்துப் போய் சரிந்தான். அதனால் அர்ஜுனன், அவனைத் தாக்குவதை சிறிது நேரம் நிறுத்தினான்.

அதைக் கண்ட கிருஷ்ணன், 'அர்ஜுனா! இது கருணை காட்ட வேண்டிய நேரமில்லை. காலமறிந்து எதிரியை வீழ்த்துபவனே வெற்றி பெறுவான். எனவே தயக்கம் காட்டாமல் தாக்கு' என்று தூண்டினான்.

அதற்குள் கர்ணனும் சுதாரித்துக் கொண்டு ஆக்ரோஷமாக எழுந்தான். அர்ஜுனனைத் தாக்குவதற்காகதான் பரசுராமரிடம்

கற்றுக்கொண்ட திவ்யாஸ்திரங்களை நினைவுக்குக் கொண்டுவர முயற்சித்தான்.

ஆனால் எத்தனை யோசித்தும் அந்த அஸ்திரங்கள் அவன் நினைவுக்கு வரவில்லை.

பரசுராமரின் சாபத்தினால் அஸ்திரங்களை பயன்படுத்த முடியாத நிலைக்கு ஆளானான்.

அதேபோன்று

கர்ணனின் இடது தேர்ச்சக்கரம் பூமியில் அழுத்தமாகப் புதைந்து போனது. அதைக் கண்ட கர்ணன் விரக்தியாகச் சிரித்துக் கொண்டான். தான் பயந்ததுபோலவே, தனக்கு பரசுராமராலும், அந்தணர் ஒருவராலும் சபிக்கப்பட்ட சாபங்கள் அதன் வேலையினைக் காட்டத் தொடங்கிவிட்டது என்பதனைப் புரிந்து கொண்டான்.

ரதத்தின் சாரதியான சல்லியனிடம் மன்னா! ரதத்தின் சக்கரம் மண்ணில் சிக்கிக் கொண்டு விட்டது. இறங்கி, என்னுடன் சேர்ந்து தேர்ச்சக்கரத்தை தூக்கி விடு என்றான்.

தான் சொல்லியும் கேட்காமல் அர்ஜுனனின் கழுத்துக்கு குறி வைப்பதற்குப் பதிலாக தலைக்குக் குறி வைத்து அஸ்திரத்தை வீணடித்ததால், கோபத்தில் இருந்ததினால் அவன் மீது வெறுப்பு கொண்ட நிலையில்,

'கர்ணா! நீ எந்தவிதத்திலும் எனக்குச் சமமில்லாதவன். ஒரு மன்னனாகிய நான், உனக்குத் தேரோட்ட வந்ததையே அவமானமாகக் கருதுகிறேன். தவிர என் வேலை ரதத்தைச் செலுத்துவதுதான். பூமியில் புதைந்துவிட்ட சக்கரத்தை மேலே தூக்குவது அல்ல. வேண்டுமானால் நீ மட்டும் தேர்ச்சக்கரத்தினைச் சரி செய்' என்று அலட்சியமாகக் கூறினான்.

சல்லியன் கூறிய வார்த்தைகள் கர்ணனுக்குக் கோபத்தை எழச் செய்தது. ஆனாலும் சல்லியனிடம் வாக்குவாதம் செய்ய விருப்பமில்லாமல், ரதத்தைவிட்டுக் கீழே இறங்கி பூமியில் அழுந்திக் கிடந்த தேர்ச்சக்கரத்தை மேலே தூக்கும் முயற்சியில் ஈடுபட்டான்.

அவன் தன் பலத்தையெல்லாம் திரட்டி, தேர்ச்சக்கரத்தைத் தூக்கிப் பார்த்தான். சக்கரம் அசையவில்லை. அந்த நேரத்திலும் அர்ஜுனன் கணைகளைத் துவக்க முனைந்தான்.

அதைக்கண்ட கர்ணன் 'அர்ஜுனா! சற்றுப் பொறு. இந்தத் தேர்ச்சக்கரத்தை மேலேற்றிய பின்னர், நாம் போரிடலாம். உன்னைத் தாக்க முற்படாது. வேறு வேலையில் இருக்கும் என் மீது அம்புக் கணைகளை விடுவதென்பது யுத்த தர்மம் அல்ல.

அதுமட்டுமின்றி நான் தரையில் இருக்கும் போது, நீ தேரில் நின்றபடி தாக்குவதும் யுத்த நியாயமல்ல' என்றான்.

இதைக் கேட்ட கிருஷ்ணன் மெல்லச் சிரித்தபடி கர்ணனிடம் சொன்னான். 'கர்ணா! தர்ம நியாயமெல்லாம் இப்போதுதான் உன் நினைவுக்கு வருகிறதா! அரக்கு மாளிகையில் பாண்டவர்களைக் கொல்லப் பார்த்ததும் சூதாட்ட மண்டபத்தில் பாஞ்சாலியை புடவை இழுத்து அவமானப்படுத்தியதும், பாண்டவர்களை சூதாட்டத்தின் மூலம் வஞ்சனையாக வென்று காட்டுக்கு அனுப்பியதும், சிறுவனான அபிமன்யுவை எல்லோரும் சூழ்ந்து வதம் செய்ததும். இதெல்லாம் தர்மமான காரியங்களா?

இப்போது நீ சொல்லும் தர்ம நியாயங்களெல்லாம் அப்போது எங்கே போயிருந்தன. கர்ணா?' என்று கேட்டான்.

வெட்கத்துடன் தலைகுனிந்த கர்ணன், எதுவும் பதில் பேசாமல் தேர்ச்சக்கரத்தை மீட்கும் முயற்சியினைத் தொடர்ந்தான்.

அப்போதும் அவனை விடாது தொடர்ந்து தாக்கினான் அர்ஜுனன்.

அம்புக் கணைகளால் கர்ணனின் உடல் முழுவதும் ரத்தம் வழிந்து பூமியை நனைத்தது. பலத்த அடிபட்டும், ஏதோ அவன் உயிர் உடலைவிட்டுப் போகாமல் இருந்தது.

அதற்குக் காரணம். கர்ணன் இது நாள் வரை செய்த தான தர்மத்தின் பலனே, அவன் உயிரைப் பிரிய விடாமல் காத்துக் கொண்டிருக்கிறது என்பதனை கிருஷ்ணன் உணர்ந்தான்.

அந்த தர்மத்தின் பலன்களையெல்லாம் பெறும் பொருட்டு, கிருஷ்ணன் ரதத்தைவிட்டு இறங்கி, ஒரு வயதான அந்தணன் போல வடிவம் எடுத்து கர்ணனை நெருங்கினான்.

'கர்ணா! கேட்பவருக்குக் கேட்டதைத் தரும் வள்ளலே! உன்னிடம் யாசிக்க வந்திருக்கிறேன். ஏதாவது தானம் செய்' என்று கேட்டான்.

கர்ணன் பரவசமானான். இறக்கும் நேரத்திலும் கொடுக்கும் வாய்ப்புக் கிடைத்ததே என்று மனம் மகிழ்ந்தான்.

'அந்தணரே! இந்தச் சூழலில் என்னால் தர முடிந்ததைக் கேளுங்கள் நிச்சயம் தருகிறேன்' என்றான்.

'கர்ணா! நீ இதுவரை பெற்ற புண்ணியம் முழுவதையும் எனக்குத் தானம் செய் என்று கேட்டான்.'

'அந்தணரே நீங்கள் கேட்ட புண்ணிய தானத்தை உங்களுக்குக் கொடுக்க நான் பெரும் பாக்கியம் செய்துள்ளேன். தருகிறேன் பெற்றுக் கொள்ளுங்கள்' என்றான்.

'கர்ணா! அதை நீயே தாரை வார்த்து என்னிடம் கொடு!'

'அதைக் கேட்ட கர்ணன் சிரித்தான். இந்த நேரத்தில் இந்த இடத்தில் தண்ணீரை எப்படி தேடுவது? இருக்கட்டும் நீருக்குப் பதிலாக என்னுடைய ரத்தத்தையே நீராகத் தருகிறேன் என்று தன்னுடைய மார்பில் செருகியிருந்த அம்பு ஒன்றைப் பிடுங்கினான்.

அதிலிருந்து ரத்தம் பீறிட்டுக் கொட்டியது. வெளியேறிய ரத்தத்தைக் கையில் ஏந்தி அந்தணரே! இதுவரை நான் பெற்ற புண்ணியம் முழுவதையும் உமக்குத் தந்தேன்' என்று சொல்லி, கிருஷ்ணன் கையில் தாரை வார்த்தான்.

மனம் நெகிழ்ந்து போன கிருஷ்ணன், அந்த நேரத்தில் ஸ்ரீமன் நாராயணனாக தனது விசுவரூப தரிசனத்தைக்காட்டி அருளினான்.

'கர்ணா! எத்தனை பிறவிகள் எடுத்தாலும் இதேபோன்று வள்ளல் தன்மையுடன் புண்ணிய தர்மங்கள் செய்து புகழ்பெற்று விளங்குவாயாக' என்று ஆசீர்வதித்தான்.

ஸ்ரீமன் நாராயணனை, கர்ணன் இருகரங்கூப்பி வணங்கினான்.

அதன் பின்னர் அர்ஜுனனிடம் சென்ற கிருஷ்ணன்,

'அர்ஜுனா! இனி கர்ணனை வதம் செய்வதற்கான கணையைச் செலுத்து என்று கட்டளையிட்டான்.

'அஞ்சலிகம்' என்ற அம்பை எடுத்து காண்டீபத்தில் பூட்டி, கர்ணனின் மேல் செலுத்தினான் அர்ஜுனன்.

அந்த அம்பு குறி தவறாமல், மிகச் சரியாகச் சென்று, கர்ணனின் தலையைத் துண்டித்துத் தரையில் உருட்டியது.

கொடுத்துக் கொடுத்துச் சிவந்த கரங்களுக்கு சொந்தக்காரரான கர்ணன், இறுதியாக அந்தக் கடவுளுக்கே தானம் செய்த பெரும் புகழுடன் இறந்து போனான்.

படைத் தலைவனான கர்ணன், இறந்துவிட்டதால், தைரியம் இழந்த கௌரவர் படை, நாலாபுறமும் சிதறி ஓடியது.

உயிர் நண்பன் இறந்து விட்டதினால் இழந்துபோன துரியோதனன் மனம் உடைந்து அழுதான்.

அவனுக்கு கிருபரும், கிருதவர்மனும், அசுவத்தாமனும் ஆறுதல் கூறித் தேற்றினார்கள்.

உற்சாகமாகச் சங்குகளை ஒலித்தபடி பாண்டவர்படை பாசறைக்குச் செல்ல, பதினேழாம் நாள் போர் முடிவுக்கு வந்தது.

பதினெட்டாம் நாள் போர்

அதர்மம் அழிந்து தருமம் வென்றது என்பதை நிலை நாட்டும் விதமாக பதினெட்டாம் நாள் போர் தொடங்கியது.

கர்ணன் மாண்டுபோனதினால், சல்லியனை படைத் தளபதியாக்கினான் துரியோதனன்.

சல்லியனின் தலைமையில் களம் இறங்கிய கௌரவர் படையைக் கண்டதுமே கிருஷ்ணன் தருமனிடம் சொன்னான்.

'தருமா! பீஷ்மர், துரோணர் போன்றவர்களுக்கு நிகரான பெரும் வீரனாக விளங்கி வருபவன் சல்லியன், இவனை நீதான் எதிர்கொண்டு போரிட வேண்டும். உன்னால்தான் அவனை வீழ்த்த முடியும்' என்றான்.

இத்தனை இழப்புகள் நேர்ந்த பின்பும் கூட, துரியோதனன் மனம்மாறி சமாதானத்துக்கு வராமல் போரினையை நீடித்துக் கொண்டிருக்கிறானே என்ற கோபம் தருமனை வீறு கொண்டு எழ வைத்தது.

அதன் பொருட்டு அதுவரையில் பொறுமையைக் காத்து வந்த தருமன் அன்று சீறும் சினத்துடன் பொங்கியெழுந்தான்.

போரில் அதுவரை காட்டாத திறனைக் காட்டலானான். சல்லியனை எதிர்த்து நின்ற தருமன், ஆக்ரோஷமாக அம்புகளை விட்டான். அந்த அம்புகளைத் தாக்குபிடிக்க முடியாத சல்லியன் சல்லி சல்லியானான்.

அவனுக்குப் பதிலாக அசுவத்தாமனை கௌரவப் படைத் தளபதியாக்கினான் துரியோதனன்.

யார் தலைமை ஏற்றாலும் ஒரு கை பார்த்து விடுவோம் என்ற ஒட்டுமொத்த உணர்வில் பாண்டவர்கள் இருந்தனர்.

சகுனியைத் தடுத்து நிறுத்திப் போரிட்டான் சகாதேவன், சகுனியின் மகன் உலூகன் தந்தைக்குத் துணையாக வர, அவனுடைய தலையை அஸ்திரத்தால் சீவினான் சகாதேவன்.

அதன் பின்னர் சகுனியிடம், வஞ்சகனே! உன் சூதாட்ட சூழ்ச்சியால் தான் இத்தனையும் நடந்தது. லட்சக்கணக்கான வீரர்களின் மரணத்துக்குக் காரணமான கொடியவனே! இனி இந்தப் பூமியில் உனக்கும் இடமில்லை.

இதோ நீயும் அவர்களுடன் எமலோகம் சென்றுவிடு என்று சொல்லி, சகுனியின் தலையையும் கூரிய அம்புகளால் துண்டித்துத் தரையில் உருட்டினாள்.

பாண்டவப் படையினர் பெரும் உற்சாகத்துடன் எஞ்சியிருந்த கௌரவப்படை வீரர்களைக் கொன்று குவித்ததைப் பார்த்த கிருபர், கிருதவர்மன், அசுவத்தாமன் ஆகியோர் தப்பித்து ஓடினார்கள்.

கௌரவ சேனை அழிந்து கொண்டேயிருந்தது.

உடன் பிறந்தவர்கள் நண்பர்கள் அனைவரையும் இழந்து துரியோதனன் மட்டும் தன்னந்தனியே கதாயுதத்தை ஏந்தியவனாக சோர்ந்துபோய் நடந்தான்.

வழியில் ஒரு குட்டையைக் கண்டான். அதன் மரத்தின் அடியில் அமர்ந்து களைப்பைப் போக்கிக் கொண்டிருந்தான்.

அவனைக் காணாமல், போர்க்களத்தில் தேடிக் கொண்டிருந்தார்கள் பாண்டவர்கள் பொறாமையினாலும் வஞ்சக எண்ணங்களினாலும் இத்தனை பெரிய அழிவை ஏற்படுத்திய துரியோதனனைக் கொல்லாமல் விடக்கூடாது என்று தேடிய பாண்டவர்கள் மரத்தின் அடியில் நின்று கொண்டிருந்த துரியோதனனைக் கண்டு கொண்டார்கள்.

'துரியோதனா! உன் கெட்ட புத்தியினால்தான் இந்தப் பேரழிவு நேர்ந்தது. செய்வதையெல்லாம் செய்துவிட்டு உன்னைச் சேர்ந்தவர்கள் அனைவரையும் பலி கொடுத்து விட்டு, நீ மட்டும் இங்கே வந்து ஒளிந்து கொண்டாயா! வெளியே வா! உன்னைக் கொல்லாமல் விடப்போவதில்லை' என்று கூவி அழைத்தனர்.

அதற்கு அவன் பயந்து போகாதவன் போல பாண்டவர்களே! நான் ஒன்றும் கோழையல்ல. எவரிடமும் எனக்குப் பயமுமில்லை. போரிட்டதால் காயம் ஏற்பட்டு இருக்கும் உடலின் களைப்பைப் போக்கிக் கொள்வதற்காகவே குட்டையில் இறங்கினேன் என்றவன் தருமனைப் பார்த்துச் சொன்னான்.

‘தருமா! எனக்கு ஆதரவானவர்கள், நான் நேசித்தவர்கள் எல்லாம் இறந்து போய்விட்டார்கள். அவர்களில்லாமல் எனக்கு ராஜ்ஜியம் எதற்கு? அரசனாகும் ஆசை எனக்குப் போய்விட்டது. பிணங்களால் நிரம்பி இடுகாடாகக் கிடக்கும் இந்தப் பூமியை, இனி நீயே ஆண்டுகொள்! போ’ என்றான்.

அவ்வளவுதான், கொந்தளித்துப் போனான் தருமன்.

‘நாங்கள் சமாதானமாக, ஐந்து கிராமங்களையாவது கொடுங்கள் என்று கேட்டோம். அதற்கு நீ என்ன சொன்னே ஊசி முனையளவு நிலம் கூட கொடுக்க முடியாது’ என்று திமிராகப் பேசி எங்களுக்குத் தீராத துன்பங்களைத் தந்த நீ. அவ்வளவு சுலபமாக எங்களிடமிருந்து தப்பித்துக் கொள்ள முடியாது. வா! வந்து எங்களுடன் போரிடு. பதுங்கிக் கொண்டு தனித்திருந்து சத்திரிய குலத்தின் பெருமையைக் கெடுக்காதே’ என்று அழைத்தான் தருமன்.

தருமனின் பேச்சால் அவமானமும், கோபமும் அடைந்த துரியோதனன் மடுவை விட்டு வெளியே வந்தான்.

‘நீங்கள் ஐவருமே என்னுடன் போரிடுவதாக இருந்தாலும் உங்களுடன் போரிட நான் தயார். ஆனால் இப்போது நான் தன்னந்தனியாக தரையில் கவசம் அணியாமல் இருக்கிறேன். நீங்களோ ரதத்தின் மீதும், குதிரையின் மீதும் அமர்ந்திருக்கிறீர்கள். இப்படியே போர் செய்வது யுத்த தர்மமல்ல. கீழிறங்கி ஒருவர் பின் ஒருவராக வாருங்கள் மோதிப் பார்த்து விடலாம்’ என்றான்.

‘துரியோதனா! நாயம் பேசும் நீ. சின்னஞ்சிறுவனான அர்ஜுனன் மகன் அபிமன்யு தரையில் தன்னந் தனியே சிக்கிக் கொண்டபோது, நீங்கள் எல்லோரும் ரதத்தில் சூழ்ந்து கொண்டு தானே அவனைக் கொன்றீர்கள்? அப்போது, இந்த யுத்த தர்மமெல்லாம் உன் புத்தியில் தோன்றவில்லையா? போகட்டும்! நீ தான் தர்மத்திற்கு மாறாக நடந்து கொண்டாயேயானால், நாங்களும் அப்படி நடக்க நினைக்கவில்லை. தர்மத்தையையே கடைபிடிப்பவர்கள் நாங்கள் என்பதை உனக்கு உணர்த்துகிறோம். தன்னந்தனியே நிராதரவாக நிற்கும் உன்னுடன் நாங்கள் ஐவரும் மோதுவது அதர்மம். அதை நாங்கள் செய்யமாட்டோம். எனவே எங்களில் எவருடன் போரிட விரும்புகிறாய் என்பதை நீயே சொல்’ என்று கேட்டான் தருமன்.

‘அப்படியென்றால் உங்களில் யாருக்கு என்னுடன் மோத துணிவுள்ளதோ அவர் என்னுடன் போரிடலாம்

இவ்விதம் துரியோதனன் சொன்னவுடன் பீமன் நான் உன்னுடன் போரிடத் தயார் என்று களத்தில் இறங்கினான்.

அப்போது பீம துரியோதனனுக்கு கதாயுதப் பயிற்சி கொடுத்த பலராமன், தனது தீர்த்த யாத்திரையை முடித்துவிட்டு அங்கே வந்திருந்தான்.

அவன் முன்னால் இருவருக்குமான யுத்தம் தொடங்கியது. இரண்டு பேருமே உக்கிரமாகத் தாக்கிச் கொண்டார்கள்.

கிருஷ்ணனுக்கு மனதில் கவலை ஒன்று எழுந்தது.

கதாயுதப் போரில், பீமனை விடவும் துரியோதனன் மிகவும் திறமைசாலி. பீமனைக் கொல்ல வேண்டும் என்பதற்காகவே பீமனைப் போன்ற ஓர் உருவத்தை இரும்பினால் செய்து வைத்து அதனுடன் பதின்மூன்று ஆண்டுகளாக கதைப் பயிற்சி செய்தவன். விடாமுயற்சி கொண்டவன்.

பீமன் பலசாலி என்றால் துரியோதனன் சாமர்த்திய சாலி. நேர்மையாக யுத்தம் செய்தால், பீமன் நிச்சயம் துரியோதனனை வெல்ல முடியாது. எனவே, ஏதாவது தந்திரம் செய்தால் தான் துரியோதனனைக் கொல்ல முடியும் என்று நினைத்தான்.

அவன் நினைத்தது போல்தான் யுத்தமும் நடக்கத் தொடங்கியது.

பீமனும் துரியோதனனும் ஒருவருக்கொருவர் சளைத்தவர்கள் இல்லை. இருவருமே கதாயுதத்தால் மாறி மாறி தாக்கிக் கொண்டார்கள். பலத்த அடிபட்டார்கள். கீழே விழுந்தார்கள். விழுந்த வேகத்திலேயே எழுந்து திரும்பவும் மோதிக் கொண்டார்கள்.

ஆனால் துரியோதனனின் வீரத்திற்கு முன், பீமனில் வீரம் சற்றுக் குறைவுதான்.

அதைப் பார்க்கும்போது பீமன் எந்த நேரத்திலும் சோர்ந்து விழுவதாக தோன்றினான்.

இதனை அறிந்த மாயஜாலக்கார கிருஷ்ணன், ஒரு உத்தியினை பீமனின் காதில் விழும்படியாக அர்ஜுனனிடம் சொல்லலானான்.

'அர்ஜுனா! பீமன் சூதாட்ட மண்டபத்தில் எடுத்திருந்த சபதத்தை மறந்துவிட்டான் போலிருக்கிறது. அந்த சபதத்தின்படி துரியோதனனை வீழ்த்தினால்தான் போர் முடிவுக்கு வரும் என்று சாடையாகச் சொன்னான்.

அதைக் கேட்ட பீமனுக்கு அப்போதுதான் துரியோதனனின் தொடைகளைப் பிளந்து கொல்வேன் என்று தான் சபதம் எடுத்திருந்தது நினைவுக்கு வந்தது.

அதேநேரத்தில் பீமன் தன்னைப் பார்த்த சமயத்திற்காகவே காத்துக் கொண்டிருந்தவனைப்போல அர்ஜுனன் தொடையைத் தட்டிக் காட்டி, துரியோதனனைக் கொல்லும்படியாக குறிப்பினை உணர்த்தினான்.

அதனைப் புரிந்து கொண்ட பீமன், தன்னைத் தாக்க துரியோதனன் மேலெழும்பிய சமயத்தில், பெரும் கர்ஜனை செய்தபடி துரியோதனனின் மேல் பாய்ந்தான்.

பாய்ந்த வேகத்திலேயே துரியோதனனின் தொடைகளை கதாயுதத்தால் அடித்துப் பிளந்தான்.

அடிபட்ட துரியோதனன் தரையில் நிற்க முடியாமல் பெரும் அலறுலுடன் தரையில் வீழ்ந்தான்.

இதைப் பார்த்துக் கொண்டிருந்த பலராமன் கோபத்துடன் எழுந்தான்,

கதாயுதப் போரில் நாபிக்குக் கீழே அடிக்கக்கூடாது என்பது விதி. அந்த விதிமுறையை மீறி சாத்திரத்துக்கு விரோதமாக துரியோதனனை வீழ்த்திய இந்தப் பீமனை நான் சும்மா விடமாட்டடேன். இப்போதே அவனைக் கொல்லப் போகிறேன்' என்றவன் தன்னுடைய ஆயுதமான கலப்பையைத் தூக்கிக் கொண்டு பாய்ந்தான்.

அதனை அறிந்த கிருஷ்ணன் அவனைத் தடுத்து நிறுத்தியவன் 'அண்ணா! பாண்டவர்கள் நமது அத்தையின் மகன்கள். நமக்கு மைத்துனர்கள் என்பது நீங்கள் அறியாததல்ல. அப்படி சொந்தமாக பாண்டவர்கள் இருந்தும் அவர்களுக்கு நாம் சரிவர உதவி செய்ய முடியவில்லை.'

'கிருஷ்ணா! நீ என்ன சொல்லுகிறாய்.'

'ஆம் அண்ணா! துரியோதனனின் அக்கிரமமானச் செயல்களால் அவர்கள் பெரிதும் துன்பத்திற்கு ஆளானார்கள். சூதாட்ட சபையில் சூதாட்டத்தின் பேரில் நமது தங்கை பாஞ்சாலி அடிமையாக்கப்பட்டாள் என்று சொல்லி துரியோதனனின் தூண்டுதலின்பேரில் துச்சாதனன் புடவையை இழுத்து அவமானப்படுத்தினான். அத்தோடு தனது தொடையில் அவளைப் படுக்க வைப்பேன் என்றும் ஈனத்தனமாகக் கூறினான்.

அதைக் கண்டு பொறுக்க முடியாத பீமன் துரியோதனனின் தொடைகளைப் பிளந்து அவன் செய்த அக்கிரமங்களுக்கெல்லாம் ஒரு முடிவு கட்டுவேன் என்று அவன் சபதம் செய்தான்.

அந்தச் சபதத்தையே இப்போது நிறைவேற்றியுள்ளான். செய்த சபதத்தை நிறைவேற்ற வேண்டியது சத்திரியர் தர்மம்தானே...

மேலும் பார்க்கப் போனால் துரியோதனன் அப்படியொன்றும் யோக்கியமானவன் இல்லையே...

யுத்த தர்மம் பார்க்காமல் அநீதியான முறையில் தானே இவர்கள் சிறுவயதினான அபிமன்யுவை கொன்றார்கள்.

இதுபோன்று எத்தனையோ கொடூரச் செயல்களை துரியோதனன் பிறந்ததிலிருந்தே பாண்டவர்களுக்கு கொடுமைகள் செய்து வந்தவனை பீமன் சபதப்படி கொன்றது அதர்மம் இல்லை அண்ணா' என்று பலராமனை சமாதானப்படுத்தினான்.

இவ்விதம் கிருஷ்ணன் எவ்வளவோ எடுத்துச் சொல்லியும் பலராமன் சமாதானம் ஆகாமலே பேசலானான்.

'கிருஷ்ணா! நீ என்னதான் விளக்கம் தந்தாலும் எனக்கு அது ஏற்புடையதாக இல்லை. இந்த யுத்தத்தைப் பொறுத்தளவில் பீமன் செய்தது சரியானதல்ல. அதனால் பீமன் எல்லோராலும் இகழப்படுவது உறுதி. அதே நேரத்தில் துரியோதனன் வீரனாகப் புகழப்பட்டு வீர சொர்க்கம் அடைவான் என்று கூறிவிட்டு கோபத்துடன் அங்கிருந்து புறப்பட்டுப் போனான்.

பலராமன் கூறிவிட்டுச் சென்றதைக் கேட்டுக் கொண்டிருந்த துரியோதனன் மனம் கொந்தளித்தது.

அதன் விளைவாக தரையில் விழுந்து கிடந்தவன், சிரமத்தின் பேரில் தரையில் கைகளை ஊன்றி எழுந்து உட்கார்ந்தவன். எரிச்சல் கொண்ட விதத்தில் கிருஷ்ணனைப் பார்த்தவன்.

கண்ணா! வஞ்சகனே! உன்னுடைய மாயவேலையின் காரணமாக, குறுக்கு வழியை பீமனை கையாளச் செய்து விட்டாயே. நாங்களா! மோசடி செய்தோம். நாங்கள் வெல்ல வேண்டியதை தடுத்துவிட்டாய்.

சிகண்டியைக் கொண்டு பீஷ்மரைச் சாய்த்தாய். பொய் சொல்ல வைத்து துரோணரைக் கொன்றாய். சூரியனை மறைத்து வைத்து மாயாஜாலம் காட்டி ஜயக்ரதனைக் கொன்றாய். தேரை பூமியில் அழுத்தி கர்ணனின் நாகாஸ்திரத்தை வீணடித்தாய்.

கர்ணனின் தான தர்மங்களையெல்லாம் வாங்கிக் கொண்டு அவனைக் கொன்றாய். அதுமட்டுமல்லாமல் இதோ இப்போதும் அர்ஜுனனின் மூலம், பீமனுக்குத் தொடையைத் தட்டிக் காட்டச் செய்து, தந்திரத்தால் என்னை வீழ்த்தியிருக்கிறாய். இதுபோன்ற வஞ்சக செயல்களையெல்லாம் செய்த உங்களை இந்த உலகம் இகழத்தான் போகிறது' என்று வேதனையுடன் கூறினான்.

இதைக் கேட்ட கிருஷ்ணன் 'துரியோதனா! நான் செய்த செயல்களையெல்லாம் வஞ்சகம் என்று நீ பட்டியலிட்டாய். இதற்கு மூலகாரணமாக இருந்தவன் நீ தானே; பாண்டவர்களை அரக்குமாளிகையில் கொல்லத் திட்டமிட்டது. பாஞ்சாலியை அவமானப்படுத்தியது. அவர்களை சூதாட்டத்தின் பேரில் நாடு நகரங்களைப் பிடுங்கிக் கொண்டு காட்டிற்கு அனுப்பியது. சிறுவன் என்னும் பாராமல் அபிமன்யுவை யுத்த கர்மத்துக்கு மாறாகக் கொன்றது. இப்படி எத்தனை எத்தனையோ அடுக்கடுக்காகப் பட்டியலிட்டுக் கொண்டே போகலாம்.

அப்படி செய்த பாவங்களின் பலன் தான் இது. விதி வலியது துரியோதனா! அதை ஏற்றுக்கொண்டுதான் ஆக வேண்டும். மற்றவரை நிந்தித்துப் பயனில்லை' என்றான்.

அதன்பின்னர் அனைவரும் ஒன்றுபட்டு பாசறைக்குத் திரும்பினார்கள்.

பாசறையிலிருந்த தருமனை அழைத்த கிருஷ்ணன் 'இன்றிரவு முக்கியமானவர்கள் பாசறையில் தங்காமல் தனித்தனியாக பிரிந்து சென்று வேறிடங்களில் தங்க வேண்டும்' என்று கூறினான்.

ஏன்? எதற்கு? என்ற கேள்விகள் எதுவும் கேட்காமல் அதன்படியே முக்கியமானத் தலைவர்கள் 'நகவதி' என்ற நதிக்கரைக்குச் சென்று அங்கேயே தங்கினார்கள்.

இந்நிலையில் தொடைகள் முறிக்கப்பட்டு குலையுயிரும், குற்றுயிருமாகக் கிடந்த துரியோதனனைக் காணச் சென்ற அசுவத்தாமன் கண்ணீர் விட்டுக் கதறி அழுதவன் ஆக்ரோஷமாகச் சொல்லலானான்.

துரியோதனா! எனது தந்தை கொடூரமாகக் கொல்லப்பட்டது போல உன்னையும் இந்நிலைக்கு ஆளாக்கிய பாண்டவர்களையும் தளபதி திருஷ்டத்யும்னன், சாத்யகி போன்ற அத்தனை

பேரையும் இன்றிரவே என் வாளுக்கு இரையாக்கி விடுகிறேன். எனக்கு அனுமதி கொடு என்று கேட்டான்.

உடன் சென்ற கிருபரும், கிருதவர்மனும், 'வேண்டாம் அசுவத்தாமா! இது தர்மமல்ல. உலகமே நம்மைத் தூற்றும்' என்று எச்சரித்தனர்.

ஆனால் துரியோதனா... அசுவத்தாமனை தளபதியாக்கியதோடு சொன்னதைச் செய்து முடிப்பாய் என்று கூறியும் அனுப்பினான்.

அவனை மட்டும் தனியே அனுப்ப மனமில்லாத கிருபரும், கிருதவர்மனும் மனத்தைக் கல்லாக்கிக் கொண்டு அவனுடன் சென்றனர்.

பாண்டவர் பாசறையில் ஒரு சிலரைத் தவிர மற்றவர்கள் நன்கு தூங்கிக் கொண்டிருக்கும்போது, திருஷ்டத்யும்னன் முதல் சிகண்டி, பாஞ்சாலியின் மகன்கள் மற்றும் பாண்டவர் தரப்பு மன்னர்களை கொன்று தீர்த்தனர்.

அந்த சூடு தனியாமல் இறப்புக்குப் போராடிக் கொண்டிருந்த துரியோதனனிடம் உன்னிடம் வாக் களித்தபடி பாண்டவர் சேனை முழுவதையும் அழித்துவிட்டோம். இப்போது பாண்டவர்கள் தரப்பில் கிருஷ்ணன், சாத்யகி உள்பட ஏழுபேர் மட்டுமே உயிருடன் எஞ்சியுள்ளனர். நம் தரப்பில் நாங்கள் மூவர் மட்டுமே இருக்கிறோம் என்றனர்.

இதைக் கேட்டபடியே மகிழ்வுடன் உயிர் துறந்தான் துரியோதனன்.

வனத்திற்குச் சென்ற அசுவத்தாமன்

குருசேத்திரப் போர் தொடங்கிய நாளிலிருந்தே திருதராஷ்டிரனுக்கு ஒவ்வொரு நிகழ்ச்சியையும் சொல்லிவந்த சஞ்சயன், இறுதியாக துரியோதனன் இறப்பு வரை சொல்லி முடித்தான்.

அதேநேரத்தில் பாண்டவர் பாசறையில் ஒரே அழுகைச் சத்தம் கேட்கத் தொடங்கியது.

பாசறையில் எங்கு பார்த்தாலும், வெட்டுப்பட்ட தலைகளும், அறுபட்ட அங்கங்களும், முண்டமான உடல்களுமாகக் கிடந்தன.

அந்த உடல்களையெல்லாம் கண்ட பெண்கள் கதறித்துடிக்கலானார்கள்.

கணவனை இழந்தவர்களும், சகோதரனையும், பிள்ளைகளையும் இழந்தவர்கள். துடியோ துடியெனத் துடித்து கதறி அழுதனர்.

அசுவத்தாமன் நிகழ்த்திய இந்த அதர்மச் செயல், அவர்களை மிகவும் ஆத்திரத்தை உண்டாக்கியது.

அதில் பாஞ்சாலி, தனது பிள்ளைகளுக்கு நேர்ந்த இழப்பினை எண்ணி எண்ணி வேதனையடைந்தாள்.

'ஐயோ! எனது பிள்ளைகள் போரில் இறந்திருந்தால்கூட, வீரத் தாயாக மகிழ்ச்சி கொண்டிருப்பேனே! கொடியவன் அசுவத்தாமனால் அல்லவா கொலை செய்யப்பட்டு மாண்டு கிடக்கிறார்கள். பெற்ற வயிறு பற்றி எரிகிறதே! அந்த கொடூரக்காரனான அசுவத்தாமனை பழி தீர்க்க யாருமே இல்லையா?' என்று பலத்த குரலிட்டு கூப்பாடு போட்டாள்.

அதைக் கேட்டு ஆவேசம் கொண்ட பீமன், தேரில் ஏறி வேகமாகப் புறப்பட்டான். நகுலன் அவனைப் பின் தொடர்ந்தான்.

அபரிமிதமான சக்தி கொண்ட அசுவத்தாமனால் பீமனுக்கு ஆபத்து ஏற்படுமோ என்ற பயத்தில் கிருஷ்ணன் அனைவரையும் அழைத்துக் கொண்டு தானும் புறப்பட்டான்.

கிருஷ்ணன் பயந்தபடியே ஆனது.

பாகீரதி நதிக்கரையில் இருந்த வியாச முனிவரின் ஆசிரமத்தில் பதுங்கியிருந்த அசுவத்தாமன் பாண்டவர்கள் வருவதைக் கண்டதுமே பதறி எழுந்தான்.

ஆனாலும்

பாண்டவர்களைப் பூண்டோடு அழித்து விடும் எண்ணத்தில் ஒரு புல்லைப் பிடுங்கி எடுத்தான். பிரம்ம கிரஸ் என்ற மந்திரத்தை உச்சரித்து பாண்டவர்கள் வம்சமே அழியக்கடவது என்று சொல்லி அஸ்திரத்தை ஏவினான்.

அர்ஜுனா! நீயும் பிரம்ம கிரஸை ஏவி, அந்த பிரம்மகிரஸை அமைதியாக்கு என்றான் கிருஷ்ணன்.

அதன்படியே செய்தான் அர்ஜுனன்.

இரண்டு அஸ்திரங்களும் எதிரெதிராக ஒன்றை யொன்று நெருங்கின.

அப்போது வியாசரும், நாரதரும், அந்த அஸ்திரங்களுக்கு இடையே வந்து நின்று கொண்டார்கள். அசுவத்தாமனையும், அர்ஜுனனையும் கடிந்து கொள்ளலானார்கள்.

'உலகத்தையே அழிக்கக்கூடிய நாசகார அஸ்திரங்களை இப்படியா பொறுப்பில்லாமல் ஏவுவது? மீண்டும் இதை திரும்பப் பெற்றுக் கொள்ளுங்கள்' என்றார்கள்.

வியாசரிஷி, நாரதரிஷி இரு ரிஷிகளின் வேண்டு கோளை ஏற்று, தான் செலுத்திய அஸ்திரத்தை திரும்பப் பெற்றுக் கொண்டான் அர்ஜுனன்.

ஆனால் அசுவத்தாமனால், அதைத் திரும்பப் பெற்றுக் கொள்ள முடியவில்லை. அவ்விதம் திரும்பப் பெற்றுக் கொள்ளும் சக்தி அவனுக்குக் கிடையாது.

அந்த அளவிற்கு அவனது பிரம்மகிரஸை பாண்டவர் வம்சத்து அத்தனைப் பெண்களின் கர்ப்பத்தையும் கலைத்து கடைசியாக அபிமன்யுவின் மனைவியான உத்திரையின் கர்ப்பத்தையும் சென்று தாக்கியது.

இந்த விஷயத்தை அறிந்த கிருஷ்ணன் கோபத்துடன் அசுவத்தாமனைப் பார்த்தவன். உன்னால் அழிக்கப்பட்ட அந்தக் கரு, என்னால் காப்பாற்றப்பட்டுவிட்டது.

அந்தக் கருவின் மூலம் உருவாகும் அவன் பரீட்சத் என்ற பெயருடன் அரசாண்டு பெரும்புகழ் பெறுவான்.

ஆனால் நீயோ மூவாயிரம் ஆண்டுகள் எந்த மனிதரோடும் எவ்விதத் தொடர்பும் இன்றி தொழுநோயால் பீடிக்கப்பட்டு பேய்போல அலைந்து திரிவாயாக என்று வெறுப்புடன் கூறினான்.

இவ்விதம் கிருஷ்ணன் அசுவத்தாமனுக்கு சாபமிட்டதினால், பாண்டவர்கள் அவனைக் கொல்லாமல் விட்டனர்.

அசுவத்தாமன் தான் பாண்டவர்களிடம் தோற்றதற்கு அடையாளமாக, தனது தலையில் சூடியிருந்த மிகச் சக்தி வாய்ந்த ரத்தினமணியை அவர்களிடம் கொடுத்துவிட்டு துயரத்துடன் வனத்திற்குச் சென்றான்.

ஆசீர்வதித்தாள் காந்தாரி

அஸ்தினாபுரத்தில் திருதராஷ்டிரனும் காந்தாரியும் தங்களுடைய நூறு பிள்ளைகளையும் இழந்த துக்கத்தில் மூழ்கியிருந்தனர்.

பாண்டவர்கள் மிகவும் சோகத்துடன் சென்று வணங்கி மௌனத்துடன் நின்று கொண்டிருந்தனர்

அந்த நேரத்தில் வந்த வியாசர், திருதராஷ்டிரனையும், காந்தாரியையும் ஆறுதல் சொல்லி தேற்றலானார்.

மகனே! திருதராஷ்டிரா! நான் ஒருமுறை தேவலோகம் சென்றிருந்தேன். அங்கிருக்கும் விஷ்ணுவைச் சந்தித்தேன். அப்போது அவரின் அருகே அமர்ந்திருந்த பூமாதேவி 'பிரபு! பூவுலகின் பாரம் மிகுந்துவிட்டது. அதன்பொருட்டு என்னால் தாங்க முடியவில்லை. அதற்காக என் மீதுள்ள பாரத்தைக் குறைத்திட வேண்டும்' என்று வேண்டினாள்.

அதைக்கேட்ட விஷ்ணு 'தேவியே! அஸ்தினாபுரத்தின் மன்னன் திருதராஷ்டிரனுக்கு நூறு பிள்ளைகள் பிறப்பார்கள்.

அவர்களின் மூத்த குமாரனால், குருசேத்திரத்தில் பெரும்யுத்தம் நடைபெறும். அதில் பெரிதும் அழிவு ஏற்பட்டு உன்னுடைய பாரம் குறையும் என்றார்.

அதற்காகவே கலியின் அம்சமாக பொறாமையும், குரோதமும் கொண்டவனாக மூத்த குமாரனாக துரியோதனன் பிறந்தான்.

எனவே, இங்கு நடந்தவை எல்லாமே கடவுள் திட்டமிட்டு, நடத்தியவை என்று உணர்ந்துகொள்.

மனிதர்கள் யாரும் இதற்குக் காரணமில்லை. அதனால் பாண்டவர்கள் மீது கோபப்பட்டு எந்த விதமான பிரயோஜனமில்லை என்றார்.

வியாசர் சொன்னதைத் தொடர்ந்து கிருஷ்ணனும் கூறலானான்.

அரசே! இவ்விதம் நாசம் ஏற்படாமலிருக்கும் பொருட்டு நானும், பீஷ்மரும் விதுரரும் பலமுறை உங்களிடம் எடுத்துச் சொன்னோம். நீங்கள் அதைக் கேட்கவில்லை.

அதுபோலவே, பாண்டவர்கள் போரினைத் தவிர்க்கவே, தங்களுக்கு ஐந்து கிராமங்கள் கொடுத்தால் போதும் என்று கூறி கெஞ்சிக் கேட்டனர். ஆனால் துரியோதனன் அதை ஏற்கவில்லை. நீங்களும் அதற்கான முயற்சியை எடுக்கவில்லை.

வேறு வழியில்லாமல் பாண்டவர்கள் தங்கள் உரிமைக்காக போரில் இறங்கினார்கள். விரும்பாதபோதும் அவர்கள் மீது போர் திணிக்கப்பட்டது என்பது தான் உண்மை. சத்திரியரின்

கடமைப்படி போரை ஏற்றுக்கொண்டு அவர்களும் வெற்றி பெற்றிருக்கிறார்கள்.

இப்போதும் தங்களின் கீழ் தலைவணங்கி நிற்கும் அவர்களை பெருந்தன்மையுடன் ஏற்றுக்கொண்டு, அவர்களை ஆசீர்வதியுங்கள் என்றான்.

இதனால் எல்லாவற்றையும் உணர்ந்து கொண்ட திருதராஷ்டிரன் கோபம் தணிந்தான். அதன் பொருட்டு தருமன், அர்ஜுனன், நகுலன், சகாதேவன் என எல்லோரையும் 'என் மைந்தர்களே! நீங்கள் நாடு நகரங்களுடன் நன்கு வாழவேண்டும்' என்று ஆசி வழங்கினான்.

அதேநேரத்தில் பீமன் எங்கே' என்று சற்று வெறி கலந்த குரலில் கேட்டான். அப்போது பீமன் அருகே சென்றான்.

'இவன் தானே, என் மகன் துரியோதனனைக் கொன்றவன் என்ற ஆதங்கத்தில் கோபம் கொண்டு தன் பலம் அனைத்தையும் ஒருங்கே சேர்த்து அணைத்தபோது நெமு, நெமுவென்று கீழே சரிந்து விழுந்தான்.

அந்நிலைதனை உணர்ந்த திருதராஷ்டிரன் ஐயோ! பீமா! 'உன் மீது கொண்ட வஞ்சத்தால், நெஞ்சினை நசுக்கிக் கொன்று விட்டார்களே' என்று கதறி அழுதான்.

அதை அறிந்த கிருஷ்ணன் திருதராஷ்டிரரே, வருந்தாதீர்கள்! உங்களையும் அறியாமல் கோபங்கொண்டு இப்படிச் செய்வீர்கள் என்று எதிர்பார்த்துத்தான் பீமனை உங்களிடம் அனுப்பவில்லை.

'அப்படியென்றால் என் கரங்களிலிருந்து மொழு மொழுவென்று வழிந்தது.'

'கவலைப்பட வேண்டாம். அது ஒரு ரப்பர் சிலை, இனி கோபமின்றி பீமனை ஆசீர்வதியுங்கள்' என்று கூறினான்.

அதைக் கேட்ட திருதராஷ்டிரன் மனம் மாறி பீமனை ஆசீர்வதித்தான், காந்தாரியையும், வியாசர்தான் சமாதானம் செய்தார்.

'காந்தாரி! நீயும் பாண்டவர்கள் மேல் கோபம் கொள்ள வேண்டாம். யுத்தத்துக்கு முன் மூத்தமகன் துரியோதனன் உன்னிடம் ஆசீர்வாதம் வந்தானில்லையா?'

'ஆமாம் அய்ய...'

'அப்போது என்ன சொன்னாய்?'

'எங்கே தர்மம் இருக்கிறதோ, அங்கே வெற்றி கிடைக்கட்டும்' என்று சொல்லி வாழ்த்தி அனுப்பினாய். புண்ணியவதியான உனது வார்த்தைகள் பலித்தன.

அதன் வழியில் தர்மத்தைக் கடைப்பிடித்த பாண்டவர்கள் ஜெயித்தார்கள். இனி அவர்களையே உனது வயிற்றில் பிறந்த மகன்களாக ஏற்றுக்கொண்டு ஆசீர்வாதம் செய் என்றார்.

தருமம் தெரிந்த அறிவாளியுமான காந்தாரி தன்னுடைய சோகத்தையும், துக்கத்தையும் அடக்கிக் கொண்டு பாண்டவர்களை ஆசீர்வதித்தாள்.

பாண்டவர்களுடன் வந்திருந்த பாஞ்சாலிக்கு ஆறுதலும் சொல்லலானாள்.

'மகளே பாஞ்சாலி! எனது மகன்களான துரியோதனன், துச்சாதனன் மற்றும் சகுனி கர்ணன் ஆகியோராலேயே இந்தக் குலநாசம் நிகழ்ந்தது. நீயும், பெற்ற மகன்களை இழந்தாய். நானும் அதேநிலையில்தான் இருக்கிறேன். தைரியமாக இரு. தெய்வத்தின் செயலை எண்ணித் துக்கப்படுவதில் பயன் இல்லை' என்று சொல்லி தேற்றினாள்.

அதன் பின்னர் போரில் இறந்த உடல்கள் எல்லாவற்றையும் தக்க மரியாதையுடன் தகனம் செய்யப்பட்டன. தருமன் திருதராஷ்டிரனையும் அழைத்துக் கொண்டு கங்கைக்குச் சென்று இறந்தவர்களுக்கு முறைப்படி தர்ப்பணம் செய்து முடித்தான்.

அப்போதுதான் குந்திதேவி, கண்ணீர் வடித்தாள். அதைக் கண்ட காந்தாரி, நீ யாருக்கு கண்ணீர் வடிக்கிறாய் குந்தி என்று கேட்டாள்.

நான் பெற்ற மகன் இறந்துவிட்டாள்.

'உங்களுடைய மகன்கள் பாண்டவர்கள் தானே. அப்படியிருக்கையில் இன்னொரு மகனா!'

'ஆமாம்'

'அவன் யாரு?'

'கர்ணன் தான்... என்னுடைய மூத்தமகன் என்பதை மிகவும் சிரமப்பட்டு வெளிப்படுத்தினாள்.'

இதைக் கேட்ட பாண்டவர்கள் அதிர்ச்சியடைந்தனர். எல்லையில்லாத துக்கம் அவர்களைச் சூழ்ந்தது.

ஐயோ, எங்களுக்கெல்லாம் அண்ணா கர்ணன்! எங்களுடைய சகோதரனையே நாங்கள் கொல்ல வேண்டியதாகிவிட்டது!

'ஐயோ! இதை ஏன் எங்களிடம் முதலிலே சொல்லாமல் விட்டாய், பெண்கள் மென்மையான இதயத்துக்குச் சொந்தக்காரர்கள் என்பார்கள். ஆனால் இது போன்ற விஷயங்களைப் பார்க்கும்பொழுது வன்மையான இதயத்துக்குச் சொந்தக்காரர்கள் தான் என்று சொல்ல வேண்டும். இத்தனை அழுத்தங்கொண்ட இதுபோன்ற பெண்களின் மனதிற்குள் எந்த ரகசியமும் தங்காமல் போகட்டும்' என்று சொன்னான் தருமன்.

அதன் பின்னர் தனது தம்பிகளிடம் கூறலானான்.

'எனது அன்புக்குரிய தம்பிகளே நம்முடன் பிறந்தவர், நண்பர்கள் என அன்போடு பழகியவர்களையெல்லாம் கொன்று குவித்த இந்தப் பூமியை உங்களில் யாராவது ஒருவர் ஆளுங்கள். நான் துறவறம் பூண்டு வனம் செல்லுகிறேன்' என்று விரக்தியுடன் சொன்னான்.

அவனது மனத்தினை திருப்திபடுத்தி நிம்மதி அடையச் செய்ய கிருஷ்ணன், பீமன், அர்ஜுனன், நகுலன், சகா தேவன் என அனைவரும் மாறி மாறி தருமனின் மனத்தை மாற்ற முயற்சித்தனர்.

வியாச மகரிஷியும் அவனுக்கு உபதேசம் செய்தார்.

'தருமபுத்திரா! நீ போரிட்டது அரசகுல தர்மப்படி நியாயமானதே. யுத்தம் உனக்கு விதிக்கப்பட்டது. அந்தக் கடமையை நீ நிறைவாகச் செய்து முடித்தாய்.

அவ்வளவுதான்.

நடந்தது எல்லாமே தெய்வத்தின் செயல். நடந்தவை எதற்கும் நீ பொறுப்பாகமாட்டாய். எந்த அழிவுக்கும் நீ காரணம் இல்லை. சத்திரியனின் கடமை ஆட்சிப் பொறுப் பேற்று நல்ல முறையில் ஆட்சி புரிவது.

குடிமக்களிடம் அதிக அன்பு செலுத்தி, அவர்களை தம் மக்களைப்போல் எண்ணி, பாதுகாப்பது, அதைச் சிறப்பாகச் செய்து தருமத்தைக் காப்பாற்று என்றார்.

அவர் சொன்னதைக் கேட்டு தருமன் மனம் தெளிந்தான்.

தருமனுக்குப் பட்டாபிஷேகம்

முகூர்த்த நாளொன்றில்

அஸ்தினாபுரத்தின் மன்னனாக, தருமனுக்கு மணிமுடி சூட்டினான் கிருஷ்ணன்.

பீமனுக்கு இளவரசு பட்டம் சூட்டப்பட்டது.

பகைவர்களை அடக்கும் பொறுப்பினை அர்ஜுனன் ஏற்றுக்கொண்டான்.

விதுரன் அமைச்சரானார்.

நகுலன் சேனாதிபதியானான்.

சகாதேவன் தருமனின் பக்கத்திலேயே துணையாக நின்றான்.

வரவு செலவு கணக்குகளை சஞ்சயன் கவனித்துக் கொண்டான்.

பதவியேற்பு வைபோகம் நடந்து முடிந்த பின்னர், அம்புப் படுக்கையில் படுத்திருந்த பீஷ்மரிடம் ஆசீர்வாதம் பெற அனைவரும் சென்றனர்.

மனம் மகிழ்ந்த பீஷ்மர், அனைவரையும் தன் அருகே அமரச் செய்து, ராஜதர்மம், மோட்ச தர்மம் போன்றவைகளை உபதேசித்தார்.

பராசர கீதையும், புகழ்பெற்ற விஷ்ணு சகஸ்ரநாமமும் அவரிடமிருந்து அப்போதுதான் வெளிப்பட்டது.

அனைவரையும் வாழ்த்திய பீஷ்மர், மாசி மாத சுக்லபட்ச அஷ்டமி திதியன்று உயிர் துறந்தார்.

தியாகம், கடமை, அன்பு, பெருந்தன்மை, கருணை போன்ற சிறந்த குணங்களின் முழு வடிவமாகத் திகழ்ந்த பீஷ்மரின் ஜீவன். அவருடைய கபாலத்தின் வழியே ஜோதி ரூபமாக விண்ணுலகம் சென்று சேர்ந்தது.

பதினைந்தாண்டுகள் ராஜயோகம்

தருமன் ஆட்சியினை நடத்தி வந்தாலும், திருதராஷ்டிரனின் விருப்பப்படியே எல்லாவற்றையும் செய்து வந்தான்.

திருதராஷ்டிரனுக்குத் தேவையான உணவு, உடை, இருப்பிடம் அனைத்தையும் குறைவின்றி செய்து வந்தான்.

கிருபாச்சாரியார், திருதராஷ்டிரனுடன் வசித்து வந்தார்.

வியாசர் அவனுக்கு ஆறுதல் கொடுக்கக்கூடிய கதைகளைச் சொல்லிக் கொண்டு வந்தார்.

அரசியல் விவகாரங்களை தருமன், திருதராஷ்டிரனுடனும் கலந்தாலோசித்து, அவனுடைய அனுமதியின் பேரில் செய்து வந்தான்.

அவனுடைய மனதுக்கு ஒருபோதும் வருத்தம் உண்டாகாத அளவில் தருமன் நடந்து வந்தான்.

அதேபோன்று காந்தாரிக்கு ஒரு குறையுமின்றி அரண்மனைப் பெண்கள் கவனித்து வந்தனர்.

'புத்திரர்களை இழந்த திருதராஷ்டிரன் மனம் நோகாத அளவில் தனது சகோதரர்கள் நடந்து கொள்ள வேண்டும் என்று உத்திரவிட்டிருந்தான்.

அப்படியிருந்தும் பீமன், திருதராஷ்டிரனின் மனம் நோகும்படியாக மந்த புத்தியைப் படைத்த துரியோதனாதிபதிகள் கொல்லப்பட்டனர்' என்று அவனது காதில் விழும்படி சொல்லி வந்தான்.

சில சமயம் திருதராஷ்டிரனுக்கும் காந்தாரிக்கும் கேட்கும்படியாகக்கூடக் கடுமையான வார்த்தைகளைச் சொல்லுவான்.

பீமனுடைய வார்த்தைகள் திருதராஷ்டிரன் மனத்தைக் குத்தும். இதைக் கண்டு காந்தாரியும் வருத்தப்பட்டு வந்தான்.

இவ்வாறு பதினைந்து ஆண்டுகள் கழிந்தன.

தருமனின் சமாதானம்

பீமனுடைய கடுமையான வார்த்தைகளால் பீடிக்கப்பட்ட திருதராஷ்டிரன் மன வருத்தப்பட்டான்.

அதன்பேரில் பாண்டவர்களுக்குத் தெரியாமல் கடும் விரதங்களை அனுஷ்டித்து வந்தான்.

உணவினைக் குறைத்ததோடு, மற்ற விதங்களில் உடலை வருத்திக் கொண்டு வந்தான்.

அவனைப் பின்பற்றி காந்தாரியும் தனது உடலை வருத்தி வந்தாள்.

அதன் பிறகு ஒருநாள், தருமனை தன் அருகில் அழைத்தான். அருகில் வந்த தருமனிடம் தருமா! என் மகனே! நான் உன்னால் பாலிக்கப்பட்டுச் சுகமாக பதினைந்து ஆண்டுகள். உன்னுடைய

அரண்மனையில் இருந்து வந்தேன். ஒரு குறையுமில்லாமல் எங்களைக் கவனித்து வந்தாய்.

புத்திரர்களை இழந்த காந்தாரியும் மனத்தைத் திடப்படுத்திக் கொண்டு தன்னுடைய துக்கத்தையெல்லாம் திடப்படுத்திக் கொண்டு என்னைக் கவனித்து வந்தாள்.

அப்படிப்பட்ட என்னுடைய மனைவியுடன் சேர்ந்து மறுமைக்கு வேண்டிய கடமைகளை நாங்கள் செய்ய வேண்டும். உனக்கு அது சம்பந்தமான சாத்திரம் தெரியுமல்லவா! கிழிந்த துணிகளும் மரப்பட்டைகளும் அணிந்து நாங்கள் வனம் செல்ல வேண்டும். இதற்கு நீ அனுமதி அளிக்க வேண்டும் என்று அனுமதி கேட்டான்.

'தந்தையே! நீங்கள் இவ்விதம் வந்ததை உபவாசம் இருந்து தரையில் படுத்து தேகத்தை வருத்தி நானும் என் சகோதரர்களும் அறியவில்லை. நீங்கள் சகல சுகங்களுடன் இருப்பீர்கள் அல்லவா என்று நான் இருந்திருந்தேன்.'

இப்போதல்லவா தெரிந்து கொண்டேன். என்னுடைய பிதாவான நீங்கள் ஆறாத துக்கத்தை அடைந்துள்ளீர்கள். அப்படி உங்களை வருத்தி, அப்படியென்ன வேண்டிக்கிடக்கு. ராஜ்யங்களும், போகங்களும். நான் மிகக் கெட்டவன். ஆசையினால் நான் தவறு செய்துவிட்டேன். எனக்கு இந்த அரசு பதவி வேண்டாம். எனக்குப் பதிலாக வேறு யாரையாவது அரசாளச் செய்யுங்கள்.

'நான் அரசன் அல்லன். நீரல்லவா அரசன். நான் எப்படி நீங்கள் வனம் செல்ல அனுமதி தர முடியும். விதிவசத்தால் நாம் எல்லோரும் மதிமயக்கமடைந்து சம்பவம் நடைபெற்று விட்டது.

துரியோதனாதிகளைப் போலவே நாங்களும் உமக்குப் புத்திரர்கள். காந்தாரியும், குந்தியும் இருவருமே எனக்குச் சமமான அன்னையர்.

நீங்கள் வனம் சென்றால் நானும் கூடவே வருவேன். எனக்கு அரசப்பதவியெல்லாம் வேண்டாம் என்று உம்மைத் தலைவணங்கிப் பிரார்த்திக்கிறேன்.

உம்முடைய வருத்தம் மனத்திலிருந்து விலக வேண்டும். நான் உங்களுக்கு மகிழ்வுடன் பணிவிடை செய்து உள்ளத்தில் சாந்தி பெறுவேன்' என்றான்.

'தர்மா! என்னுடைய மனமானது வனம் போய் தவம் செய்வதில் பற்றுக் கொண்டுவிட்டது. அதனால் நீயும் உன்னைச்

சேர்ந்த எல்லோரும் எனக்கு அனுமதி கொடுங்கள்' என்று கேட்டான்.

அந்த நேரத்தில் வியாசரும் அங்கு வந்தார்.

நிலைமைதனைப் புரிந்து கொண்டவர்! தருமனைப் பார்த்து, 'குருகுல சிரேஷ்டிரன் திருதராஷ்டிரன் எவ்விதம் விரும்புகிறேனோ அவ்விதமே செய். முதுமை அடைந்தவனும், புத்திரர்களை இழந்தவனுமான இவன் நீண்ட காலம் இந்தக் கஷ்டத்தை சகிக்கமாட்டான். அதனால் அவனுக்கு அனுமதி கொடுத்துவிடு என்று தருமனைச் சமாதானப்படுத்தினார்.

'அப்படியே ஆகட்டும் குருதேவா'! என்று தருமன் சொன்னான். அதைக் கேட்ட பின்னர் வியாசர் தம் ஆசிரமத்திற்குத் திரும்பிச் சென்றார்.

அனுமதி கிடைக்கப்பெற்ற திருதராஷ்டிரன் தன் பக்கத்தில் தருமனை உட்கார வைத்து ஆசிமொழிகளைக் கூறினான்.

அதன்பின்னர் காந்தாரியின் தோளின் மேல் கைவைத்து ஊன்றிக் கொண்டு புறப்பட்டான்.

காந்தாரியும், குந்தியின் தோளின் மேல் தன் கையை வைத்துக்கொண்டு நடந்தான்.

இவ்விதம் மூவரும் அரண்மனையை விட்டு வனம் சென்றார்கள்.

திருதராஷ்டிரன், காந்தாரி இருவருடனும் சேர்ந்து தானும் வனம் சென்று விட வேண்டும் என்ற உறுதியான எண்ணம் கொண்ட குந்தி, 'தருமனிடம்' மகனே தருமா! சகாதேவன் மீது ஒரு போதும் கோபித்துக் கொள்ளாதே. அதேபோன்று யுத்தத்தில் வீரமரணம் அடைந்த கர்ணனை எப்போதும் அன்புடன் நினைப்பாயாக, பாஞ்சாலியைப் பிரியமாகப் பார்த்துக் கொள். பீமன், அர்ஜுனன், நகுலன், சகாதேவன் இவர்கள் ஒருபோதும் துக்கப்படாமல் பார்த்துக்கொள் நான் வருகிறேன் என்று புறப்பட்டாள்.

இவ்விதம் குந்திதேவி சொல்லும் வரையில், திருதராஷ்டிரைனையும் காந்தாரியையும் வழியனுப்பத்தான் வந்துள்ளாள் என்று நினைத்திருந்த தருமனின் எண்ணத்தில் சற்று சுருக்கெனப்பட்டது.

பெற்ற தாயை பிரிய மனமில்லாத தருமன் தாயே! ஏன் இந்த திடீர் முடிவு எங்களை ஆசீர்வதித்து யுத்தத்துக்கு

அனுப்பினாயே. அப்படிப்பட்ட நீங்கள், எங்களை விட்டுவிட்டு வனம் போவது தருமமாகுமா? என்று தருமன், தனது தாயை வருத்திக் கேட்டுக் கொண்டான்.

ஆனால் குந்திதேவியோ, தான் எடுத்த முடிவில் எந்தவித மாற்றமுமில்லை. என்பதில் உறுதியுடன் இருந்தாள். அதற்கான காரணத்தையும் சொல்லலானாள்.

'உன் தந்தையும், எனது பதியுமானவர் இருக்கும் இடத்திற்கே நான் போக விரும்புகிறேன். காந்தாரியுடன் வனத்தில் வசித்துத் தவம் செய்து நான் உங்கள் தகப்பனாரைச் சேருவேன். நீ அரண்மனைக்குச் சென்று ஆட்சியை நன்முறையில், தருமத்தின் நீதியில் பரிபாலனம் செய், இப்போது செல் மகனே, எனது ஆசீர்வாதம் என்றும் உனக்கு இருக்கும்' என்று மகனை ஆசீர்வதித்தாள்.

தருமன் எதுவும் பேசாமல் நின்றான். அவனுடன் வந்த மற்ற சகோதரர்களும், தாயினைப் பார்த்தவாறே நின்றிருந்தனர்.

வனத்தை நோக்கிச் சென்ற குந்திதேவி புத்திரர்களைத் திரும்பித் திரும்பிப் பார்த்துக் கொண்டே சென்றாள்.

ஒருவர் தோள் மீது ஒருவர் கையை வைத்து ஊன்றிக் கொண்டு அந்த மூன்று விருத்தர்களும் சென்றனர்.

மூன்று ஆண்டுகள் கழிந்தன.

ஒருநாள் வனத்தில் தீப்பற்றி எரிந்தது. அந்த தீயில் மான்களும், காட்டுப்பன்றிகளும் கூட்டங்கூட்டமாக ஓடி அங்கிருந்து தடாகத்தை அடைந்தன.

அதனை அறிந்த திருதராஷ்டிரன் சஞ்சயனை நோக்கி நீ இந்த அக்னியினின்று ஓடித் தப்புவாயாக! என்று சொன்னதோடு, காந்தாரியையும், குந்தி தேவியையும் கிழக்கு முகமாக உட்கார்ந்து கொண்டு, யோகநிலையில் அமர்ந்து, நெருப்புக்கு இரையானார்கள்.

அதைக் கண்ட சஞ்சயன் துறவு பூண்டு இமயமலை சென்றான்.

கிருஷ்ணன் மறைந்தான்

பாரத யுத்தம் முடிந்த பின்னர், துவாரகையில் கிருஷ்ணன் முப்பத்தாறு ஆண்டுகள் ஆட்சி செய்தான்.

கிருஷ்ணனுடைய குலத்தைச் சேர்ந்த யாதவ குமாரர்கள் ஏகபோக சுகத்தில் காலங்கழித்த வந்தார்கள்.

அவ்வாறு நடத்திய சுகவாழ்க்கையினால் அடக்கம், ஒழுக்கம் அனைத்தையும் இழந்தனர்.

ஒரு நாள் ரிஷிகள் அங்கு வந்தார்கள்.

அவர்களைக் கிண்டலும் கேலியும் செய்ததோடு பெண் வேஷம் ஒருவன் போட்டு, முனிவர்களிடம் சென்று, 'சாஸ்திரம் படைத்த ரிஷிகளே! இந்தப் பெண்ணுக்கு என்ன குழந்தை பிறக்கும்' என்று பரிகாசமாக கேட்டனர்.

'எரிச்சல் கொண்ட ரிஷிகள், இவனுக்கு உலக்கை பிறக்கும் அந்த உலக்கையே உங்கள் குலத்துக்கு எமனாகும்' என்று சபித்து விட்டுத் திரும்பிப் போய் விட்டார்கள்.

மறுநாள் ரிஷிகள் சொன்னபடியே, பெண்வேஷம் போட்டவனுக்கு உலக்கை பிறந்தது.

உலக்கையை எம சொரூபமாகக் கருதினார்கள். அதனால் அந்த உலக்கையை எடுத்துச் சுட்டுச் சாம்பலாக்கிவிட்டு கடற்கரையில் இறைத்துவிட்டார்கள்.

அடுத்த ஆண்டு அந்தச் சாம்பலின் மேல் மழை பெய்து, அந்த இடத்தில் கோரைப்புல் அதிகமாக முளைத்தது. அதன்மூலம் ஒன்றுமில்லாமல் போய்விடும் என்று யாதவர்கள் நினைத்தார்கள்.

அப்படியிருந்துவரும் நாளில் ஒருநாள்.

யாதவர்கள் கூட்டமாக கடலோரம் சென்று மதுபானம் அருந்தி களியாட்டம் போட்டனர்.

யாதவ குலத்தில் கிருதவர்மன் கௌரவர்கள் பக்கத்திலும் சாத்யகி பாண்டவர்கள் பக்கத்திலும் சேர்ந்து யுத்தம் செய்து வந்தார்கள்.

இதனை எல்லோரும் அறிவர்.

அவ்விதம் செய்த யுத்தம் குடிபோதை தலைக்கேறியதனால் நினைவுக்கு வந்தது.

அது வார்த்தைகளாக வெளிவரலானாது!

'எந்த சத்திரியனாவது தூங்குகிறவர்களைக் கொல் வானா! ஏய் கிருதவர்மரே! யாதவ குலத்துக்கே ஒரு பெரிய

அவமானத்தைக் கொண்டு வந்து விட்டீரே! என்று சாத்யகி, கிருதவர்மனைப் பார்த்துப் பரிகாசம் செய்தான்.

மது போதையிலிருந்த சாத்யகி குழுவினர் இந்தப் பரிகாச வார்த்தையை ஆமோதித்தனர்.

அதைக் கேட்ட கிருதவர்மனுக்கு கடுங்கோபம் வந்தது.

'யுத்தத்தில் கை துண்டிக்கப்பட்ட நிலையில், யோகத்திலிருந்த மகான் பூரிசிரவசுவைக் கசாப்புக்காரன் ஆட்டை வெட்டுவதைப் போல வெட்டிக்கொன்ற நீ என்னைப் பற்றி இளக்காரமாகப் பேசுகிறாயா! என்று கேட்டான் கிருதவர்மன்.

இந்த விஷயத்தை அறிந்து கொண்ட வேறுபலர். சாத்யகியை கேவலமாகப் பேசத் தொடங்கினார்கள்.

இரு பக்கத்தில் இருந்த யாதவர்கள் கலகத்தில் ஈடுபடலானார்கள். சண்டை பலமாக நடக்கத் தொடங்கியது.

'தூங்கியிருந்தவர்களைக் கொன்ற பாதகன் இதோ பார் என் கையாலே செத்தான்' என்று சொல்லிய சாத்யகி கிருதவர்மனின் தலையை, தன் வாளால் வெட்டி வீழ்த்தினான்.

அதைக் கண்டு கொதித்துப் போனவர்கள், சாத்யகியின் மீது அங்கிருந்த மதுபானைகளைத் தூக்கி எறிந்து தூக்கினார்கள்.

இதை அறிந்த கிருஷ்ணனின் மகன் பிரத்யும்னன், சாத்யகிக்குப் பரிந்து கொண்டு அவர்களைத் தாக்கினான்.

இருவரையும் பலரும் சூழ்ந்து கொண்டு போரிட்டதின் விளைவாக, சாத்யகி, பிரத்யும்னன் இருவரும் கொல்லப்பட்டனர்.

அதன்பேரில் ஏற்பட்ட கோபத்தினால் கிருஷ்ணன், கடலோரத்தில் வளர்ந்து நின்ற கோரைப் புல்லைப் பிடுங்கி எடுத்து, அதைக் கொண்டு எல்லோரையும் தாக்கினான்.

அவ்வாறே யாதவர் கூட்டத்தைச் சேர்ந்த எல்லோரும் கோரைப் புல்லைப் பிடுங்கி ஒருவரையொருவர் அடித்துக் கொண்டனர்.

உலக்கைச் சாம்பலிலிருந்து உண்டான அந்தக் கோரைப்புல் எல்லாம் ரிஷிகளுடைய சாபத்தால் பிடுங்கிய உடனே உலக்கைகளாயின.

அந்த உலக்கைகளால் ஒருவரையொருவர் அடித்துக் கொண்டதின் விளைவாக மாண்டார்கள்.

இதையெல்லாம் கண்ட பலராமன் துயரம் மேலிட்டு யோகத்தில் அமர்ந்து உயிரை நீத்தான்.

வெள்ளைப் பாம்பு வடிவத்தில் அவன் முகத்திலிருந்து ஜோதி புறப்பட்டுக் கடலில் மறைந்தது. அத்துடன் பலராமனுடைய அவதாரம் முடிந்தது.

பந்துக்கள் அனைவரும் மறைந்து பார்த்த கிருஷ்ணன், தியானத்தில் மூழ்கினான்.

அதன் பின்னர் தன்னந்தனியனாகக் கடற்கரைப் பகுதியில் சஞ்சரித்துக் கொண்டிருந்தான்.

நடந்ததையெல்லாம் எண்ணித் தானும் இந்த உலகை விட்டு மறையும் காலம் வந்தது என்று அறிந்து தரையில் படுத்தான். அப்படியே தூங்கியும் போனான்.

அப்போது அந்தக் காட்டில் மிருகங்களைத் தேடித் திரிந்த வேடன் ஒருவன் படுத்திருந்த கிருஷ்ணனைத் தூரத்திலிருந்து பார்த்தபோது, மானாகத் தெரிந்ததினால் ‘மான்’ என்று எண்ணி, வில்லை வளைத்து அம்பினை எய்தினான்.

அம்பு கிருஷ்ணனின் காலில் புகுந்தது. அதுவே அவனது உயிருக்கு உலையானது.

தருமன் பரிசுத்தமானவனானான்

யாதவர்களின் முடிவைப் பற்றியும், கிருஷ்ணனின் மறைவைப் பற்றியும் அஸ்தினாபுரத்துக்குச் செய்தி வந்தது.

அதைக் கேட்டதும் பாண்டவர்களுக்கு உலக வாழ்க்கையில் இருந்த பற்று முற்றிலும் போய்விட்டது.

அபிமன்யுவின் குமாரனான ‘பரீசத்துக்கு’ முடி சூட்டு விழா நடத்திய கையோடு, அஸ்தினாபுரத்தைவிட்டுக் கிளம்பினார்கள்.

பாஞ்சாலியுடன் ஐவரும் யாத்திரையை மேற் கொண்டனர்.

பல புண்ணிய ஸ்தலங்களுக்கு சென்ற பின்னர் முடிவில் கைலை மலை என்னும் ‘இமயமலையை’ அடைந்தனர்.

அவர்களுடன் நாயும் உடன் சென்றது.

மலை ஏறிச் செல்லும்போது பாஞ்சாலி, மற்றும் சகோதரர்கள் ஒருவர் பின் ஒருவராக மலையிலிருந்து விழுந்து

உயிர் நீத்து, உடல் பாரத்தினின்றும், உலக பாதத்திலிருந்தும் விடுதலை பெற்று மறைந்து போனார்கள்.

சகோதரர்களும், மனைவி பாஞ்சாலியும் மரணமடைந்ததைக் கண்ட தருமனுக்கு மனதில் சிறு சஞ்சலம் ஏற்பட்டது. உலகே மாயம், வாழ்வே மாயம் என்ற தத்துவக் கோட்பாட்டினை எண்ணி மனதினை திடப்படுத்திக் கொண்டு பயணத்தை மேற்கொண்டான்.

தருமனுக்கு நாய் மட்டும் துணையாச் சென்றது.

நாய் உருவத்தில் தருமம். தருமனின் உடன் சென்றது.

வெகு தூரம் சென்றபின், எதிரே இந்திரன் ரதத்துடன் அவன் முன்வந்து நின்றான்.

'தருமா! உன் தம்பிகளும் பாஞ்சாலியும் சொர்க்கம் சேர்ந்துவிட்டார்கள். நீ மட்டும் எஞ்சி நிற்கிறாய். உன்னை இந்த ரதத்தில் ஏற்றிக்கொண்டு செல்லவே வந்தேன்' என்றான்.

இந்திரன் சொல்லுக்குக் கட்டுப்பட்ட தருமன் ரதத்தில் ஏறும்போது நாயும் உடன் ஏறியது.

உடனே இந்திரன் சொர்க்கத்தில் நாய்க்கு இடமேது என்று நாயைத் தடுத்தான்.

அதைக் கேட்ட தருமன் நாய்க்கு சொர்க்கத்தில் இடமில்லையென்றால் எனக்கும் இடம் தேவையில்லை என்று கூறி மறுத்தான்.

தருமனைச் சோதிக்கவே நாயின் உருவத்தில் தருமதேவன் வந்து தன் புத்திரனின் மன உறுதியினைச் சோதித்துப் பார்த்து மனம் மகிழ்ந்தான்.

அதன் பின்னர் தருமன் சொர்க்கம் அடைந்தான்.

சொர்க்கத்தில் முதலில் துரியோதனனைக் கண்டான்.

அந்தக் கௌரவன், சூரிய ஒளியுடன் பிரகாசித்துக் கொண்டு, அழகிய ஆசனத்தில் அமர்ந்திருப்பதையும், அவனைச் சூழ்ந்து வீரலட்சுமியும், தேவர்களும் நிற்பதைக் கண்டான்.

உடனே அங்குள்ளவர்களைப் பார்த்து, பேராசையுள்ளவனும், குறுகிய எண்ணமும் கொண்ட துரியோதனன் இருக்கும் இந்த இடத்தில் நான் இருந்து காலம் கழிக்க விரும்பவில்லை.

அந்த அளவிற்கு எங்களைப் படாதபாடு படுத்தினான். இவனது அநியாயச் செயல்களால் போரின் பேரில்

நண்பர்களையும், உற்றார் உறவினர்களையும், பந்துக்களையும் கொல்ல வேண்டியது வந்தது.

தருமத்தை கடைப்பிடித்து வந்த எங்கள் பத்தினி பாஞ்சாலி, இவன் உத்திரவினால், சபைக்கு இழுத்து வரப்பட்டு மானபங்கப்படுத்தப்பட்டாள்.

அப்படிப்பட்ட இந்த துரியோதனனைப் பார்க்க எனக்குப் பிடிக்கவில்லை.

என்னுடைய தம்பிகள் எங்கே?

அவர்களிடத்தில் செல்ல விரும்புகிறேன் என்று சொல்லி அங்கிருந்து புறப்பட்டான்.

எல்லாவற்றையும் நன்கு தெரிந்து வைத்திருந்த தேவரிஷியான நாரதர், தருமனைப் பார்த்து சிரித்தவாறே.

ராஜசிரேஷ்டனே! இவ்விடம் சொர்க்கம் என்பதை நீ முதலில் புரிந்து கொள்ள வேண்டும். இங்கு விரோதம், குரோதம் என்று எதுவும் கிடையாது.

அப்படியிருக்கையில் துரியோதனனைப் பற்றி இந்த வார்த்தைகளைச் சொல்ல வேண்டாம். வீரனான துரியோதனன் சத்திரிய தருமத்தின் சக்தியால் இந்தப் பதவியை அடைந்திருக்கிறான் மகனே!

நடந்தது நடந்தவையாக இருக்கட்டும் இனி நடக்கப்போவது நல்லவைகளாக இருக்கட்டும். அந்த வழியில் நடந்து போன நிகழ்வுகளை மனதில் வைத்துக் கொள்வதற்குப் பதிலாக முறைப்படி வீரனான துரியோதன ராஜாவுடன் இங்கே இரு.

இங்கு விரோதங்களுக்கு இடமில்லை.

மானிட தேகத்தோடு நீ வந்திருப்பதனால் இவ்விதம் உனக்குத் தவறான எண்ணங்கள் உண்டாகின்றன. அவற்றை அகற்று என்று சொன்னார்.

இதைக் கேட்ட தருமன் நாரதமுனிவரே! இது என்ன நியாயம்? தருமம் என்றால் என்னவென்று அறியாதவனும் தீமையைத் தவிர வேறு ஒன்றையும் அறியாதவனும், பகையையும் கோபத்தையும் வளரச் செய்தவனும், கணக்கில் அடங்காத மனிதர்களை அழியச் செய்தவனுமான, இந்த துரியோதனனுக்கு வீர சொர்க்கம் கிடைத்திருக்கிறது என்றால் என்னுடைய சகோதரர்களும், பாஞ்சாலியும் என்ன கதி அடைந்திருக்கிறார்கள்.

அதுமட்டுமின்றி என் அண்ணன் கர்ணனையும் எனக்காக உயிர் நீத்த நண்பர்களான அரசர்களையும் இங்கே காணவில்லையே.

அவர்கள் எங்கே!

அவர்களை நான் காண விரும்புகிறேன்.

விராடனையும், துருபதனையும் திருஷ்ட கேதுவையும், பாஞ்சால குமாரன் சிகண்டியையும், பாஞ்சாலியின் புத்திரர்களையும், சூரன் அபிமன்யுவையும் பார்க்க விரும்புகிறேன்.

அவர்கள் இங்கே என் கண்ணுக்குத் தென்படவில்லையே. அவர்கள் இருக்குமிடத்தில் நான் வசிக்க விரும்புகிறேன். என் தாய் குந்திதேவி. என் அண்ணன்

கர்ணனுக்கு 'ஜலதர்ப்பணம் செய்' என்றாள். அதை நினைக்கும்போது இப்போது எனக்குத் துக்கம் மேலோங்குகிறது.

'கர்ணன் யார்? என்பதை நான் அறியாமல் என்னால் சாகடிக்கப்பட்டான். அந்த அண்ணனை நான் பார்க்க விரும்புகிறேன்.'

'என் உயிரினும் மேலான பீமனையும் தேவராஜனுக்கு ஒப்பான அர்ஜுனனையும் நகுல சகா தேவர்களையும், எப்போதும் தருமநெறியில் நின்றவளான பிரியமான பாஞ்சாலியையும் நான் பார்க்க விரும்புகிறேன்.

இந்த இடத்தில் இருக்க எனக்கு துளியும் விருப்பமில்லை.

பக்கத்தில் யாருமில்லாமல் நான் மட்டும் சொர்க்கத்தில் இருந்து என்ன பயன்?

அவர்கள் எங்கே இருக்கிறார்களோ! அங்கே தான் எனக்கு சொர்க்கம். இவ்விடம் எனக்கு சொர்க்கமில்லை என்பது என் கருத்து' என்று சொன்னான்.

இதைக்கேட்ட தேவர்கள் தருமா! உமக்கு அவர்களிடம் போகவிருப்பமானால் தாமதிக்காமல் இப்போதே நீ போகலாம் என்றவர்கள் தேவதூதனை அழைத்தார்கள்.

தேவ தூதன் அங்கு வந்தவுடன், அவனிடம் தேவ தூதா! தருமனை அவனுடைய சகோதரர்கள் மற்றும் பாஞ்சாலி உறவு சம்மந்தமானவர்களிடம் அழைத்துப் போ என்று கட்டளையிட்டனர்.

அதன்படியே முன்னால் தேவதூதன் செல்ல, பின்னால் தருமனுமாகப் போனார்கள்.

போன பாதையில் ஒரே இருளாக இருந்தது.

பாதையெங்கும் மாமிசமும், உதிரம் கலந்த சேறும், பிணங்களும், எலும்புகளும் மயிரும் நாற்புறமும் கிடந்தன.

எங்கும் புழுக்கள் நெளிந்து கொண்டிருந்தன.

சகிக்க முடியாத துர்நாற்றம் வீசிக் கொண்டிருந்தது.

கைகளும், கால்களும் வெட்டப்பட்டு ஆங்காங்கே மனித உடல்கள் கிடந்தன.

இவைகளையெல்லாம் பார்த்த தர்மாத்வான தருமனுக்கு ஒன்றும் புரியவில்லை. பலவாறாக ஆலோசித்தவாறே சென்றான்.

முன்சென்ற தேவதூதனிடம்! தேவதூதா! இன்னும் எவ்வளவு தூரம் இவ்வித அகோரக் காட்சிகளைப் பார்த்துக்கொண்டே செல்ல வேண்டும் என்று கேட்டான்.

'தருமபுத்திரனே! நீ திரும்பிப்போக வேண்டுமானாலும் போகலாம்' என்றான் தேவதூதன்.

துர்நாற்றத்தை சகிக்க முடியாத தருமனும் திரும்பிப் போக விருப்பம் கொண்டான்.

அந்தச் சமயத்தில் நாற்புறமிருந்தும் தீனக்குரல்கள் கேட்கத் தொடங்கின.

'ஓ! தருமபுத்திரரே! போய்விடவேண்டாம். எங்களை அனுக்கிரகம் செய்ய கொஞ்சநேரமாவது நில்லும். நீர் வந்தபோது நல்ல மணம் நிறைந்த புண்ணியமான காற்று எங்கள் மீது வீசிற்று. அதனால் எங்களுக்கு ஆறுதலும் சுகம் உண்டாயிற்று.

இந்த வழியில் பார்க்கும்போது நாங்கள் உங்களை பார்த்துக் கொண்டிருந்தாலே கொஞ்சம் சுகம் கிடைக்கும். அதன்மூலம் எங்களைப் பீடித்திருக்கும் வேதனையும் தீரும் என்று அந்தக் குரல்கள் அழுதன.

நாலாபுரத்திலும் இருந்து வந்த இந்த தீனக்குரல்கள் தருமனை சிந்திக்கச் செய்தன.

'ஆ! என்ன கஷ்டம். என்ன கொடுமை இது. இந்தக் குரலுக்குரியவர்கள் நமக்குத் தெரிந்தது போலிருக்கின்றனவே' என்று யோசித்தவன். குரல்களே! நீங்கள் எந்தக் குரலுக்குரியவர்கள்.

கள்ளிப்பட்டி சு. குப்புசாமி | 269

எதற்காக இங்கே வந்தீர்கள்? என்று சோகம் ததும்பிய குரலில் கேட்டான்.

'பிரபுவே, நான் கர்ணன்'

'பிரபுவே நான் பீமன்'

'பிரபுவே நான் அர்ஜுனன்'

'பிரபுவே நான் பாஞ்சாலி'

'பிரபுவே நான் நகுலன்'

'பிரபுவே நான் சகாதேவன்'

'பிரபுவே நாங்கள் பாஞ்சாலியின் புத்திரர்கள்' என்று நாலாபுறங்களிலிருந்தும் குரல்கள் ஒலித்துக் கொண்டேயிருந்தன.

அவைகளைக் கேட்ட தருமன், தாங்கமுடியாத துன்பத்தில் மூழ்கடிக்கப்பட்டவன். இவர்கள் என்ன பாப கருமம் செய்தார்கள்?

திருதராஷ்டிர புத்திரனான துரியோதனன் என்ன புண்ணியம் செய்து மகேந்திரன் போன்ற ஒலியுடன் சொர்க்கத்திலிருக்கிறான்! இவர்களோ நரகத்தை அடைந்திருக்கிறார்கள்.

'நான் தூங்குகிறேனோ? இல்லை விழித்துக் கொண்டிருக்கிறேனோ! இல்லை பிரக்ஞை இழந்திருக்கிறேனோ? இல்லை சித்தவிகாரமா! என்று சொல்லித் தேவர்களையும், தருமத்தையும் நிந்தித்தவன் தேவதூதனைப் பார்த்து,

'நீ எவருடைய தூதனாக இருந்தாலும் பரவாயில்லை. சம்பந்தப்பட்டவர்களிடம் போய்ச் சொல். நான் இங்கிருந்து அங்கே வரமாட்டேன். இங்கேதான் இருப்பேன். ஏனெனில் என்னுடைய அன்பிற்கும், பாசத்திற்கும், நேசத்திற்கும் உரிய சகோதரர்கள். இந்த நரகத்தில் பீடிக்கப்பட்டுக் கிடக்கும்போது நான் மட்டும் சொர்க்கத்திற்கு வர விரும்பவில்லை' என்று கூறினான்.

தருமன் இவ்விதம் கூறியதனை தூதன் இந்திரனிடம் சென்று தெரிவித்தான்

சிறிது நேரத்திற்குப் பின்னர் இந்திரன், எமதேவன் இருவரும் தருமன் இருந்த இடம் வந்தனர்.

அவர்கள் அங்கு வந்ததும் இருள் விலகியது.

பயங்கரமாக அதுவரை காணப்பட்ட காட்சிகளும் மறைந்தன.

சொர்க்கத்தில் வீசிய புண்ணிய வாசனை காற்று வீசத் தொடங்கியது.

தரும தேவனான எமன், தன்னுடைய மகனான தருமனைப் பார்த்து,

‘சிறந்த மதிமானே! உன்னை நான் இப்போது சோதித்தது. மூன்றாவது முறை. சகோதரர்களின் நிமித்தமாய், நீ நரகத்திலேயே இருக்க விரும்பினாய்.

அரசபதவி பெற்று உலகை ஆண்டவர்கள், எல்லோரும் அவசியம் நரகம் பார்க்க வேண்டும் என்பதனால் ஒரு முகூர்த்த காலம் உன்னாலும் இந்த பெருந்துன்பம் அனுபவிக்க நேர்ந்தது.

புகழ்பெற்ற உன் அண்ணன் கர்ணனாவது, தம்பி பீமனாவது யாருமே உண்மையில் நரகத்தை அடையவில்லை.

ஆனாலும் உன்னைச் செய்த ஒரு மாயம்.

இது தேவலோகம். இதோ பார். மூவுலகங்களிலும் செல்லும் தேவரிஷி நாரதர். துக்கமோ, துயரமோ படாதே என்றான்.

அதன் பின்னர் தருமன், மானிட தேகத்தைவிட்டு திவ்யமான சரீரத்தைப் பெற்றான்.

அத்துடன் மனிதப்பிறப்புக்குரிய பகையும், மன வருத்தங்களும் அற்றவனாகப் பூரண பரிசுத்தம் அடைந்தான்.

தேவர்களாலும், ரிஷிகளாலும் பூஜிக்கப்பட்டக் கர்ணனும், பாண்டவர்களும், திருதராஷ்டிர குமாரர்களும் கோபம் தணிந்தது. தெய்வநிலை அடைந்தனர்.

மகாபாரதம் முற்றிற்று